I0604908

TRUYỆN NGẮN 13 TÁC GIẢ

TRẦN THỊ NgH

dịch

TRUYỆN NGẮN 13 TÁC GIẢ
TRẦN THỊ NgH *dịch*

Bìa: Trần Thị NgH
Dàn trang: Công Nguyễn

Nhân Ảnh xuất bản 2023
ISBN: 9781088217719
Copyright © TranThiNgH

TRẦN THỊ NgH

dịch

TRUYỆN NGẮN
13 TÁC GIẢ

NHÂN ẢNH

2023

MỤC LỤC

1 - **PRIMO LEVI**

    * Phỏng vấn nhện cái   11

    * Phỏng vấn chuột chũi   16

    * Phỏng vấn hươu cao cổ   21

    * Phỏng vấn mòng biển   26

    * Phỏng vấn vi khuẩn E.Coli   31

    * Thợ làm gương   36

    * Đám cưới kiến   42

    * Đột biến   48

2 - **JOHN STEINBECK**

    * Đồng cỏ thiên thai   57

3 - **FLORIAN ZELLER**

    * Dối trá   93

    * Trước khi bay lên   115

    * Giăng bẫy   121

4 - **NIKOLAI VASILYEVICH GOGOL**

    * Cái mũi   127

5 - **ANNIE ERNAUX**

    * Viết từ tro tàn quá khứ   168

    * Người gác cửa nhà bưu điện   197

6 - **HARUKI MURAKAMI**

    * Khỉ Shinagawa tự bạch   206

    * Tôi đã kinh qua…   231

7 - **ANTON TCHÉKHOV**

    * Tác hại của thuốc lá   238

8 - **GUILLAUME MUSSO**

    * Chuyện ma   247

9 - **AGNES LEDIG**

    * Con con một mẩu bánh mì   274

10 - **PAOLO GIORDANO**

    * Nguyên lý Archimède   296

11 - **FRANCK THILLIEZ**

    * Gabrielle   313

12 - **OLHA KOBYLINSKA**

    * Băng qua biển dữ   334

13 - **OGA CHO**

    * Ăn quýt   342

PRIMO LEVI

*Nhà văn Ý gốc Do Thái **Primo Levi** chào đời năm 1919 tại Turin, Ý, chuyên ngành Hóa. Là một trong những thành viên của tổ chức chống Phát-xít, ông bị đưa vào trại tập trung Auschwitz và được tự do năm 1944. Kinh nghiệm chết người trong trại tập trung và những chuyến đi của ông qua các vùng Đông Âu sau đó đã trở thành đề tài cho hai quyển hồi ký: Survival in Auschwitz và The Reawakening; ngoài ra là Moments of Reprieve, The Drowned And The Saved, If Not Now, When?, The Tranquil Star, The Monkey's Wrench, The Sixth Day And Other Tales... Ông được cho là đã tự sát ngày 11.04.1987 ở chính nơi ông được sinh ra sau một thời gian u uất trầm cảm. Thực ra Primo Levi đã "chết" 40 năm trước đó trong thời gian bị giam cầm ở Auschwitz.*

*Phần lớn các truyện ngắn của ông trong tập **The Mirror Maker** (1989, Schocken Books Inc., bản dịch tiếng Anh của Raymond Rosenthal), đều thuộc thể loại khoa học viễn tưởng nhưng là một kết hợp tuyệt vời giữa tình yêu khoa học và những cảm nhận của riêng ông về bản chất con người. **Five Intimate Interviews** nằm trong tuyển tập này là 5 cuộc phỏng vấn thân mật được thực hiện bởi một nhà báo nhắm vào 5 đối tượng: mòng biển, chuột chũi, hươu cao cổ, nhện cái và vi khuẩn E.Coli. Với óc tưởng tượng cực kỳ phong phú, Primo Levi mê hoặc người đọc bằng một giọng kể chuyện khôi hài vô cùng ý nhị và sâu sắc.*

PHỎNG VẤN NHỆN CÁI

Phóng viên: Xin chào buổi tối, ông Nhện, hay đúng hơn, bà Nhện.

Nhện: [the thé]: Ăn được không đó?

Phóng viên: Ư....tôi cho là...ăn tôi cũng được, nhưng chuyện này chưa từng xảy ra, thưa bà.

Nhện: Anh biết đấy, chúng tôi có cơ man là mắt nhưng lại cận thị, mà cứ đói triền miên nữa. Đối với chúng tôi thế giới này được chia làm hai loại: loại ăn được và loại còn lại.

Phóng viên: Thưa bà, tôi có mặt ở đây không phải với tư cách một nạn nhân tiềm năng mà để thực hiện một cuộc phỏng vấn.

Nhện: Một cuộc phỏng vấn? Phỏng vấn ăn được không? Bổ không? Nếu đúng như vậy thì làm ngay đi; ngoài ra sự tò mò của tôi đang ùn ùn trào lên đây, cả đời tôi nhá gần như mọi thứ, riêng cái món phỏng vấn thì chưa. Bọn phỏng vấn có cánh không?

Phóng viên: Thưa bà chúng không để ăn, nhưng được tiêu thụ theo một cách khác. Phải nói thế nào nhỉ? Đơn giản là chúng có độc giả, và đôi khi chúng cũng phần nào cung cấp cho họ một ít dưỡng chất.

Nhện: Vậy thì vụ này đối với tôi chẳng thú vị gì; nhưng nếu anh hứa bồi dưỡng cho tôi vài con ruồi, dăm con muỗi thì... Anh biết mà, với điều kiện vệ sinh hiện nay bọn này càng ngày càng hút hàng. Giỏi bắt ruồi không đấy? To lớn như các anh hẳn chẳng khó khăn gì. Chịu, không thể hình dung ra cái mạng nhện của các anh nó bề thế đến đâu.

Phóng viên: Thành thật mà nói, chúng tôi ứng dụng những phương pháp khác, vả lại chúng tôi không dùng phần lớn thì giờ của mình để bắt ruồi. Thỉnh thoảng có miễn cưỡng ăn phải ruồi là hoàn toàn do rủi ro mà thôi. Dù gì, coi như thỏa thuận như thế này: tôi sẽ cố hết sức giữ lời hứa. Vậy cho phép tôi bắt đầu nhé? Xin cho biết vì sao bà phải treo ngược đầu như thế?

Nhện: Để tập trung. Tôi chỉ có lèo tèo một nhúm ý tưởng thôi, treo ngược như thế chúng sẽ chảy vô óc giúp tôi nhìn thấy mọi thứ rõ ràng hơn. Nhưng đứng xê ra đi, cẩn thận với ba cái thiết bị anh đang mang xách đó; tôi không muốn nó làm rách mạng nhện của tôi đâu: vừa mới làm một cái cáu cạnh sáng nay. Cái trước chỉ thủng một lỗ nhỏ thôi (mấy con bọ cánh cứng rất chi là hậu đậu, anh biết mà), nhưng đối với chúng tôi hoặc là sự hoàn mỹ hoặc không gì cả. Hỏng một tí là tôi nhai sạch cái mạng, tiêu hóa nó, rồi lại tích nguyên vật liệu để làm một cái khác. Vấn đề thuần nguyên tắc thôi. Óc chúng tôi hơi hạn hẹp, nhưng kiên nhẫn thì vô cùng. Thậm chí có lần tôi dệt 3 cái trong một ngày, một nỗ lực chưa có tiền lệ. Sau cái thứ ba, may mà không bị ai làm hỏng, tôi phải nghỉ ngơi đến ba bốn hôm. Cái gì cũng cần phải có thời gian, kể cả việc phục hồi tuyến nhả tơ; nhưng như tôi vừa mới nói với anh đó, chúng tôi có thừa kiên nhẫn, chờ đợi đến mấy cũng không sao. Khi anh chờ đợi, anh không tiêu hao năng lượng.

Phóng viên: Tôi đã có chiêm ngưỡng công trình của quí bà, đúng là những kiệt tác, nhưng sao quí bà cứ làm mãi một kiểu, không có cải tiến cách tân gì sao?

Nhện: Không thể đòi hỏi quá nhiều nơi chúng tôi. Đấy, riêng cái việc trả lời các câu hỏi của anh đã là một nỗ lực rồi; chúng tôi không có óc tưởng tượng, cũng không phải là những nhà phát minh, vòng quay của chúng tôi được gói gọn: đói, giăng tơ, ruồi, tiêu hóa, đói, rồi lại giăng tơ. Vậy việc gì mà phải moi óc ra – xin lỗi, moi ba cái hạch thần kinh ra – để sáng tạo những cái mạng nhện mới? Chúng tôi thà ghi nhớ những gì đã được in trí, theo cách thức từ ngàn xưa, cố gắng hết sức để thích nghi với xung quanh trong giới hạn khả năng của mình. Nói về trí thông minh, vậy là quá nhiều rồi đấy. Nếu tôi nhớ không lầm, mới nở ra từ trong trứng được vài ngày là tôi đã kéo tơ dệt cho mình mạng nhện đầu đời; bé tẹo như con tem thôi, nhưng ngoại trừ kích cỡ của nó thì nó cũng y hệt như cái này ngay trước mũi anh đây.

Phóng viên: Vâng tôi hiểu. Giờ xin bà cho biết, ngoài kia có lời đồn liên quan đến quí bà, nói sao nhỉ, ư... về nghi thức hôn phối ấy ...chỉ là lời đồn thổi, nhưng cũng nên cùng nhau làm cho nó sáng tỏ ra, tôi thì tôi thấy chẳng có gì để chống đối, nhưng như bà biết đấy, những kẻ chuyên buôn dưa lê....

Nhện: Ý anh ám chỉ việc chúng tôi xơi tái lũ đàn ông chứ gì? Thế thôi hử? Thì đúng rồi chứ còn gì nữa! Một kiểu múa ba-lê thôi; quí ông của chúng tôi khá là còm nhom, nhút nhát, yếu đuối, thậm chí chẳng dệt được một mạng nhện cho ra hồn. Khi bị chế ngự bởi dục vọng, họ liều mạng mò vào chỗ chúng tôi, từng bước một, chần chừ, do dự, bởi vì họ biết tổng kết cuộc sẽ ra sao. Chúng tôi chờ họ chứ không khởi xướng, đối với hai phe, cuộc chơi đã rõ. Phụ nữ chúng tôi thích đàn ông như đã thích bọn ruồi muỗi, không hơn. Chúng tôi thích họ, chính xác từng chữ, như những đức lang quân (nhưng chỉ trong chừng mực thời gian tối thiểu cần thiết) và thích họ như đã sính bất cứ thứ gì có thể nhá được, thế thôi. Một khi đã hoàn tất chức năng của mình, họ mất sạch sức hấp dẫn, chỉ còn là một miếng thịt tươi; rồi cạch một phát, chúng tôi dồn no bao tử lẫn dạ con.

Phóng viên: Các cuộc hôn nhân luôn luôn đứt phựt theo cái kiểu đó sao?

Nhện: Không phải lúc nào cũng thế. Một số quí ông có thể nhìn xa trông rộng, họ ý thức về cái đói khôn cùng của chúng tôi vì thế họ lễ mễ quà cưới, Không phải vì yêu mến hay để tán tụng, anh hiểu chứ, mà để làm chúng tôi no cành hông: một ả chân dài, một em muỗi nhí, đôi khi có cả những món giá trị, khi mọi thứ đâu vào đấy rồi, họ chỉ việc nơm nớp chờ đợi thôi. Anh phải nhìn thấy cái đám tàn mạt ấy, bọn họ ngồi đó mai phục, hau háu muốn biết liệu món quà cưới có đủ làm vừa lòng chúng tôi chăng; đôi khi tự nhận thấy có vẻ như chưa đủ, họ chạy bay về chỗ của mình vít thêm một mẩu ngon ngon.

Phóng viên: Tôi cho là vô cùng mưu trí , nhìn chung rất ra đầu ra đuôi. Ở địa vị họ, tôi cũng hành động y như thế, nhưng bà biết đấy, vợ tôi ăn uống nhỏ nhẻ, tính khí ôn hòa hiền hậu; thêm nữa cuộc hôn nhân của chúng tôi đã bền bỉ lâu năm, đối với chúng tôi, thật đáng tiếc nếu chỉ vỏn vẹn một lần giao hoan mà đã thấy hể hả rồi.

Nhện: Mỗi người có cách riêng, hẳn rồi, ý tôi muốn nói đây không phải cách duy nhất để bọn đàn ông tránh bị ăn tươi nuốt sống. Còn nhiều kiểu khác nữa, mấy người họ hàng xa của chúng tôi còn tung chiêu vũ khúc hân hoan xum xoe quanh người phụ nữ mà họ chọn, vừa múa may vừa xiết chặt dần cô nàng bằng tơ nhện, cuối cùng hành lạc với nàng rồi lỉnh mất. Một số những tay khác rất hãi sức mạnh của chị em phụ nữ chúng tôi; họ đến cuỗm đi các bé gái mới chào đời còn non sèo yếu ớt, mang về giấu kín trong hẻm hốc nào đó để chờ bọn con gái đến tuổi dậy thì, có cho ăn cho uống đấy, nhưng chỉ dè xẻn vừa đủ để các em lây lất mà không có mấy tí sức lực. Lũ này cũng thế, cũng đầm đìa một trận mây mưa, xong trả tự do cho đám nữ nhi rồi quất ngựa truy phong.

Phóng viên: Cám ơn bà. Xin kết thúc cuộc phỏng vấn ở đây.

Nhện: Tạ ơn Trời, tôi đang bắt đầu cảm thấy mệt rồi đây: làm việc trí óc chưa bao giờ là điểm mạnh của tôi. Nhưng chớ có quên mấy con ruồi đấy: mỗi lời hứa là một món nợ.

Từ bản tiếng Anh của **Raymond Rosenthal (1989); tiểu tựa của người dịch*

PHỎNG VẤN CHUỘT CHŨI

Phóng viên: Đợi đã, quỉ thần ơi! Trọn hai ngày nay, bốn mươi tám tiếng đồng hồ chờ ông bạn thò mặt ra, vậy mà chưa gì đã muốn rút trở vô rồi! Nghe giùm tôi nè, chủ bút của tôi sẽ không chấp nhận bất cứ cái cớ nào: nếu tôi quay về mà không có bài phỏng vấn, có thể tôi sẽ mất việc, ổng lại muốn có liền bây giờ trước mùa giao phối mới chết chớ!

Chuột chũi: Thôi được, nhưng lẹ lẹ nhe. Không phải đây vội vàng gì đâu, chỉ là không thích ánh sáng thôi. Lần tới nếu cho biết trước, mình làm cái hẹn ban đêm, mọi thứ sẽ đơn giản hơn, mà cũng yên tĩnh hơn nữa. Bộ không nghe tiếng ầm ầm hả? Máy kéo, động cơ, đầu máy, phi cơ: thiệt không chịu nổi mà! Hồi xưa, như kiểu người ta thường nói, đâu có như vậy, ngoài đồng ngoài cộ đâu đó im re. Dù gì, thông cảm cho mình không nhìn thấy được rõ lắm: nhà báo đây là nam hay nữ vậy? **Phóng viên:** Nam. Nhưng nam nữ thì có gì khác nhau đâu.

Chuột chũi: Khác chớ. Không tin phụ nữ được đâu ông nhà báo ơi. Đối với tôi, mỗi năm họ chỉ đáng cho tôi quan tâm 2 tuần, rồi thôi, thà sống một mình. Với lại, cái món mà phụ nữ chăm bẵm, kể cả quí bà của các ông, là lông và lông mà thôi. Không phải họ hoàn toàn sai trong quan điểm này đâu: ông bạn có biết là lông của chúng tôi thuộc loại có thể chịu được cào xước bởi bất cứ thứ gì nhám nhúa thô ráp không? Nếu không thì làm sao mà tháo lui qua mấy cái đường hầm này được chớ.

Phóng viên: Nè, chọn lựa của bọn ông quyết liệt thiệt nghe. Không bầu trời, không tia nắng không ánh trăng; ngắn gọn: tối đen và yên lặng triền miên. Bộ không thấy đơn điệu sao? Không chán hả?

Chuột chũi: Mấy ông rõ ràng cá mè một lứa, toàn dùng thước đo của loài người mà đánh giá này nọ. Đúng là một chọn lựa, nhưng là một chọn lựa hợp lý. Tôi chuộng nghe, ngửi, sờ hơn nhìn. Chớ nghĩ vì không ngó thấy mà tưởng tôi không có lỗ tai nghe. Thính lực của tôi nhậy gấp 10 lần của ông bạn; tất nhiên tính theo lô-ga-rít. Tôi nghe được cả tiếng rễ cây mọc, tiếng lạo xạo của bọn sâu bướm. Và để tự vệ trước những bẫy giăng khủng khiếp của mấy ông tôi phải đào xuống sâu năm sáu tấc: ở vị trí này khỏi sợ chết cóng! Tôi còn có thể phân biệt được 20 loại đất khác nhau, và linh cảm dự báo cả độ ẩm và gió nữa đó.

Phóng viên: Ông bạn vui lòng cho xem hai chân trước được không? Tôi muốn chụp một tấm hình.

Chuột chũi: Không được! Chuyện tào lao gì vậy? Cấm chụp hình. Mà tại sao ông không gọi chúng là tay chớ? Chúng đâu có khác gì với tay của các ông, chỉ có chắc khỏe hơn thôi. Tôi dám cá là, tuy cao lớn dềnh dàng như ông bạn đây, rất có thể sẽ không chịu nổi gọng kềm từ hai bàn tay tôi đâu nhe. Thử làm cái việc mà chúng tôi đang làm ngày đêm coi. Vắng mưa cũng hơi lâu rồi, đất ở vùng đồng cỏ tôi ngụ cư đang thời kỳ tốt và tơi xốp; nói tóm lại, điều kiện không thể ngon lành hơn. Thử coi, ông bạn Người, bỏ đi cái tư thế thẳng đứng, nằm sấp xuống như tụi này nè, rồi bắt đầu đào xới mà không có xẻng cuốc gì ráo. Chịu không? Thấy chưa, chuột chũi là tôi đây, chậm nhất trong các loài cà rề, sẽ đào được 10 thước trong khi trên mặt đất ông bạn vẫn còn loay hoay gẫy móng với lại xước móng. Ngoài ra, trong thời gian đó tôi còn đào được một đường hầm hình ống đẹp khỏi chê, tém đất gọn gàng sang hai bên, bởi vì từ bé tí đã tập vừa tiến vừa xoay, như một mũi khoan. Bọn chúng tôi cũng có những bí mật nhà nghề chớ bộ!

Phóng viên: Lúc nãy ông nói phụ nữ chỉ hấp dẫn ông một số ngày trong năm. Vậy chứ mấy ông có đi săn gái không?

Chuột chũi: Cái này do tâm đầu ý hợp thôi ông ơi. Mỗi em gái có kiểu gãi lông rất riêng, em thì dồn dập hơn em thì mềm mại hơn: từ xa bọn chúng tôi đã nghe thấy nhau rồi. Đến mùa giao phối, đi tìm bạn tình là một cuộc phiêu lưu kỳ thú. Chọn cái nửa kia của mình như vầy nè: chúng tôi nghe tiếng đào hầm bên trên, bên dưới, bên đông, bên tây rồi chỉ trong tích tắc đã quyết định, thế là hè nhau đào say đào sưa cho đến khi hai đường hầm gặp nhau. Nói cho đúng, thường thì chúng tôi mũi giáp mũi thăm dò xem liệu "hương gây mùi nhớ" có hạp nhau chăng: nếu ổn, hôn nhân coi như ngã giá.

Phóng viên: Nếu ông bạn không phiền, giới thiệu hiền thê cho tôi biết với.

Chuột chũi: Rất hân hạnh, vì đó là một cô gái hoàn hảo. Đẹp nữa chớ: trẻ hơn tôi nhiều. Nhưng giờ là cuối tháng ba, cô ấy phải đi chỗ này chỗ nọ chuẩn bị cho phòng hợp hôn. Chuyện này đối với tôi cực kỳ quan trọng, và tôi đã nói rõ như in với nàng là tôi muốn căn phòng phải rộng rãi, tiện nghi, trang hoàng đẹp mắt bằng cỏ và rêu, đó là việc đàn bà phải làm.

Phóng viên: Nếu không phiền, xin cho biết theo ông bạn thì việc của nam giới các ông là gì?

Chuột chũi: Thì cũng na ná như của mấy ông thôi: mấy ông săn tiền, tụi này săn sâu. Mấy ông đầu tư vào những thứ thiết yếu hoặc bất động sản, tụi này vặt đầu chúng.

Phóng viên: Đầu ai? Đầu bọn sâu bọ á?

Chuột chũi: Đúng, là loại hình đầu tư tốt nhứt. Các ông chưa bao giờ nghĩ đến điều này đúng không? Giun đất không đầu đố chạy đi đâu được, mà lại không thối rữa. Ông bạn có biết hiện tôi có bao nhiêu con trong kho dự trữ không? Hơn một ngàn con, cộng thêm bốn chục ấu trùng các loại. Dù gì cũng phải nghĩ đến tương lai chớ, tương lai của chúng ta và của con cháu ta. Có lần đang đào hang đưa đẩy sao mà gặp phải một em rắn nhỏ xíu mới nở. Tôi cũng vặt thủ cấp nhưng hai ngày sau thì em bắt đầu thúi um, để khỏi phí của, tôi quất sạch luôn. Ông bạn biết không, sức mạnh ở hai cánh tay của chúng tôi có cái giá của nó: nếu mỗi ngày chúng tôi không ăn một lượng thịt tươi tối thiểu cần thiết cho trọng lượng cơ thể, coi như đói.

Phóng viên: Vậy hả? Chờ chút, tôi phải ghi lại chi tiết này. Giờ xin cho biết có khi nào ông bạn bị chế ngự bởi khao khát khám phá thế giới trên mặt đất? Cỏ, hoa, nước chảy mây trôi? Hoặc kể cả những động vật không hề chui xuống mặt đất như dế, ốc sên, cào cào châu chấu?

Chuột chũi: Có chớ, đây không phủ nhận chuyện đó, nhưng mấy thứ này phí phạm cả tuổi xuân. Tôi đã từng làm những trò đại loại cùng mấy thằng bạn đồng trang lứa, vào những đêm không trăng. Tụi này khoảng hơn chục đứa nhe. Tưởng tượng coi, có một lần tôi tìm thấy một tổ chim sơn ca ở ngay trên mặt đất có cả trứng trong đó: thật là một đại tiệc! Nhưng kỷ niệm thực sự vui lại là một chuyện khác: đó là gây chú ý bọn chó hùa bằng cách cào mạnh vô mấy hòn đá, chờ chúng đến gần, thò mõm ra để nhát ma rồi thụt ngay vào trong hang. Ông phải nhìn thấy cảnh bọn chúng sùng sục đào đào bới bới! Nhưng bọn tôi lui quân, trong nháy mắt đã ra khỏi tầm ngắm của nanh vuốt bọn khuyển tặc. Nói tóm lại, nếu chúng tôi không cố tình rước họa vào thân thì chẳng ai gây phiền phức gì. Tuy là sống trong bóng tối nhưng bình yên vô sự.

Từ bản tiếng Anh của **Raymond Rosenthal (1989); tiểu tựa của người dịch.*

PHỎNG VẤN HƯƠU CAO CỔ

Hươu: Ê, huynh dưới kia, ngó cái gì thế? Lảng vảng quanh chỗ tôi cũng một lúc rồi đấy nhá, chụp ảnh quay phim cứ loạn cả lên. Để tôi nói ngay ra cho mà biết: đang không vui đây; không phải ý nói chỉ hôm nay thôi mà luôn khi như thế. Vui sao được với hàng rào cùng các thanh chắn kim loại khiến không sao hạ thấp đầu xuống được, rồi mấy con li ti cứ đến đậu ngay trên hai cái sừng, râm ran ô với lại a. Duy chỉ một lần tôi cảm thấy hả hê. Một trong những khách tham quan dáng dấp cao ráo, có đội nón rơm. Tôi thè lưỡi tước cái xoẹt, nhai sạch. Chẳng ngon lành gì, lại có mùi keo dán, dù gì cũng được một dịp trả thù.

Phóng viên: Xin lỗi đã quấy rầy. Đây không phải ý thích đồng bóng của chính tôi hay của xếp tôi, mà do có sự bàn tán xôn xao về việc giải thể sở thú. Rồi đây chẳng biết ông bạn sẽ đi về đâu, và một số vấn đề liên quan mãi mãi không có cách giải quyết.

Hươu: Vậy ra huynh là nhà báo chuyên đi săn chuyện lạ?

Phóng viên: Nếu xem từ "lạ" như một lời khen thì đội ngũ hươu cao cổ của ông bạn lạ thật đấy.

Hươu: Vào đề đi; cứ việc đặt câu hỏi nhưng phải đơn giản, rõ ràng và không gài bẫy nhá!

Phóng viên: Được, vậy mình làm việc thế này: để bắt đầu xin cho biết ngắn gọn giới tính, chiều cao, trọng lượng.

Hươu: Rõ mười mươi là nam, chẳng phải tôi huênh hoang gì, nhưng chuyện này ngó từ xa cũng biết.

Phóng viên: Thì đã hẳn. Tôi hỏi là hỏi để ghi âm thôi. Cổ mà dài như thế thì ông bạn có đến bao nhiêu đốt xương sống?

Hươu: Bảy, y như mấy huynh, như họ nhà chuột đó. Trọng lượng 700 kí lô, chiều cao 6 thước 20 phân.

Phóng viên: Ồ. Điều này có nghĩa với cái đầu ngẩng cao, ông bạn tọng xuống chân một áp lực ra gì; [lấy giấy bút ra từ túi] tính ra nó tương đương bốn trăm năm chục mi li mét thủy ngân cộng thêm ít nhất một trăm bốn chục mi li mét được cung cấp từ tim. Tổng cộng sáu trăm, trong khi đó với chúng tôi chỉ mới hai trăm là xây xẩm rồi; vậy mà hai chúng ta đều là loài có vú cả đấy, lại được cấu tạo ít nhiều giống nhau nữa chứ. Ông bạn không bị cao huyết áp sao, nhất là lúc chạy? Hoặc bị giãn tĩnh mạch chân hay xuất huyết nội?

Hươu: Kể từ khi quyết định kéo dài cổ và chân ra để có thể gặm được những cái lá ở tít trên cao, bằng trí thông minh và đam mê chúng tôi không ngừng trau dồi về áp suất thủy tĩnh, sinh lý học và mô học. Chúng tôi đã nhận ngay ra rằng những cải tiến thường sinh ra rắc rối; chẳng hạn, việc uống nước đối với hươu cao cổ quả là một vấn đề không nhỏ. Thoạt tiên, dù có hạ thấp hết cỡ, đầu chúng tôi vẫn không thể chạm được mặt đất. Vì vậy ngay khi mấy đứa bé vừa cai sữa chúng tôi phải dạy chúng rằng, để uống nước ở sông suối cần phải dạng chân ra một tí. Trông không lấy gì làm thanh lịch cho lắm nhưng bức thiết. Rồi phải đưa nước lên một độ cao gần 3 mét. Thế là chúng tôi liền hiểu rằng hệ thống bơm ở thanh môn không đủ do đó đã khôn ngoan giải quyết vấn đề bằng cách sử dụng một loạt những ống bơm nhu động dọc theo thực quản.

Dù vậy không thể nói việc uống nước của chúng tôi là thứ dễ làm nhất trên đời; đúng ra cá nhân tôi vô cùng biết ơn ông giám đốc sở thú đã lắp cho một cái máng rất tếu mà huynh thấy đấy, thậm chí đứng nhón gót huynh cũng không thể với tới được. Đấy, do những thao tác phức tạp mà chúng tôi đâm ra hiếm khi uống nước, và mỗi lần uống thì cứ uống lấy uống để, được chừng nào hay chừng ấy.

Phóng viên: Cám ơn ông bạn. Dù gì chúng tôi vẫn còn phải tìm hiểu thêm về vấn đề chân cẳng: tôi muốn nói sự chênh lệch về áp suất khi ông bạn nằm xuống và đứng lên.

Hươu: Chúng tôi không bao giờ nằm xuống: yếu điểm đó để dành cho loài trâu bò và cho các huynh các tỉ. Chúng tôi ngủ đứng, luôn trong tư thế sẵn sàng chạy. Bởi vì chúng tôi có kẻ thù.

Phóng viên: Thế còn chứng cao huyết áp? Ý tôi là...

Hươu: Dai nhách với câu hỏi về cao huyết áp, ở điểm này hình như cá nhân huynh có vấn đề với nó rồi.

Phóng viên: Vâng... đúng thế... huyết áp thấp, tiểu nhiều, thiếu muối.... ư... cuộc sống chẳng hề đơn giản.

Hươu: Đó là vì huynh đã không tự trang bị cho đàng hoàng tử tế. Bọn chúng tôi bị cao huyết áp, nhưng có hề chi. Huynh đã bao giờ đeo vòng điều hòa huyết áp chưa? Này nhé, tụi này có bốn chân đeo vòng cả đấy, bẩm sinh là thế và chúng được phối hợp chặt chẽ. Có thể nói với huynh là rất tiện: tĩnh mạch và động mạch không bao giờ sưng phồng mặc dù áp suất rất cao như huynh đã tính toán; những cái vòng này được làm bằng chất liệu hảo hạng không hao mòn và có thể tái tạo theo thời gian.

Ngoài ra, chúng tôi đã tìm ra cách giảm chứng cao máu. Với các huynh máu trì nặng trong các động mạch, trong tĩnh mạch cũng thế; máu này phải chảy ngược về tim. Thế là chúng tôi hoàn chỉnh một dãy van nhỏ trong các tĩnh mạch to vốn có thể chịu được dòng lưu thông ngược chiều. Những van này mở ra theo nhịp tim đập rồi đóng lại để ngăn không cho máu làm trĩu quá tải hệ thống mạch máu. Như thế mỗi mạch máu được chia nhỏ thành những đoạn độc lập. Xin thứ lỗi cho cách nói năng thô thiển, tôi không phải nhà sinh lý học mà chỉ là một gã hươu cao cổ hãnh diện về bộ dạng của mình và nhục nhã vì bị giam cầm. Nhưng thôi đủ rồi, vui lòng để tôi tập một tí thể dục. Không phải theo toa bác sĩ thú y đâu, là bản năng và bản chất đấy thôi. Tôi phải chạy, mặc dù chỉ quanh quẩn nội trong cái không gian hạn hẹp mà mấy ông mấy bà giam nhốt tôi đây.

Phóng viên: [cầm giấy bút lên ghi chép] "Bất chấp cấu trúc cơ thể dị biệt hẳn so với các động vật bốn chân khác, khi chạy hươu cao cổ trông cực kỳ thanh thoát. Nước phi là sự kết hợp giữa điệu sải và điệu vũ. Bốn vó cất lên khỏi mặt đất một cách nhẹ nhàng trong khi phần cổ giữ đều nhịp chân uy nghi lẫm liệt. Trông thì chậm nhưng lại cực nhanh: nó khiến người ta liên tưởng đến một thuyền buồm no gió, không thấy có chút chi gọi là ráng sức. Cơ thể bệ vệ đong đưa tự nhiên, nghiêng vào bên trong mỗi khi quanh cua. Quan sát anh bạn chạy, người viết bài này nhận ra rằng nhu cầu được tự do trong không gian bao la của hươu cao cổ vô cùng to lớn và việc giam cầm họ bên trong mớ rào chắn thật là ác độc không sao nói hết. Vậy đó mà đối tượng tôi vừa phỏng vấn đây lại được sinh ra chính nơi này, trong tù ngục, hoàn toàn không có ý niệm gì về thảo nguyên hoang mạc thế nhưng trong huyết quản vẫn tiềm tàng nguyên thủy một cung cách tao nhã quí phái." [nhà báo đọc to bài viết của mình lên].

Hươu: Hừ!

Từ bản tiếng Anh của **Raymond Rosenthal** *(1989); tiểu tựa của người dịch*

PHỎNG VẤN MÒNG BIỂN

Phóng viên: Chào ngài Mòng Biển, ngài đang làm gì ở đây thế?

Mòng biển: Vui lòng gọi ta là Mòng Biển Herring, loại có chóp cánh màu đen ấy. Gia phả nhà ta lẫm liệt, không như cái bọn mòng biển đầu đen ma cà bông ma cà cúi lúi húi đầu chợ, cơ hội chủ nghĩa, tửa lưa chẳng biết đắn đo cân nhắc chi cả.

Phóng viên: Vâng thưa ngài Mòng Biển Chóp Cánh Đen, tôi có cảm tưởng như đã gặp ngài rồi, nhưng ở một nơi khác, đang bay lướt qua vùng nước xoáy, không nhớ rõ Cinqueterre hay Caprazuppa. Nhưng thật khó quên cú nhào lộn ngoạn mục của ngài; đang buông người nương theo gió, ngài bất thình lình lao xuống rồi trồi lên với một con cá ngậm trong mỏ. Tôi đã theo dõi màn biểu diễn bằng ống nhòm, tiếc rằng đã không mang theo máy quay phim.

Mòng biển: Đúng rồi, ta nhớ chính xác đó là một con cá phèn, cho mấy cô cậu thiếu nhi ở nhà. Từ trên cao nhìn thấy con cá, ta đâm xuống sâu hai thước nước để chộp lấy nó. Đúng là một cú để đời. Aaaa..., những ngày xưa ấy, nhưng rồi bọn cá phèn ngày càng hiếm. Dạo ấy vợ chồng ta xây tổ ẩn trong vách đá cheo leo của một vùng nước đèo heo hút gió. Gia đình ta đã ngụ ở đấy thân an tâm lạc: mỗi lần đột kích là một con cá, đôi khi to đến nỗi không biết làm sao mang về tổ, nuốt trộng lại càng không xong. Thật đáng đồng tiền bát gạo cho những tay có đôi cánh khỏe và đôi mắt tinh. Không một ngọn sóng cồn nào có thể làm ta kinh sợ – đúng ra càng giông gió bão tố ta càng làm chủ bầu trời. Ta đã bay giữa những lằn sấm chớp mà thậm chí trực thăng của các anh cũng phải nằm ụ trong điều kiện thời tiết như vậy, vô cùng sảng khoái, "đã đời", anh có thể nói như thế.

Phóng viên: Chính xác: một môi trường thích hợp cho một đẳng cấp bay lượn như ngài. Nhưng cái gì đã đưa đẩy ngài về tận Chivasso để an cư lạc nghiệp?

Mòng biển: Chú em biết đấy, đồn đãi ấy mà. Một người họ hàng xa của ta từng sống ở Chioggia, sinh nhai cũng khấm khá, nhưng rồi nước nổi đầy bọt, khẳm mùi dầu máy, thế là lũ cá cứ teo tóp dần. Đến mức đó thì vợ chồng hắn bay lên bắc cực, từng chặng từng chặng một, đúng ra là nhắm hướng Chivasso. Càng bay xa họ càng thấy các nguồn nước bớt ô nhiễm đi. Mấy năm trước hắn xuống tận Liguria để báo cho ta biết ở Chivasso có xí nghiệp Lancia thuê dụng nhiều người lắm.

Phóng viên: Quả đúng như thế. Nhưng có phải ý ngài muốn nói họ thuê cả mòng biển? Hoặc họ hào phóng đến mức cung cấp thực phẩm cho mòng biển?

Mòng biển: Chú em đã chạm vào niềm đau chôn giấu của ta rồi. Hiển nhiên Lancia không sản xuất cá, thực ra họ tàn sát một lượng cá không nhỏ, họ sản xuất chất thải. Xí nghiệp tuyển những ai có thể sản xuất một khối lượng chất thải cỡ ba bốn trăm tấn mỗi năm. Ở đấy lại có hàng quán của công ty, chuyên sản xuất rác, mà cùng với rác là... vâng, là bọn chuột. Đấy, là chú em buộc ta phải nói ra đấy nhé.

Phóng viên: Ý ngài muốn nói từ một ngư phủ ngài đã chuyển thành một tay săn chuột? Aaaa..., chuyện tương tự cũng đã xảy ra với chúng tôi. Với con người nói chung và với bọn nhà báo chúng tôi nói riêng. Đâu có phải ngày nào năm nào cũng có chiến tranh, sập hào, động đất, núi lửa, thảm họa hạt nhân, thám hiểm cung trăng để mà tường thuật. Đôi khi chúng tôi đành phải săn chuột. Nếu không có chuột thì phịa ra cho có.

Mòng biển: ... không thôi thì đi phỏng vấn Mòng Biển Chóp Cánh Đen, đúng chưa? Chi cũng được. Miễn sao có cái ăn thì thôi.

Phóng viên: Không đúng, xin ngài tin tôi. Chúng tôi biết rõ cuộc sống khó khăn của quí ngài. Người trần mắt thịt ai cũng thấy quí ngài thôi không còn bay cao trên bầu trời nữa. Cũng hiếm khi nghe thấy tiếng kêu inh tai của dòng họ mòng biển. Tôi đã có thấy hai đồng nghiệp của ngài làm tổ ở một miệng cống, còn những vị khác thì chọn gầm cầu làm quê hương. Ngoài ra có một lực lượng khá hùng hậu lảng vảng quanh khu vực sở thú Turin trộm cá của hải cẩu và gấu bắc cực.

Mòng biển: Ta biết. Nhục lắm. Nhưng chính ta cũng đã đến khu đó. Mòng biển cần cá; nếu không thì trứng đẻ ra vỏ cứ mỏng le mỏng lét, trong veo đến độ thấy cả hài nhi bên trong, ấp một cái là vỡ tung vỡ tóe cả ra. Về chuyện cá kiếc thì ở bắc cực đâu còn thấy nhiều nhặng gì nữa. Giờ chỉ còn trông mong nơi cái công ty xử lý chất thải mới thiết lập, biết đâu tình hình sẽ được cải thiện tí chút.

Phóng viên: Xét về uy tín thì cũng thế thôi. Tưởng tượng một con chuột rõ to lui tới khu vực ống thoát chất thải mà làm mồi cho ngài thì làm sao có thể coi thường cái mỏ của ngài được chứ.

Mòng biển: Bộ chú em nghĩ bắt được một tên như thế dễ lắm hử? Lúc đầu chuyện săn chuột cống khá là xuôi chèo mát mái: thấy có cái chi động đậy trong mớ phế thải, a thần phù lao xuống phập một nhát vào cổ, thế là tàn đời chuột. Nhưng bọn này thuộc giống cực thông minh, liền sau đó đã biết cách tự phòng vệ. Thứ nhất, chúng chỉ thò mặt ra ban đêm, mà ban đêm thì bọn ta có thấy trời trăng gì đâu. Tiếp theo chúng cắt một tên lính canh, nếu có kẻ lởn vởn phía trên miệng cống, tên mật thám liền báo động cho đồng bọn rút vào hang ổ. Rốt cuộc chúng làm thất kinh hồn vía cả họ nhà mèo, và cả bọn ta nữa, Hiếm khi bất thình lình tấn công được một con ở chốn thanh thiên bạch nhật.

Phóng viên: Vậy thì chỉ có rác là tất cả những gì còn lại dành cho quí ngài?

Mòng biển: Chú em rõ ràng cố tình xát muối vào vết thương mà! Vâng, rác. Chẳng phẩm giá gì, nhưng sống được. Cuối cùng thì ta cũng làm cái việc của bọn diều quạ, rồi sẽ quen xơi cả xác thối rữa, xương xóc còn vắt vẻo tí thịt thừa, hoặc đến nước phải ăn chay trường thôi. Ở đời, không biết thích nghi là tiêu. Ở điểm này ta phải thừa nhận phu nhân của ta mạnh tay hơn ta một bậc. Khi đến lượt ta ấp trứng thì nàng đi lang thang ở miệng cống bạ gì nhặt nấy mỗi thứ một ít, quá nhiều đến mức ta phải la mắng và giải thích cho nàng hiểu rằng phải bỏ lại ba cái nhựa tổng hợp, rằng thứ đó để làm tổ cũng không được vì nó không đủ xốp. Chú em phải nhìn thấy những thứ nàng tha về cho ta: xác mèo con, cùi bắp cải, vỏ trái cây, vỏ dưa hấu. Có nhiều thứ thật tởm lợm, nhưng mấy đứa nhỏ thì quằm ráo quạo chẳng chừa thứ chi. Thế hệ sau này làm ta rất hãi, chúng chẳng còn biết tiết chế là gì nữa.

Phóng viên: Thưa ngài, tôi thấy ngài bi quan quá. Mới đây ở bên Anh người ta đã vét sạch sông Thames, họ sẽ lọc cả các con sông khác nữa, rồi đây biển sẽ trở lại như cái thuở ban đầu. Dù gì, xin tâm niệm điều này: trong cõi người của chúng tôi có những kẻ biết bay và biết bơi, trái lại cũng có những kẻ do số phận hẩm hiu hoặc do nhát gan không dám liều mạng cùi, cứ quanh quẩn bên những đống rác nhặt nhạnh các thứ bẩn thỉu. Một lúc nào đó họ sẽ được cho cơ hội để phục hồi nhân phẩm, vậy thì quí ngài cũng thế. Xin ngài đấy, chớ có quên biển.

*Từ bản tiếng Anh của **Raymond Rosenthal** (1989); tiểu tựa của người dịch*

PHỎNG VẤN
VI KHUẨN E.COLI

Phóng viên: [gõ nhẹ vào thành ruột] Tôi vào được không ạ?

Escherichia Coli: Được! Vào đi.

Phóng viên: Sẽ không có thảm sát gì đâu thưa bà, tôi không có ý hãm hại vật chủ của bà vì người này không ai khác hơn chính là bạn tôi. Không có bất cứ xâm phạm thái quá nào cả: nếu bà ưng thuận chúng ta sẽ thực hiện cuộc phỏng vấn như thế này: từ ngoài vào trong. Tôi đang ghi âm đây, máy vi âm rất nhạy, bà chỉ việc nói to lên một tí thôi. Đây có phải lần đầu bà được phỏng vấn?

E.Coli: Phải, nhưng chớ lo, tôi chẳng mất hồn mất vía gì đâu. Chúng tôi không có cảm xúc, do bản chất tự nhiên như thế và do không có hệ thần kinh.

Phóng viên: Bà có thích ở dưới đó trong bóng tối, vây quanh là ba cái thứ mới được tiêu hóa nửa chừng mà vật chủ của bà dội xuống đầu bà ba bốn lượt mỗi ngày?

E.Coli: Cũng thích, trừ phi bọn này có cung cấp cho lão ta chất kháng sinh. Vì như vậy cuộc sống của chúng tôi sẽ vất vả, nhưng vài vị trong đám chúng tôi luôn thoát thân, chúng tôi hầu như lúc nào cũng xoay xở được trong cuộc tháo chạy. Giờ cho tôi xin ngưng một lát nhé, tôi đang trong giai đoạn phân bào, ý tôi muốn nói là tôi đang tách đôi: nhưng chỉ vài phút thôi, rồi thì một nửa của tôi sẽ lại phục vụ cậu... Đấy, xong rồi, cậu có thể tiếp tục, tôi ở lại còn cô em sinh đôi của tôi đi chỗ khác. Cô ấy không quanh quẩn ở đây để hóng chuyện, mà cũng không quấy rầy chúng ta; bọn chúng tôi rất biết tôn trọng sự riêng tư.

Phóng viên: Tôi chắc là bà biết rồi, chừng nào mà tập đoàn vi khuẩn thôi làm chúng tôi đau bụng thì không còn bị coi là sinh vật hoại sinh. Giờ thì E.Coli đã lên báo trang nhất; chúng tôi đã biết cách lấy đi một mẩu DNA của vi khuẩn rồi thay thế bằng một mẩu DNA khác để bày cho quí ông quí bà cách sản xuất chất đạm có lợi cho chúng tôi. Về vấn đề này có hai ý kiến trái chiều; người thì nói rằng mọi việc đang trôi chảy tốt đẹp, rằng bằng cách này ta đã dạy cho vi khuẩn biết cách điều chỉnh khí ni-tơ; người khác lại sợ rằng quí ông bà có thể sẽ biết quá nhiều cuối cùng thành ra tác yêu tác quái làm chủ tình hình.

E.Coli: Có, có, đây biết hết những chuyện đó. Đúng ra người chị họ thứ ba trăm chín mươi bảy của tôi đã bị giải phẫu bằng cái cách y như thế, chị ấy không đau đớn gì lắm ngoại trừ có bị chấn thương tâm lý khi thấy mình bị nhốt trong một ống thủy tinh thay vì một khúc ruột dễ chịu và ấm áp. Tôi là thành viên Hội Đồng Lao Động Sinh Vật Nhân Nguyên Thủy, sau một buổi họp góp ý, không có ai trong chúng tôi phản đối việc này. Thời kỳ tranh đấu cho bình quân chủ nghĩa đã qua; chúng tôi hiểu rằng chuyên môn hóa là điều tất yếu và có lợi cho cả đôi bên. Thật ra đã lâu chúng tôi không còn biểu dương lực lượng, và tôi, với tư cách một đại diện cho đội ngũ vi khuẩn, tự nhận thấy các cuộc bố ráp từ phía chúng tôi nay chỉ còn là một mớ vũ khí mòn cùn: phe đối lập dẹp được các đợt tấn công hùng hậu thái quá. Bản chất của chính trị là nghệ thuật biến mọi thứ thành những điều có thể. Vì thế các người không nên đánh giá chúng tôi quá thấp. Nghe tôi khuyên đây: hãy cảnh giác với các ống nghiệm của các người. Cá nhân tôi có cách giải quyết hữu hiệu nhưng không thể bảo đảm cho những đồng sự của mình vốn bị các người thay đổi cơ cấu chuyển mạch. Phải cam đoan an toàn; vậy thì liệu hồn đấy. Nếu một trận dịch lan ra, các người phải đứng mũi chịu sào, mà chúng tôi, những kẻ đang sống bình yên trong nội tạng quí giá của quí ngài cũng lãnh đủ. Chắc chắn về lâu về dài chúng tôi sẽ học cách thích nghi để sống còn, thậm chí trong ruột của một con gián hay một con sò, việc này sẽ mất nhiều thời gian, công sức và tất nhiên một con số thương vong không nhỏ.

Phóng viên: Cám ơn bà. Nếu bà không còn gì để nói thêm, tôi xin kết thúc cuộc phỏng vấn ở đây.

E.Coli: Thật quá đáng! Thế còn việc phát minh ra bánh xe đồng thời với động cơ thì sao? Hai trăm năm sau khi làm ra được kính hiển vi, các người mới biết làm ra bánh xe . Bây giờ ai cũng thừa nhận chính chúng tôi mới là những kẻ tiên phong;

và rồi đột nhiên mang máy vi âm đến đây mà chẳng nói với tôi chút gì về việc đó cả. Thật không thể tin nổi. Ỷ đa bào mà các người sinh ra vênh vênh tự đắc; làm như thể chính mình đã tự khám phá ra mọi thứ vậy!

Phóng viên: Xin tha lỗi. Bọn nhà báo chúng tôi còn phải lu bu với cơ man là thứ - đưa tin về Craxi, về thuế đánh vào y tế, về Lebanon, về sai lầm tai hại của Reagan...

E.Coli: Vậy rồi bảo là mình không biết gì sất? Chú ý đây, tôi sẽ giải thích trong hai phút cho cậu hiểu không thôi lại về viết tường trình bậy bạ. Bọn vi khuẩn chúng tôi có 6 tiêm mao, còn gọi là xúc tu hay ăng-ten, đúng không? Nhưng chúng không hoạt động theo kiểu các người quăng dây thừng hay vung roi. Chúng xoay, giống như trục quay trong một động cơ nhỏ chạy bằng điện. Mỗi ăng-ten có một phần động và một phần tĩnh làm thành một cuộn dây kéo dài, khi các vi khuẩn đánh hơi thấy mùi thực phẩm, tất cả 6 ăng-ten tự sắp xếp thành một chùm đẩy vi khuẩn tới trước như một chân vịt. Đơn giản quá, phải không?

Bánh xe đã hoàn toàn bị quên khuấy, mãi đến 2 tỉ năm sau các người mới phát hiện ra qui trình chuyển động của các đơn bào có tiêm mao để ứng dụng vào việc chế tạo tàu hỏa; mà chiếc tàu hỏa đầu tiên lại để phục vụ cho chiến tranh, nếu tôi nhớ không lầm?

Phóng viên: Cám ơn bà, thật là một thông tin thú vị. Ý bà muốn nói là nếu không nhờ các sinh vật đơn bào có tiêm mao, với các mô và cái bộ phận điều hành chuyển động ngốc nghếch, chúng tôi đến bây giờ vẫn còn xoay đầu vòng vòng 360 độ, thậm chí 3.600 độ? Nghĩa là chỉ mải lẩn quẩn dậm chân tại chỗ, không có tàu hỏa tàu thủy chi cả. Thế chúng tôi làm gì với ba cái mớ mạch máu, dây thần kinh và tất cả những thứ còn lại đây? Chúng sẽ bị vặn xoắn cả vào nhau nếu chúng tôi cứ quay mòng mòng như thế.

E.Coli: Đó là vấn đề của các người, cụ thể hơn, vấn đề tiến hóa. Nhưng mấy cái xe bốn bánh của các người vận hành tốt đấy, được làm ra theo cái cách như thế là chuẩn xác. Ý tôi muốn nói trong quá khứ các người đã bỏ lỡ một ý tưởng độc đáo và đó mới là điều đáng kể. Tiếc là bây giờ mà quí ngài xin đăng ký bằng sáng chế thì đã quá trễ.

Từ bản tiếng Anh của **Raymond Rosenthal (1989); tiểu tựa của người dịch*

THỢ LÀM GƯƠNG

Timoteo, cha anh, và tất cả ông bà tổ tiên anh từ thời xa xưa đều theo nghề làm gương soi. Trong tủ nhà anh vẫn còn cất giữ những cái gương bằng đồng đã xanh lè vì rỉ sét, và những cái gương bạc bị đen sì sau mấy trăm năm người này người kia mó tay vào; cũng có những tấm gương khác làm bằng pha lê đóng khung bằng ngà hoặc gỗ quý. Sau khi cha anh qua đời, Timoteo cảm thấy như được giải thoát khỏi những lề thói cũ rích; anh tiếp tục làm gương theo kiểu hàng chợ, phục vụ khách mua trong vùng kiếm được khấm khá, nhưng đồng thời anh bắt đầu nghiền ngẫm lại cái kế hoạch anh đã ôm ấp bấy lâu.

Từ hồi còn là một cậu bé anh đã phá lệ mà cha và ông của anh không hề biết. Ban ngày trong những giờ làm việc ở xưởng, với tư cách một người học việc kỷ luật, anh làm những thứ tầm phào chán phè, những tấm gương phẳng dẹt: trong veo, không màu, loại gương phản chiếu (tuy là ảnh ảo) hình ảnh của mọi thứ ở đời, nhất là mặt người. Buổi tối khi không còn ai giám sát, anh chế tác một loại gương khác. Công dụng của gương soi là gì? *"Nó phản chiếu"*. Giống như tâm hồn của con người vậy; nhưng những cái gương bình thường tuân theo quy luật vật lý đơn giản và bất biến;

chúng soi chiếu *cái thực tại* mà một đầu óc bị ám ảnh và có định kiến sẽ soi chiếu giống như thế, làm như chỉ có một thực tại duy nhất! Những tấm gương bí mật của Timoteo linh động hơn nhiều.

Một số gương được làm bằng kính có màu, có sọc hoặc trắng sữa: chúng phản chiếu mọi thứ đỏ hơn hoặc xanh hơn vật thực, hoặc đa sắc, hoặc chạy đường viền có bóng mờ một cách tinh tế khiến cho sự vật hoặc con người kết tụ lại như những đám mây. Một số gương khác đa dạng hơn, được làm bằng những phiến kính dát mỏng có góc cạnh hoặc được ghép lại từ những mảnh kính vụn khiến hình ảnh vỡ ra, biến thành một tranh khảm mosaic thanh nhã nhưng khó thể giải đoán. Một mẫu gương, khiến Timoteo mất mấy tuần để chế tác, có thể biến cao thành thấp, và phải thành trái, người nào soi gương lần đầu sẽ bị chóng mặt ghê gớm, nhưng nếu kiên trì trong vài giờ sẽ quen dần với cái thế giới lộn tùng phèo đó, và khi đối diện lại với thế giới ngay ngắn trật tự, người đó sẽ cảm thấy muốn nôn mửa. Một mẫu gương khác được ghép từ 3 mặt kính, qua đó người soi gương sẽ thấy chân dung mình được nhân ba. Timoteo mang nó làm quà cho cha xứ để cha có thể giải thích cho bọn trẻ sự bí ẩn về Chúa Ba Ngôi trong giờ giáo lý.

Có những tấm gương phóng lớn hình ảnh lên, như kiểu người ta hay vớ vẩn nói mắt bò nhìn thứ gì cũng to đùng lên như vậy, những tấm gương khác thì thu nhỏ hình ảnh hoặc làm cho mọi sự vật trông xa tít đến vô tận; trong một vài mẫu gương, người ta thấy mình cao nhồng gầy nhom, ở những mẫu khác lại thấy mình mập ú lùn tịt như Phật Di

Lặc. Với nhã ý muốn tặng cho Agatha một mẫu làm quà, Timoteo chọn loại gương gắn lên tủ áo có mặt kính hơi gợn sóng, nhưng rồi anh đã nhận được kết quả ngoài dự đoán. Khi người soi gương đứng yên, hình ảnh phản chiếu chỉ cho thấy những nét biến dạng mơ hồ; trái lại với chuyển động lên xuống, hơi khuỵu gối hay nhón gót, bụng và ngực sẽ phình lên xẹp xuống dữ dội. Agatha thấy chính mình biến thành một thân cò còm nhom với vai, ngực, bụng bị nén lại thành một nùi vắt vẻo trên hai cái que chân tong teo; liền sau đó lại biến hình thành con quái vật có lòng thòng một sợi dây ở cổ treo tòng teng những thứ còn lại, một đống ruột bầy nhầy chẹp bẹp như đất làm gốm, đùn đè xếp lớp lên nhau vì sức nặng của chính nó. Chuyện kết thúc một cách tệ hại. Agatha đập vỡ cái gương và hủy luôn đính ước, còn Timoteo thì đau, nhưng sự tổn thương không lấy gì làm trầm trọng.

Anh có một dự án tham vọng hơn nhiều. Một cách bí mật anh thử nghiệm nhiều loại kính và các lớp tráng bạc khác nhau, đưa gương vào từ trường, rọi sáng chúng bằng những ngọn đèn được gửi về cho anh từ các xứ sở xa xôi, đến một lúc anh thấy gần như mình đã đạt mục tiêu vì có thể làm ra những tấm gương siêu hình học, được gọi là **Metamir**, kết hợp 2 từ *metaphysical* và *mirror*. Metamir không tuân theo những qui luật thị giác mà phản chiếu hình ảnh của người soi gương qua cái nhìn của đối tượng đang đứng trước mặt mình: ý tưởng này không mới, Aesop đã từng nghĩ ra rồi, và ai mà biết được trước và sau Aesop thì còn ai khác nữa, nhưng Timoteo là người đầu tiên nhận biết điều ấy.

Gương siêu hình học của Timoteo có kích cỡ nhỏ bằng cái thẻ điện thoại, dẻo mềm, và có thể bám dính: thật ra chúng được làm để gắn lên trán. Timoteo đã thử mẫu đầu tiên bằng cách dán nó lên tường, trong gương anh chẳng nhìn thấy gì đặc biệt: vẫn là hình ảnh thường ngày của một gã mới ba mươi mà đã hói, với dáng vẻ ranh mãnh, mơ mộng và hơi lơ đãng: nhưng tất nhiên là bức tường không nhìn thấy người soi và cũng chẳng lưu giữ hình ảnh của người đó. Timoteo đã làm ra được 20 mẫu như thế. Và anh nghĩ rất nên tặng mẫu đầu tiên cho Agatha, người mà anh vẫn say đắm duy trì mối quan hệ, hi vọng nàng sẽ tha thứ cho anh về cái vụ gương gợn sóng lần trước.

Agatha tiếp anh lạnh nhạt; cô lắng nghe dẫn giải của anh một cách cố tình thờ ơ, nhưng khi Timoteo đề nghị gắn Metamir lên trán, cô sẵn sàng đồng ý: cô rất hiểu những suy nghĩ của anh, quá hiểu nữa là đằng khác. Thật vậy hình ảnh mà anh thấy chính mình qua cái nhìn của Agatha giống y như trên một màn hình nhỏ, chẳng ngon lành gì. Mí tóc chẳng những trợt về phía sau, lại còn hói, hai môi hé lửng vẽ nên một nụ cười ngốc nghếch để lộ hàm răng hư (đúng là lâu rồi anh cứ trì hoãn việc chữa răng mà nha sĩ đã khuyên), biểu cảm của anh chẳng có chút gì mơ mộng nếu không nói là ngờ nghệch, và ánh nhìn của anh thật kỳ dị. Sao lại kỳ? Timoteo sớm hiểu rằng trong một tấm gương bình thường, mắt người soi gương sẽ hướng thẳng vào chính mình, trong khi với loại gương này chúng nhìn xéo về phía trái của người ấy. Anh tiến đến gần hơn và hơi dịch chuyển sang một bên: ánh mắt liền hụt tầm nhìn, lẩn về phía bên phải. Timoteo từ giã Agatha, lòng ngổn ngang các cảm xúc xung đột nhau: thử nghiệm của anh đã thành công, nhưng nếu Agatha thật sự nhìn thấy anh qua một hình ảnh như thế, sự đổ vỡ hẳn là vĩnh viễn.

Anh tặng mẫu gương thứ nhì cho mẹ mình, người chẳng hề cần đến giải thích dong dài. Timoteo nhìn thấy chính anh qua hình ảnh một thiếu niên tuổi 16, tóc vàng, đôi má hồng hào, dáng vẻ thanh cảnh và thanh khiết như thiên thần, tóc chải kỹ, nơ bướm thắt ngay ngắn nơi cổ áo: anh trộm nghĩ, thật không khác chi ảnh chụp cho quyển niên giám học đường. Không hề giống với tấm hình mà anh bắt gặp trong ngăn kéo vài năm trước đó, ảnh chụp cho thấy một cậu nhỏ sinh động, hòa đồng với hầu hết bạn bè ở trường.

Mẫu Metamir thứ ba dành cho Emma, hẳn rồi. Timoteo đã chuyển tình cảm của mình từ Agatha sang Emma một cách đáng ngạc nhiên. Emma nhỏ nhắn, lười biếng, hiền lành và kín đáo. Em ngấm ngầm dạy cho Timoteo một vài kỹ năng mà bản thân anh chẳng bao giờ nghĩ tới. Em kém thông mình hơn Agatha, nhưng không cứng nhắc như cô ấy – người gì mà rắn như đá mã não – *Agate-Agatha*: trước đây Timoteo không hề nhận ra điều này: tên người cũng nói lên được chút gì đấy chứ. Emma chẳng hiểu chi về công việc của Timoteo, nhưng em thường gõ cửa xưởng thợ của anh, lân la ở lại chơi nhiều giờ và mê mải quan sát anh làm việc. Trên đôi mày thanh tú của Emma, anh nhìn thấy một Timoteo thật tuyệt: chiều cao trung bình, cơ thể tầm thước: anh sở hữu một vòm ngực cân đối mà trước đó anh cứ ngậm ngùi tiếc sao mình không có, khung xương mặt đúng kiểu Apollo được mái tóc dày ôm sát như một vòng nguyệt quế, ánh nhìn trong sáng, hân hoan và hiếu thắng. Ngay lúc ấy Timoteo nhận ra rằng anh đã yêu Emma bằng một tình yêu mãnh liệt, dịu dàng và lâu bền.

Timoteo tặng vài mẫu Metamir cho bạn bè. Anh nhận thấy không hề có hai hình ảnh trùng nhau: nói tóm lại, không có một Timoteo thật sự. Về sau anh để ý thêm rằng Metamir có một đặc tính rất rõ nét: nó củng cố thêm tình bạn nghiêm chỉnh và lâu đời, trái lại nhanh chóng kết thúc những mối quan hệ bạn bè do thói quen hay xã giao mà có. Tuy vậy, mọi nỗ lực khai thác kinh doanh loại gương này đều thất bại: những người bán gương đều đồng loạt báo rằng có quá ít khách hàng vừa ý với hình ảnh của mình qua cái nhìn của bạn bè người thân. Nói chung là doanh số rất thấp dẫu cho có hạ xuống nửa giá. Timoteo đăng ký độc quyền bằng sáng chế và mất mấy năm trời trầy trật giữ cho nó sống còn, anh hết hơi hết sức bán nó nhưng chẳng ai thèm mua, thế là anh bỏ cuộc và tiếp tục làm những cái gương phẳng dẹt có chất lượng tuyệt hảo cho đến tuổi nghỉ hưu.

11.1985

Từ bản tiếng Anh của **Raymond Rosenthal (1989); tiểu tựa của người dịch*

ĐÁM CƯỚI KIẾN

Nhà báo: Kính chào Bà. Tôi thấy Bà bận quá. Hi vọng tôi không quấy rầy Bà: quả là cơ hội hiếm có cho một kẻ như tôi.

Kiến Chúa: Là cái mà ngươi gọi là tin sốt dẻo chứ gì? Ư mà trước hết ngươi nên đứng tránh xa ra. Ý ta là nhích chân qua một bên. Ngươi đang làm hỏng cái mái vòm kìa; phải mất ít nhất ba ngàn giờ đời kiến để sửa chữa thiệt hại do ngươi gây ra. Các mái vòm của bọn ta hoặc là toàn hảo hoặc là không gì cả. Đó là cung cách của bọn kiến nhà ta, đặc biệt là chính ta. Đấy, thế mới là gái ngoan. Giờ mình tiếp tục. Được, ngươi có thể ghi âm. Mà này, sao không thưa bẩm gì cả? Các ngươi xưng hô như thế nào với Nữ Hoàng của mình?

Nhà báo: Xin Bà lượng thứ, ý tiện nữ là xin Bệ Hạ tha lỗi cho thần, do tưởng rằng....

Kiến Chúa: Có gì đâu mà tưởng với nghĩ. Xưng hô như vậy có lẽ vì ta là một góa phụ mà lại đang đẻ trứng chứ gì? Đúng không? Hẳn là vậy rồi. Ngươi tìm đâu ra một Nữ Vương ở loài người có khả năng làm được như ta? Bệ Hạ! Thì rành rành ta là một Bà Chúa. Ngươi có biết cho đến nay ta đã sản sinh ra được bao nhiêu cái trứng không? Một triệu rưỡi, mà ta chỉ mới mười bốn tuổi, và vỏn vẹn một lần chăn gối thôi đấy nhé.

Nhà báo: Xin Bệ Hạ cho đám tiện dân chúng tôi biết đôi điều về hôn lễ của Ngài.

Kiến Chúa: Đó là một buổi trưa tuyệt vời, đầy màu sắc, hương thơm và thơ mộng: một trong những khoảnh khắc mà dường như cả thế giới đều ca hát. Trời vừa dứt mưa, mặt trời đã ló dạng trở lại, và ta cảm thấy một niềm khao khát, một thôi thúc không cưỡng lại được, cơ cánh của ta căng cương đến nỗi như sắp vỡ tung. Vậy đó, khi người ta còn thanh xuân ấy mà.... Đức phu quân của ta, xin Trời phù hộ cho chàng, rất cường tráng và khả ái: ngay lập tức ta ưa thích cái mùi của chàng và chàng say đắm hương thầm của ta. Chàng theo đuổi ta có đến nửa giờ, một cách kiên trì, và, thế là, ngươi biết phụ nữ chúng ta như thế nào rồi, ta vờ như mệt mỏi để cho chàng bắt kịp, dù rằng ta là một tay bay lượn tầm cỡ. Đúng thế, thật khó quên, ngươi tha hồ muốn viết thế nào thì viết cho tờ báo của ngươi: từ trên cao nhìn xuống các ngươi không thể thấy được tổ kiến của ta cũng như của chàng. Và chàng, tội gì đâu, sau khi trao cho ta cái gói nho nhỏ liền gieo mình xuống lìa đời: thậm chí không kịp nói lời giã biệt.

Nhà báo: ... cái gói nho nhỏ?

Kiến Chúa: Loại quà cáp mà các ngươi không thường thấy, chứa li ti hơn 4 triệu sinh linh. Kể từ lúc đó, ta giữ chúng ngay trong bụng mình. Ta làm việc với ống bơm và vòi, bởi vì bọn ta phối hợp cả hai: mỗi trứng chứa 3 hoặc 4 tinh trùng, nếu ta muốn có con trai, ta chỉ cần ngắt đường dẫn. Nói thật, dân kiến cánh của ta chẳng thể nào hiểu nổi cơ chế của loài người. Ý ta là, trăng mật thì cũng được đi, nhưng việc gì mà phải lặp đi lặp lại hoài cái chuyện mây mưa chứ? Mất không biết là bao nhiêu giờ công lao động. Rồi các người sẽ thấy, theo thời gian rốt cuộc các người cũng sẽ đạt tới trình độ của bọn ta đây, giống như đã làm được việc phân công lao động: đối với loài người việc sinh sản chỉ là chuyện rác rưởi và mị dân. Các người phải chia nhau mà phụ trách, có vua chúa, nữ hoàng nữ vương rồi, hoặc thậm chí chỉ có tổng thống thôi thì cũng phải để họ lo phần sinh sản, thợ thuyền chỉ phải làm việc của thợ thuyền. Mà vì sao phải có nhiều đàn ông đến thế? Kiểu 50-50 đủ nếp đủ tẻ của các người thật là cổ lỗ sĩ, để ta nói cho mà nghe; chẳng phải dưng không mà thể chế của loài kiến nhà ta đã tồn tại được 150 triệu năm, trong khi của các người chỉ non một triệu. Đường lối tổ chức của loài kiến được thử nghiệm và kiểm nghiệm, và nó đã ổn định như thế kể từ thời Mesozoic, trong khi loài người thay đổi mỗi 20 năm, thế đã là may lắm. Này, ta không có ý muốn xen vào chuyện của các người đâu nhé, và ta biết rằng cơ thể học với lại sinh lý học khó thể canh tân trong một thời gian ngắn, nhưng theo cái cách mà các vấn đề hiện vẫn còn tồn tại nơi các người, thì một đàn ông cho 50 đàn bà là quá phủ phê rồi. Ngoài ra làm vậy các người còn giải quyết được vấn đề đói kém của địa cầu.

Nhà báo: Vậy 49 người đàn ông kia để làm gì, thưa Bệ Hạ?

Kiến Chúa: Tốt nhất là bọn đó không nên được sinh ra. Nếu không có lúc sẽ thấy cái cảnh phải xử tử chúng, hoặc thiến phắt, hoặc bắt lao động khổ sai, không thôi thì, do chúng có khuynh hướng giết chóc, cứ để cho chúng nó tàn sát lẫn nhau. Nói chuyện với nhà xuất bản của ngươi về vấn đề này đi, hãy viết một bài xã luận; đó là một đạo luật cần được đệ trình lên quốc hội.

Nhà báo: Chắc chắn thần sẽ bàn bạc với nhà xuất bản, nhưng tâu Bệ Hạ, có bao giờ Ngài hồi tưởng về buổi trưa hôm ấy, lần thăng hoa ấy, khoảnh khắc yêu đương ấy?

Kiến Chúa: Khó nói lắm. Nhà ngươi biết đấy, đối với loài kiến cái đẹp là ưu tiên hàng đầu; và tuy vậy, khi lời đã thốt ra và việc đã làm xong, ta cảm thấy khá là dễ chịu vui sống ở đây, trong bóng tối, trong sự ấm áp và an bình, được vây quanh bởi hàng trăm ngàn đứa con gái cứ nhõng nhẽo với ta suốt ngày. Việc gì cũng phải đúng lúc của nó, nhiều thế kỷ trước ai đó trong các ngươi đã đưa ra một ý khiến ta hiểu rằng dường như ông ấy muốn khuyên loài người hãy bắt chước loài kiến. Đối với thần dân ta, đây là một qui luật nghiêm nhặt, có thời gian dành cho trứng, lúc khác cho ấu trùng, và một giai đoạn khác nữa dành cho nhộng; có ngày và đêm, hè và đông, chiến tranh và hòa bình, lao động và sinh sản: nhưng trên hết là có Đất Nước và không gì khác ngoài tổ quốc.

Còn về hoài niệm ư, tất nhiên là có chứ. Ta đã nói với ngươi ta đã từng là một tay bay lượn cự phách: có lẽ vì thế mà đức phu quân của ta đã chọn ta trong đám công chúa công nương tụ tập lúc hoàng hôn. Các cô đông đến nỗi che rợp cả mặt trời: từ xa trông như một cột khói bốc lên từ tổ kiến, nhưng chính ta là cái kẻ bay cao hơn tất cả cái đám đó. Ta có cấu trúc cơ của một vận động viên. Và chàng đuổi theo ta, giúi vào người ta cái món quà gói ghém tất cả tương lai của loài kiến, rồi tiếp liền đó chàng gieo người xuống: giờ ta vẫn còn có thể hình dung chàng vừa rơi vừa xoay vòng như một chiếc lá.

Nhà báo: Thế còn Bệ Hạ, Ngài ra sao?

Kiến Chúa: Gói quà đó là trách nhiệm, rất nặng nề, ở cả nghĩa đen, ta quay trở lại, đúng ra ta buông mình xuống: phần vì mệt mỏi, phần vì buồn đau. Không còn là một nữ phi công trinh trắng mà là một người mẹ góa bụa, mang nặng đẻ đau hàng triệu sinh linh. Việc đầu tiên khi trở thành mẹ là dẹp bỏ đôi cánh: chúng mỏng manh, phù phiếm, và không còn cần thiết nữa trong bất cứ tình huống nào. Ta lập tức xé nát chúng đi, rồi đào một hốc lõm cho riêng mình, điều vẫn được làm từ ngàn xưa. Ta đã có ý muốn giữ đôi cánh lại để làm kỷ niệm nhưng rồi nghĩ ôi hư ảo vô ích quá đi, thế là ta để cho gió cuốn đi. Ta cảm nhận được những cái trứng đang lớn dần trong người, chúng rắn như đá. Khi giờ đã điểm, các cơ mà trước đây dùng cho đôi cánh, bỗng trở nên mầu nhiệm trong một chức năng khác. Ta chuyển hóa, tiêu thụ và hợp nhất chúng để biến chúng thành dưỡng chất nuôi trứng, các thần dân tương lai của ta. Vì điều này, ta hi sinh cả sức lực và tuổi trẻ, và ta hãnh diện vì nó. Ta, và chỉ một mình ta thôi. Có những loài kiến khác giữ trong tổ nhiều đến 20 Bà Chúa: điều nhục nhã này không bao giờ xảy ra ở bọn ta. Thử để cho một kiến thợ của ta sinh sản đi, rồi cô nàng sẽ bết đá biết vàng.

Nhà báo: Thần lĩnh hội rồi ạ. Duy trì nòi giống là một dâng hiến toàn diện. Thần hiểu Bệ Hạ muốn khẳng định độc quyền của mình đối với trách nhiệm đó. Ngài biết chăng, đối với loài người, tình mẫu tử cũng rất thiêng liêng. Những trang báo của chúng thần đăng toàn tin tức về những tội ác kinh hoàng nhưng hễ kẻ nào làm hại đến trẻ nhỏ thì lập tức bị mọi người nguyền rủa ngay.

Kiến Chúa: Đúng. đúng, không được ăn mấy cái trứng, không nên làm như thế. Nhưng trong một số tình huống người ta phải nghe theo tiếng gọi của tổ quốc, đó cũng là lẽ thường tình. Khi đang thiếu ăn mà trứng lại dư thừa, thì không còn chỗ cho đạo đức nữa. Bọn ta ăn trứng, và ta là kẻ đầu tiên chứ ai – xơi cả ấu trùng và nhộng. Mấy thứ này bổ dưỡng, và nếu trứng không được chăm sóc – vì kiến thợ đói lả không còn làm việc nổi – chúng sẽ hư thối đi, đến nước chỉ còn làm mồi cho bọn sâu bọ, rồi bọn ta cũng tàn đời. Thế thì sao? Thiếu logic thì không có chính phủ chứ sao.

04.1986

Từ bản tiếng Anh của **Raymond Rosenthal (1989); tiểu tựa của người dịch*

ĐỘT BIẾN

Isabella không ổn đã mấy ngày qua: ăn ít, sốt hâm hâm, than ngứa ở lưng. Gia đình em bận bịu điều hành cửa hàng nên không có thì giờ chăm sóc em: "Chắc con bé đang thời kỳ phát triển," mẹ em nói; bà cho em ăn uống kiêng cử và dùng thuốc mỡ để xoa lưng, nhưng Isabella thấy càng ngày càng ngứa đến nỗi không ngủ được; khi xoa thuốc cho con gái, bà mẹ nhận thấy chỗ da nham nhám bắt đầu mọc lông, dày, cứng, ngắn và trăng trắng. Thấy vậy bà đâm hoảng liền bàn bạc với bố con bé, thế là họ mời bác sĩ.

Bác sĩ đến khám cho cô bé còn trẻ măng và rất khả ái, Isabella ngạc nhiên nhận thấy lúc mới bắt đầu khám ông có vẻ lo lắng và bối rối, rồi dần dần chú tâm hơn và tỏ ra thích thú, cuối cùng thì hớn hở như thể vừa trúng số. Ông tuyên bố tình hình không có gì nghiêm trọng, nhưng nói phải tham khảo một vài quyển sách và sẽ trở lại hôm sau.

Hôm sau bác sĩ quay lại với một cái kính lúp, chỉ cho bố mẹ cô bé thấy mớ lông đang phân nhánh và có hình dẹt: không phải lông mao mà lông vũ đang mọc. Ông ta thậm chí còn tỏ ra hân hoan hơn cả ngày hôm trước.

"Thôi nào, Isabella," ông bác sĩ nói. "Không có gì phải lo.

Trong bốn tháng nữa em sẽ có thể bay."

Quay sang bố mẹ cô bé, ông lúng túng đưa ra giải thích, tự nhủ lẽ nào họ chẳng biết gì? Họ không đọc báo hay sao? Họ cũng chẳng xem truyền hình ư? "Đây là một ca đột biến quan trọng, trường hợp đầu tiên ở Ý, đúng ra là ở khu vực chúng ta đang sống, trong cái thung lũng hẻo lánh này đây!" Đôi cánh sẽ từng bước hình thành mà không làm tổn hại gì đến các cơ quan khác, và có thể có vài trường hợp tương tự đã xảy ra trong khu phố, giữa đám nữ sinh cùng trường, vì thứ này lây lan.

"Nếu truyền nhiễm thì là bệnh rồi!" người bố nói. "Truyền nhiễm, vì là vi khuẩn mà, nhưng không phải

bệnh. Vì sao tất cả các ca nhiễm khuẩn đều có hại chứ? Bay được là một điều đẹp đẽ; chính tôi cũng thích như vậy, chỉ để bay đi thăm bệnh ở những xóm làng xa xôi. Đây là trường hợp đầu tiên ở Ý, như tôi đã có thưa với ông bà, tôi sẽ báo cáo với phòng y tế của tỉnh, nhưng hiện tượng này đã từng được ghi nhận rồi: một vài trung tâm bệnh nhiễm ở Canada, Thụy Điển, và Nhật Bản đã nghiên cứu. Nghĩ mà xem, thật là may mắn cho gia đình ông bà và cho chính tôi!"

Isabella không cho đây là một điều may mắn. Lông mọc nhanh quá làm vướng víu khi em nằm trong giường, nhìn qua áo cánh cũng có thể thấy. Vào tháng ba cấu trúc xương mới đã hiện ra lồ lộ, và khoảng cuối tháng năm thì hai cánh tách đôi trên lưng đã gần như hoàn chỉnh.

Thế là nhiếp ảnh, báo chí, tổ chức y khoa Ý và các hiệp hội y khoa thế giới: Isabella thích lắm, cảm thấy mình quan trọng, nhưng em trả lời các câu hỏi hết sức đàng hoàng, dù gì thì cũng chỉ là những câu hỏi tào lao giống nhau. Em không dám bàn bạc với bố mẹ về một chuyện, vì không muốn làm họ sợ, nhưng em thì rất hoảng loạn: tốt, mình sẽ có cánh, nhưng rồi học bay ở đâu đây? Ở trường dạy lái xe của tỉnh? Hay ở phi trường Poggio Merli? Em đã rất muốn ông bác sĩ sức khỏe cộng đồng dạy cho em bay; nhưng nếu ông ấy cũng mọc cánh thì sao, chẳng phải ông đã nói thứ này lây nhiễm ư? Vậy thì hai người sẽ cùng đến các làng mạc xa xôi để thăm bệnh; sẽ cùng bay lướt trên núi cao và biển rộng, khi nào cũng song song vỗ cánh, với cùng một nhịp đập.

Vào tháng sáu, cuối niên học, đôi cánh của Isabella hoàn toàn định hình và trông rất đẹp mắt. Chúng hợp với màu tóc vàng của em: về phía vai, lông có rải những chấm vàng nâu óng ánh, nhưng chóp cánh lại trắng như tuyết, sáng rực và mạnh mẽ. Một số tiền trợ cấp được chuyển đến từ Hội Đồng Nghiên Cứu Quốc Gia, một khoản tài trợ lớn từ UNICEF, lại có cả một nhà vật lý trị liệu đến từ Thụy Điển: bà ấy tạm trú trong cái nhà trọ duy nhất của làng, không biết tiếng Ý, không hài lòng về bất cứ thứ gì, và bắt Isabella tập một loạt các bài thể dục chán phè.

Ngán ngẫm và vô tích sự: Isabella cảm thấy các cơ mới được hình thành dường như đang chuyển động và tăng trưởng, em quan sát đường bay vững chãi của lũ chim én trên bầu trời mùa hè, cảm được rõ ràng trong em cái ao ước mãnh liệt muốn tự tập bay, tin chắc thực ra mình đã biết bay rồi: từ giờ trở đi trong giấc ngủ em chỉ mơ thấy có mỗi điều đó. Bà vật lý trị liệu người Thụy Điển nghiêm khắc, nói thẳng cho Isabella biết bà cần chờ thêm ít lâu vì không muốn liều lĩnh, nhưng Isabella thì đang mong có cơ hội để thể hiện cho bà thấy khả năng bay của mình. Khi ở một mình trên triền dốc của đồng cỏ hay trong căn phòng riêng đóng kín cửa, em cố gắng đập cánh, nghe thấy tiếng lào xào thô vụng của đôi cánh trong không khí, và nơi đôi vai nhỏ nhắn của tuổi thiếu niên em cảm nhận được một sinh lực cuồn cuộn khiến em phát sợ. Trọng lực cơ thể trở nên đáng ghét; khi quạt cánh em có cảm tưởng như động tác này làm giảm sức nặng toàn thân và gần như – chỉ gần như thôi – làm triệt tiêu trọng lượng. Lực hút trái đất vẫn còn quá mạnh, một sự ràng buộc, một sợi dây trói.

Dịp may đến vào giữa tháng tám. Bà Thụy Diễn về xứ để nghỉ hè, còn bố mẹ lu bu ở cửa hàng bận phục vụ khách. Isabella men theo đường mòn Costalunga, băng qua dải đất hẹp để đến triền dốc bên kia của khu đồng cỏ, nơi không có ai lai vảng. Em chắp hai tay giống tư thế sắp phóng xuống nước, bung đôi cánh ra rồi bắt đầu chạy xuống đồi. Mỗi bước chân chạm trên mặt đất trở nên nhẹ dần cho đến khi không còn sự tiếp xúc giữa mặt đất và hai bàn chân nữa, Isabella cảm thấy thật an bình, nghe gió rít hai bên tai. Em dạng chân phía sau, lấy làm ân hận đã không mặc quần jeans, váy áo tung bay trong gió làm vướng đường bay.

Cánh tay và bàn tay cũng gây trở ngại, em bắt chéo trước ngực, sau lại ghìm chặt dọc theo hai bên hông. Ai nói là bay khó chứ? Trên đời không có gì dễ hơn bay, em muốn cười to và hát vang. Nếu gia tăng độ nghiêng của cánh, đường bay sẽ chậm lại, thẳng đứng, nhưng chỉ một chốc thôi; tốc độ giảm hẳn khiến Isabella thấy nguy hiểm. Em cố gắng đập cánh, thấy vững hơn và mỗi cú vỗ cánh em lại vươn lên cao hơn một cách dễ dàng, không chút cố gắng.

Việc đổi hướng cũng dễ như chơi, tập được ngay thôi, chỉ cần vặn người về phía cánh phải là lập tức quanh cua về phía đó. Thậm chí chẳng cần phải nghĩ ngợi gì, đôi cánh tự chúng thao tác, giống như hai bàn chân tự chúng đưa đường chỉ lối cho mình quẹo phải hay quẹo trái khi bước đi. Thình lình Isabella cảm thấy bụng dưới căng cương lên; em cảm nhận được sự ẩm ướt, đưa tay sờ thì thấy dính máu. Nhưng em biết đó là gì rồi, không chóng thì chầy có ngày chuyện này cũng phải xảy ra, và vì vậy chẳng lấy thế làm hốt hoảng.

Isabella thả người trên không đến cả giờ đồng hồ và biết được rằng luồng khí ẩm bốc lên từ bãi đá Gravio giúp cho em dễ dàng đạt độ cao. Em men theo đường cao tốc của tỉnh và lượn vòng ngay trên ngôi làng của mình, ở độ cao khoảng 200 mét: em thấy một người đi đường dừng lại chỉ tay lên trời với một người khác; người thứ nhì nhìn lên đoạn chạy vào cửa hàng, thế là bố em, mẹ em và hai ba khách hàng cùng ùa ra. Chẳng bao lâu các con đường đều đông nghịt người. Isabel-la muốn đáp xuống quảng trường, nhưng đông người quá em lo là hạ cánh không ra gì chỉ thêm làm trò cười cho thiên hạ.

Cô bé để cho gió đưa mình đến một dòng suối phía sau một cối xay bên kia đồng cỏ. Em đáp xuống từ từ cho đến khi nhìn thấy những bông hoa màu hồng của đám cỏ ba lá. Hóa ra khi đáp xuống, đôi cánh có vẻ còn biết rõ hơn cả chính em: dường như chúng hiển nhiên ý thức phải xếp cánh theo chiều thẳng đứng rồi tung mạnh lên như thế để bay ngược; em hạ thấp hai cẳng chân và thấy mình đang đứng trên cỏ, chỉ có hụt hơi tí tẹo thôi. Em xếp cánh lại và đi về nhà.

Vào mùa thu có 4 người bạn cùng trường với Isabella mọc cánh, ba nam một nữ; vào những sáng chủ nhật, thật thú vị khi thấy bọn trẻ đuổi nhau trên không, vòng quanh tháp chuông nhà thờ. Vào tháng

12 cậu con trai của người đưa thư lại có cánh, và thế là cậu ngay lập tức thay cha làm công việc phát thư, thật tiện lợi cho tất cả mọi người. Năm tiếp theo ông bác sĩ mọc cánh, nhưng ông chẳng thèm để ý đến cô bé Isabella nữa mà lại hấp ta hấp tấp cưới một cô không cánh đến từ thành phố.

Bố của Isabella mọc cánh khi đã qua ngũ tuần. Ông chẳng thấy có lợi lộc gì từ đôi cánh cả: chóng mặt và sợ chết khiếp khi con gái dạy cho bay, để rồi bị trật mắt cá chân khi đáp xuống. Hai cái cánh cũng không để yên cho ông ngủ, chúng choán cả giường nằm và mặt đất, mặc sơ-mi, áo khoác hay áo choàng đều khó khăn. Chúng cũng làm vướng víu khi ông đứng sau quầy hàng, thế là ông cắt quách nó đi.

Từ nguyên tác tiếng Ý "*La grande Mutazione***"* *(1983) của **Primo Levi***

JOHN STEINBECK

Khi **The Pastures Of Heaven**, tập sách nhỏ 200 trang khổ 12.50cm X 19.50cm được Penguin Books xuất bản vào năm 1932, John Steinbeck chưa là nhà văn, chưa là tác giả nổi tiếng của Chùm Nho Uất Hận (The Grapes Of Wrath), chưa đoạt giải Nobel văn học (1962).

John Steinbeck có cha là người Đức, mẹ Á-Nhĩ-Lan di cư từ Đức sang Jerusalem rồi Florida, cuối cùng dừng lại California; họ chọn Salinas, một thung lũng màu mỡ nằm giữa rặng Galiban phía đông và Santa Lucia phía tây. Đây là nơi John Steinbeck đã được sinh ra, trải qua thời niên thiếu và thanh xuân, về sau trở thành bối cảnh cho rất nhiều tác phẩm xuất sắc của ông trong đó có Of Mice And Men, The Red Pony và The Grapes Of Wrath.

The Pastures Of Heaven *là một quyển tiểu thuyết không đồ sộ gồm 12 chương mỏng (Penguin Classics in lại năm 2001) kể về những con người sống trong cùng một khu xóm thuộc thung lũng có tên Đồng Cỏ Thiên Thai cách Monterey 12 dặm. Các nhân vật mắc xích với nhau qua các chương nhưng vẫn có thể tách ra thành từng mẩu chuyện rời; riêng chương VI được giới thiệu dưới đây là câu chuyện về Junius Maltby, người đã đem lòng yêu say đắm thung lũng Salinas, "cưới" lấy nó và vui sống ở đấy, nhàn cư với thứ hạnh phúc của một kẻ cầu bơ cầu bất, hoàn toàn lãng đãng trong cái cộng đồng mà anh quên mất là mình phải thuộc về.*

John Steinbeck yêu thích câu chuyện này đến nỗi đã rứt Junius Maltby ra khỏi The Pastures Of Heaven để in riêng một tập vào năm 1936; thay cho **chương VI** *là một cái tựa hẳn hoi:* **Nothing So Monstrous***.*

ĐỒNG CỎ THIÊN THAI

Junius Maltby là một thanh niên nhỏ thó xuất thân từ gia đình đàng hoàng có văn hóa, với trình độ học vấn đâu ra đấy. Cha anh qua đời tán gia bại sản. Junius mắc cứng luôn trong cái chân thư ký mà anh bải hoải cầm cự đến 10 năm.

Đi làm về Junius rút vào căn phòng được trang bị đầy đủ đồ đạc của mình, vỗ vỗ mấy cái gối dựa trên ghế tràng kỷ rồi trải qua buổi tối đọc sách ở đấy. Anh cho rằng những bài tiểu luận của Stevenson là những thứ đẹp đẽ nhất trong tiếng Anh; anh đã đọc rất nhiều lần tác phẩm *Du Hành Với Một Chú Lừa.*

Một buổi tối không bao lâu sau sinh nhật 35 của mình, Junius bị ngất ngay trên bậc tam cấp ngôi nhà anh đang ở. Khi tỉnh dậy, lần đầu trong đời anh nhận ra mình khó thở. Anh tự hỏi không biết nó bị như vậy từ bao lâu rồi. Vị bác sĩ mà anh tư vấn rất tử tế và tỏ ra hi vọng.

- Rồi anh sẽ sớm khỏi thôi, ông ta nói. Nhưng nói thật là anh phải bê hai cái lá phổi của anh ra khỏi San Francisco mới được. Anh mà cứ ở chung với sương mù thì sẽ không sống nổi đến một năm. Nên dọn đến chỗ nào có khí hậu ấm và khô.

Tai nạn xảy đến cho sức khỏe của Junius đã khiến anh quá sức vui, vì nó bứt anh đã khỏi những sợi dây chằng chịt mà bản thân anh không có khả năng dứt bỏ. Anh hiện có năm trăm đô-la, chẳng phải vì anh chắt bóp dành dụm; đơn giản là anh quên tiêu nó đấy thôi. Anh tự nhủ, "với một số tiền nhiều như vậy, hoặc là ta bình phục và bắt đầu lại mới mẻ, hoặc là ta chầu trời và thế là xong cái mớ đời."

Một ông trong chỗ làm của Junius kể cho anh nghe về một thung lũng ấm áp và an bình, Pastures of Heaven – Đồng Cỏ Thiên Thai, và thế là Junius đi ngay đến đấy. Cái tên làm anh thích. Anh nghĩ, "có thể là một điềm gở báo trước mình sẽ không qua khỏi, hoặc là một biểu tượng đẹp để thay cho cái chết." Anh cảm thấy cái tên mang ý nghĩa rất riêng đối với anh, và anh lấy làm thích thú, bởi vì trong 10 năm qua đối với anh đã chẳng có gì gọi là riêng cả.

Ở Đồng Cỏ Thiên Thai, một vài gia đình có nhận cho ở trọ. Junius nghiên cứu từng nhà, cuối cùng đến sống ở nông trang của bà góa Quaker. Bà ta đang cần tiền, ngoài ra anh có thể ngủ ở lán trại cách xa hẳn nhà trại. Bà Quaker sống với hai đứa con trai nhỏ và có thuê một ông để làm việc nông.

Khí hậu ấm áp tác động dần lên hai lá phổi của Junius. Trong vòng một năm da dẻ anh trở nên hồng hào và anh có lên cân. Anh êm đềm hạnh phúc ở nông trang, cái làm anh vui sướng hơn hết, đó là anh đã dứt bỏ sau lưng 10 năm cặm cụi văn phòng và đã hóa ra lười chảy. Mái tóc vàng thưa của Junius nay rối bù, kính mắt tuột xệ trên hai cánh mũi to, thị lực anh giờ đã tốt hơn, chỉ là thói quen có kính mà anh phải mang nó thôi. Suốt ngày miệng anh luôn có một cọng gì nho nhỏ thò ra, cái thói quen mà bất cứ tay đàn ông nào lười nhất và trầm tư nhất cũng có. Kỳ nghỉ dưỡng này xảy ra vào năm 1910.

Vào năm 1911, bà Quaker bắt đầu lo ngại về điều tiếng dèm pha từ những người hàng xóm. Nghĩ đến những lời bóng gió về việc có một gã đàn ông độc thân sống ngay trong nhà mình, bà cảm thấy áy náy bất an. Ngay khi Junius đã rõ rành rành là bình phục, bà góa lập tức thổ lộ những ưu tư của mình. Anh hân hoan cưới bà liền tay. Giờ thì anh có một mái nhà và một tương lai rực rỡ, vì tân phu nhân Maltby sở hữu 200 mẫu đồi cỏ và dưới lũng là 5 mẫu vườn trồng rau quả. Junius cho chuyển đến sách vở, cái tràng kỷ có thể điều chỉnh lưng tựa, một bản sao bức tranh *Lễ Hội* của Velasquez. Tương lai đối với anh thật giống như một buổi trưa rôm rả nắng.

Bà Maltby sa thải người làm công ngay tức thì và bắt ông chồng làm việc; nhưng trong chuyện này bà gặp phải sự kháng cự, càng đáng kinh ngạc bởi vì nó cho thấy chẳng có gì vất vả phải đương đầu. Trong suốt thời kỳ dưỡng bệnh, Junius đã hóa ra yêu thích sự lười biếng. Anh thích thung lũng và đồng ruộng, nhưng chúng như thế nào thì anh thích chúng như thế ấy; anh không muốn trồng thêm cái gì mới, cũng chẳng tha thiết việc phải nhổ bỏ đi cái cũ. Khi bà Maltby ấn vào tay chồng cái cuốc và bắt chàng làm việc ở vườn rau, khoảng vài giờ sau nàng bắt gặp chàng ngồi đong đưa chân trong dòng suối đọc một quyển sách bỏ túi có tựa *Bắt Cóc*. Anh lấy làm ân hận; anh không hiểu vì sao mà chuyện lại xảy ra như thế. Và đó là sự thật.

Lúc đầu bà ta cằn nhằn anh dữ dội về thói lười biếng và áo quần luộm thuộm, nhưng rồi chẳng bao lâu sau anh đâm ra có khả năng không lắng nghe vợ mình nữa. Anh suy luận, thật thất lễ khi để ý đến nàng vào cái lúc nàng chẳng còn gì là một phụ nữ. Chẳng khác nào nhìn chằm chằm vào một người què.

Thế rồi phu nhân Maltby, sau một thời gian cự nự ông chồng cà lơ phất phơ, chỉ còn biết rên rỉ thở than, bỏ bê cả việc chăm chút tóc tai của chính mình.

Giữa năm 1911 và 1917, gia đình Maltby nghèo xác xơ. Đơn giản vì Junius không ngó ngàng chi đến nông trại. Họ thậm chí bán đi vài mẫu đất để có tiền cho cơm ăn áo mặc. Vậy mà chẳng bao giờ đủ. Cái nghèo ngồi bắt tréo chân ngay trên nông trại, và cả nhà Maltby rách rưới thê thảm. Họ chẳng bao giờ có quần áo mới, nhưng Junius khám phá ra những bài tiểu luận của David Grayson. Anh mặc quần có dải yếm ngồi bên dưới tàng cây sung mọc dọc theo bờ suối. Đôi khi anh đọc cho vợ anh và hai thằng nhỏ nghe *Phiêu Lưu và Lạc Thú*.

Đầu năm 1917, bà Maltby phát hiện ra mình sắp có em bé, và cuối năm đó dịch cúm thời chiến hoành hành cả gia đình không khoan nhượng. Có lẽ vì suy dinh dưỡng mà hai thằng bé đổ sập ngay. Trong 3 ngày, căn nhà như ngập ngụa không khí bệnh tật, hai đứa nhỏ nóng sốt mê sảng bắt chim

chim, chúng quơ tay bấu tấm vải trải giường cố níu lấy sự sống. Ba ngày chiến đấu yếu ớt, đến ngày thứ tư thì cả hai đều không qua khỏi. Bà mẹ không biết gì vì bị giữ ở nơi khác, những người hàng xóm đến giúp không có đủ can đảm nói cho bà biết. Cơn sốt đen dịch hạch chụp lấy bà đúng cái lúc bà đang vượt cạn, người mẹ chết mà chưa kịp thấy đứa con.

Các bà láng giềng đến đỡ đẻ đã đồn khắp thung lũng là Maltby ngồi đọc sách bên bờ suối trong khi vợ con qua đời. Nhưng chuyện này chỉ đúng phần nào thôi. Vào cái ngày ngặt nghèo, anh có đong đưa chân dưới dòng nước thật, chỉ vì anh không biết vợ con anh ốm, nhưng rồi sau đó anh đã lẩn thẩn đi tới đi lui quanh hai đứa trẻ đang hấp hối nói những điều vô nghĩa với chúng. Anh kể cho thằng lớn nghe người ta đã làm kim cương như thế nào. Bên giường của thằng nhỏ, anh giải thích về cái đẹp, về đồ cổ và về biểu tượng của chữ VẠN. Một linh hồn lìa khỏi xác trong khi anh đang đọc to chương hai của Đảo Châu *Báu*, và anh thậm chí còn không biết nó chết cho đến khi anh đọc hết chương sách và ngẩng lên. Trong suốt những ngày đó anh hoàn toàn ngơ ngác. Anh mang ra cho bọn nhỏ tất cả những gì anh có, nhưng với cái chết cận kề chúng đâu còn mấy tí sức lực. Anh thừa biết chúng yếu oặt yếu oại, và điều này làm cho anh cảm thấy mọi thứ càng kinh khiếp hơn.

Khi mấy cái xác được mang đi, Junius trở lại bờ suối đọc vài trang trong quyển *Du Hành Cùng Một Chú Lừa*. Anh cười thầm trước sự bướng bỉnh của Modestine. Ngoài Stevenson ra, ai lại có thể đặt tên cho một con lừa là "Modestine" chứ?

Một trong các bà hàng xóm gọi anh vào mắng té tát cho một trận ra gì khiến anh bối rối đến không chú ý lắng nghe. Bà ta chống nạnh, nhìn anh chăm bẵm với sự khinh bỉ. Sau đó bà mang đứa trẻ đến, một thằng cu, ấn nó vào tay anh. Từ ngoài cổng nhìn ngoái lại, bà ta thấy anh vẫn còn đứng đó với cái sinh vật bé nhỏ đang khóc gào trên tay. Do không thấy có chỗ nào để đặt đứa nhỏ xuống, anh cứ bế nó như thế một lúc lâu.

Dân trong thung lũng kể rất nhiều chuyện về Junius. Đôi khi họ ghét anh theo cái kiểu những người bận rộn ghét kẻ ăn không ngồi rồi, đôi khi họ ganh ty với sự biếng nhác của anh; thường khi thì họ thương hại anh chỉ vì anh ngớ ngẩn. Không ai trong thung lũng nhận ra anh đang hạnh phúc.

Họ kể, theo lời khuyên của một bác sĩ, Junius đã mua một con dê để lấy sữa cho đứa bé. Anh không hề hỏi gì về giới tính của con vật cũng không cho biết lý do vì sao anh cần có một con dê. Khi nó được giao đến anh nhìn phía dưới bụng con vật rồi nghiêm nghị hỏi:

- Con dê này có bình thường không?

- Tất nhiên, người chủ nói.

- Nhưng lẽ ra phải có một cái túi hay một cái gì đó ở đúng giữa hai chân sau chứ? Ý tôi là, để đựng sữa ấy.

Dân chúng trong thung lũng bàn tán râm ran về chuyện này. Sau đó khi một con dê khác được mang đến, Junius vật lộn với nó hai ngày mà chẳng thể vắt ra lấy một giọt sữa. Anh đang định trả lại con dê không đạt yêu cầu thì người chủ bày cho anh cách vắt sữa. Một số người đồn rằng anh bế đứa bé đưa xuống dưới bụng con dê cho nó tự bú, nhưng sự thật không phải thế. Dân trong thung lũng bảo nhau là họ không biết làm sao mà anh có thể nuôi đứa nhỏ được.

Một ngày nọ Junius đi Monterey mướn một ông già người Đức về giúp anh làm nông. Anh trả công cho lão người làm 5 đô-la, rồi thôi chẳng bao giờ trả nữa. Trong vòng 2 tuần lão mắc chứng lười chảy đến nỗi không làm việc nhiều nhỉnh gì hơn so với ông chủ. Hai người ngồi quây quần thảo luận về những đề tài thú vị vốn thường làm họ hoang mang – sao mà hoa lại có màu chứ - có cái gọi là biểu tượng học trong thiên nhiên chăng – thành phố Atlantis nằm ở đâu - người Incas táng người chết như thế nào.

Vào mùa xuân họ trồng khoai tây, luôn khi muộn, và chẳng ủ tro cho chúng nẩy mầm gì cả. Họ gieo hạt, trồng bắp và đậu Hà Lan, canh chừng được một lúc rồi quên béng. Cỏ dại mọc tràn lan che khuất mọi thứ. Không có gì lạ khi thấy Junius chui vô bụi rậm rối nùi cây cẩm quỳ rồi ngoi ra mang theo một trái dưa chuột tái me tái mét. Anh đã thôi mang giày vì thích cái cảm giác đất ấm dưới lòng bàn chân, và vì anh chẳng có giày nữa.

Junius thường hàn huyên rất nhiều với lão Jacob Stutz vào buổi trưa.

- Lão biết không, anh nói, khi mấy đứa nhỏ không qua khỏi, tôi nghĩ tôi đã đạt đến đỉnh điểm kỳ quặc của sợ hãi, nhưng rồi sự hãi hùng biến thành sầu muộn rồi sầu muộn thu nhỏ lại thành buồn bã. Tôi cho là mình đã không biết rõ vợ con. Có lẽ vì họ quá kề cận. Thật kỳ quái, cái sự *biết* ấy. Nó chẳng là gì ngoại trừ cái biết về các chi tiết. Có những bộ óc có thể nhìn thấy viễn cảnh và có những kẻ chỉ có thể nhìn gần. Tôi chưa bao giờ có thể thấy được những thứ ở sát bên mình. Thí dụ như tôi biết rất rõ về Parthenon hơn chính căn nhà của tôi ở đàng kia.

Đột nhiên mặt Junius có vẻ như rưng rưng cảm xúc, hai mắt sáng rực lên.

- Jacob, anh nói, lão có thấy hình tác phẩm chạm nổi ở gờ tường ngôi đền Parthenon chưa?

- Rồi, đẹp quá trời, Jacob nói.

Junius đặt tay lên đầu gối của lão làm công.

- Những con ngựa đó, anh nói, những con ngựa diễm ảo trên đồng cỏ thiên thai. Những chàng kỵ sĩ sôi sục nhiệt huyết uy nghi trên yên cương phi ngựa về hướng lễ hội đang tưng bừng ở phía góc kia của mái gờ. Tôi tự hỏi làm sao mà một con người lại có thể biết một con ngựa sẽ cảm thấy như thế nào khi nó vui; nhà điêu khắc hẳn phải biết rõ, không thôi thì ông ta đã không thể làm ra được một kiệt tác như thế

Đó là cách diễn biến của các cuộc thảo luận. Junius không thể trụ lâu ở một đề tài. Thường khi hai người đàn ông đói meo vì đến giờ ăn tối mà họ không tìm ra cái ổ gà trong đám cỏ.

Thằng bé con của Junius được đặt tên là Robert Louis, Junius gọi nó như thế vì đã nghĩ ra như thế, nhưng Jacob Stutz chống đối những gì lão cho là giá trị của văn chương.

- Con trai phải được đặt tên như chó, lão khăng khăng. Một âm là đủ rồi. Thậm chí Robert cũng đã quá dài. Nó lẽ ra phải được gọi là Bob.

Jacob gần như đạt được ý nguyện.

- Thỏa thuận với lão như thế này nhé, Junius nói. Chúng ta sẽ gọi thằng bé là Robbie. Robbie rõ ràng là ngắn hơn Robert, lão không thấy vậy sao?

Anh thường khi nhượng bộ Jacob vì lão này cứ phải giải quyết mớ mạng nhện đang bủa giăng tứ tung. Năm khi mười họa, nổi giận, một cơn giận đầy vẻ phẩm hạnh, anh tự làm vệ sinh căn nhà.

Robbie nhọc nhằn lớn. Nó lẽo đẽo theo hai người đàn ông, lắng nghe những cuộc thảo luận của họ. Junius không bao giờ đối xử với nó như một đứa trẻ bởi anh có biết trẻ con được đối xử như thế nào đâu. Nếu Robbie nhận định về một cái gì đó, hai ông trân trọng lắng nghe và đưa ý tưởng ấy vào câu chuyện của họ, thậm chí sử dụng nó như một chủ đề cho việc điều nghiên. Chỉ nội trong một buổi chiều họ có thể truy nguyên ra được rất nhiều thứ. Mỗi ngày đều có những đợt tấn công vào pho Bách Khoa Toàn Thư của Junius.

Một cây sung to có nhánh de ngang một con suối, và chính nơi đó hai người đàn ông ngồi ngâm chân dưới nước, ngón chân di dĩ những hòn sỏi trong khi Robbie cố hết sức để bắt chước họ. Chạm chân tới mặt nước là một trong những điều nó quyết phải làm được trong đời. Dạo này Jacob cũng đã bỏ giày; Robbie thì chưa hề mang giày bao giờ.

Các cuộc thảo luận của họ rất hàn lâm. Robbie không thể có ngôn ngữ trẻ con vì nó chưa bao giờ được nghe qua. Họ không trò chuyện; đúng ra họ để cho một hạt tư tưởng tự đâm chồi nẩy lộc rồi kinh ngạc quan sát những nhánh cành tự chúng đâm vươn. Họ sửng sốt trước trái cây kỳ lạ đậu ra từ câu chuyện của họ vì họ nào có điều khiển tư duy, cũng chẳng bắc giàn cho nó leo hay tỉa tót nó theo cái kiểu người ta thường làm.

Đấy, ba người cứ thế mà ngồi trên nhánh cây de ngang suối. Quần áo rách rưới, tóc tai chỉ có vén ra một tí để chừa hai con mắt. Hai ông người lớn râu ria xồm xoàm. Họ quan sát những con nhện nước trên mặt ao bên dưới, vũng nước đã được làm sâu thêm bởi những ngón chân nhàn rỗi của họ. Cây sung to đùng phía trên đầu họ xào xạc trong gió và đôi khi thả xuống một cái lá như một chiếc khăn tay màu nâu. Robbie năm tuổi.

- Tôi cho sung là một loại cây lành.

Junius xem xét một chiếc lá rơi trên đùi. Jacob nhặt nó lên rồi tước phần thân lá ra khỏi gân lá.

- Vâng, lão đồng ý, chúng mọc cạnh sông nước. Những thứ tốt lành ưa thích nước. Những thứ xấu xa luôn khô khốc quắt queo.

- Sung to lớn và lành, Junius nói. Dường như thứ gì tốt lành đều phải to lớn để sinh tồn. Nhỏ mà tốt luôn luôn bị tiêu diệt bởi những cái nhỏ mà xấu. Những thứ to lớn hiếm khi độc địa gian ác. Vì lý do này mà trong suy nghĩ của con người cái lớn lao là kết quả của cái tốt, còn cái nhỏ nhoi là do cái xấu xa mà ra. Con có hiểu không, Robbie?

- Có ạ, Robbie nói. Con hiểu chứ. Như voi đó.

- Voi thường xấu xa, nhưng nhìn chúng, ta lại nghĩ chúng hiền lành.

- Còn nước thì sao, Jacob chen lời. Nước có vậy không?

- Không. Nước thì không.

- Nhưng tôi hiểu rồi, Junius nói thêm. Ý lão muốn nói nước là hạt giống của đời sống chứ gì. Trong 3 thành tố thì nước là mầm, đất thai nghén và ánh mặt trời tạo hình cho sự tăng trưởng.

Theo cách thức đó, họ dạy cho Robbie toàn thứ vớ vẩn.

Dân trong đồng cỏ né xa Junius Maltby sau khi vợ con anh qua đời. Những câu chuyện kể về sự nhẫn tâm của anh trong suốt thời kỳ bệnh dịch hoành hành bị thổi phồng đến nỗi chính cái sức nặng của sự phóng đại đã đè bẹp những lời đồn đãi và hầu như rốt cuộc chúng bị lãng quên đi. Nhưng mặc dù những người láng giềng có cho qua đi việc Junius đọc sách trong khi con cái hấp hối, họ vẫn không quên cái vấn đề đang hình thành nơi anh. Thung lũng mầu mỡ mà anh sống nghèo đến khiếp. Trong khi những gia đình khác tạo dựng được tài sản nho nhỏ, mua xe Ford và máy phát thanh, bắc điện đóm và mỗi tuần đi xem phim hai lần ở Monterey hoặc Salinas thì Junius suy sụp và trở nên te tua hoang dã. Cánh đàn ông trong thung lũng bực tức vì phần đất dưới lũng tốt đến vậy mà bây giờ cỏ dại tràn lan, vườn cây ăn trái không chăm bón, rào giậu ngả nghiêng. Cánh đàn bà căm ghét anh khi nghĩ đến căn nhà bẩn thỉu rác rưởi đầy sân cửa sổ dơ dáy. Cả đàn ông lẫn đàn bà đều không ưa nơi anh sự nhàn rỗi và thiếu lòng tự trọng. Đã có một dạo họ ghé thăm anh với hi vọng kéo anh ra khỏi sự lười biếng nhờ nhìn thấy nơi họ những tấm gương gần kề. Nhưng anh đón tiếp họ tự nhiên thân thiện và bình đẳng. Anh chẳng xấu hổ tí tẹo về tình trạng nghèo khổ rách rưới của mình. Dần dần láng giềng của Junius đến nước phải nghĩ về anh như một kẻ bị xã hội ruồng bỏ. Họ loại anh ra khỏi cái cộng đồng đã đâu vào đấy và quyết không tiếp anh lỡ có khi nào anh ghé qua họ.

Junius không biết gì về việc anh bị hàng xóm khinh ghét. Anh vẫn cứ hân hoan vui đời. Một cuộc đời mà theo anh nghĩ, nó mơ mộng, lãng mạn và rất không có chi là quan trọng. Anh hài lòng ngồi trong nắng đong đưa chân dưới dòng suối nhỏ. Nếu anh không có quần áo đàng hoàng để mặc thì nghĩ cho cùng anh đâu có nơi nào để đi mà phải khăn áo bệ vệ chứ.

Mặc dù dân chúng hầu như ai cũng không ưa Junius, họ lại thấy thương tội cho thằng nhóc Robbie. Các bà hành tỏi với nhau, thật là kinh khủng để cho một đứa nhỏ lớn lên trong nhớp nhúa như vậy. Nhưng vì là những người tốt, họ buộc lòng không can dự vào việc nhà của Junius.

- Hãy chờ cho tới lúc thằng nhỏ đến tuổi đi học, trong phòng khách nhà mình, bà Banks nói với một nhóm các bà. Giờ chúng ta muốn làm gì cũng không được. Nó thuộc quyền sở hữu của cha nó. Nhưng ngay khi thằng nhỏ được 6 tuổi, tôi nói cho các bà biết nhé, rồi hội đồng làng xã sẽ lên tiếng cho mà xem.

Bà Allen gật đầu và nhắm mắt lại nghiêm túc nói:

- Chúng ta quên mất rằng thằng nhỏ cũng là con của bà Quaker chứ đâu chỉ của mỗi Maltby. Tôi nghĩ lẽ ra mình phải can thiệp lâu rồi. Giờ chờ cho nó đi học mình sẽ cho thằng nhỏ đáng thương một vài thứ mà nó chưa bao giờ có.

- Điều tối thiểu mình có thể làm là xem xét coi nó có đủ quần áo để che thân không.

Một bà khác tán thành.

Có vẻ như cả làng xã đang ngồi co cụm lại rình chờ cái lúc Robbie đi học. Vào ngày khai trường, khi Robbie không xuất hiện sau sinh nhật sáu tuổi, John Whiteside, thư ký ban giám hiệu, viết thư cho Junius Maltby. Sau khi đọc lá thư Junius nói:

- Bố đã không nghĩ đến chuyện này. E là con sẽ phải đi học thôi.

- Con không muốn đi học, Robbie nói.

- Bố biết. Chính bố cũng không muốn con đi. Nhưng chúng ta có luật pháp. Luật có thêm phần phụ gọi là chế tài. Chúng ta phải cân nhắc chọn lựa giữa niềm vui phạm luật và sự trừng phạt.

Người Carthaginian trừng phạt cả những kẻ bất hạnh. Nếu một vị tướng vì rủi ro mà thua trận, ông ta sẽ bị hành quyết. Ngày nay chúng ta trừng phạt những người gặp nạn trong sinh sản và do hoàn cảnh cũng bằng cách thức y như thế.

Trong cuộc thảo luận diễn tiến sau đó, họ quên đi lá thư. John Whiteside gửi thêm một mảnh giấy ngắn gọn.

Khi nhận được, Junius nói:

- Thôi nào Robbie, bố nghĩ con phải đi học thôi. Dĩ nhiên người ta sẽ dạy cho con nhiều thứ bổ ích.

Robbie van nài:

- Chứ sao bố không dạy con?

- Ồ, bố không dạy được. Con thấy đấy, bố quên những thứ người ta dạy rồi.

- Con chẳng muốn đi chút nào. Con không muốn biết này biết nọ.

- Bố biết con không muốn, nhưng cũng không thấy có cách giải quyết nào khác.

Và thế là một buổi sáng Robbie lê bước đến trường. Nó mặc một cái quần có dải yếm cũ nát lòi cả gối và mông, ngoài phủ một áo sơ-mi xanh da trời đã mất cổ, chấm hết. Mái tóc dài của nó vắt ngang đôi mắt xám tro, y như bờm ngựa.

Trong sân trường, bọn trẻ quay tròn xung quanh thằng bé và im lặng ngó nó trân trân. Chúng đã có nghe nói về gia đình Maltby nghèo rớt mồng tơi và ông bố lười chảy. Chúng mong ngóng cái lúc được hành hạ Robbie. Thì cái lúc đó đã tới; nó đứng đó trong vòng tròn, còn bọn chúng thì chỉ có nhìn chăm bẩm. Chẳng đứa nào nói, "Kiếm đâu ra bộ quần áo đó vậy" hay "ngó tóc nó kìa" như chúng đã dự tính. Bọn trẻ bối rối vì không thể làm cho thằng nhỏ xấc bấc xang bang.

Về phần Robbie, nó nhìn cái vòng tròn bằng con mắt tò mò, chẳng có lấy một chút sợ hãi.

- Các cậu có chơi trò chơi không? nó hỏi. Bố tớ nói các cậu có chơi trò chơi mà.

Thế là cái vòng tròn đứt ra, rần rần tiếng la hét.

- Nó không biết chơi gì cả.

- Bày cho nó chơi bóng chày đi.

- Thôi, trò em bé da đen đi.

- Nghe này! Nghe này! Chơi trò căn cứ tù binh trước cái đã.

- Á, nó không biết chơi gì sất!

Và mặc dù chúng không hiểu vì sao, chúng lại nghĩ rằng không biết chơi trò gì cũng là một điều hay. Khuôn mặt gầy gò của Robbie lộ vẻ háo hức.

- Mình sẽ chơi bóng chày trước, nó quyết định.

Nó vụng về với những trò chơi mới, nhưng những người chỉ vẽ cho nó vẫn không thổi còi phạt thua. Thay vì thế chúng cãi cọ dành nhau cái quyền được bày cho nó cách cầm chày. Với môn chơi này có một vài trường phái. Robbie đứng sang một bên lắng nghe một lúc, cuối cùng nó chọn riêng cho mình một sư phụ.

Ảnh hưởng của Robbie tác động tức thì lên toàn trường. Những đứa lớn hơn hoàn toàn để yên cho nó, những đứa nhỏ hơn bắt chước y hệt nó trong mọi cách thức, thậm chí xé rách quần ở gối. Khi chúng ngồi ngoài trời tựa lưng vào tường ăn trưa, Robbie kể cho chúng nghe về bố của nó và về cây sung. Chúng chăm chú lắng nghe và ước chi bố chúng cũng lười biếng và hiền lành như vậy.

Đôi khi vài cu cậu cãi lời cha mẹ, lẻn đến chỗ của nhà Maltby vào ngày thứ bảy. Junius hồn nhiên rủ chúng đến nhánh cây sung, và trong khi bọn nhóc ngồi dàn hai bên, anh đọc Đảo Châu Báu cho chúng nghe, hoặc mô tả những cuộc chiến của Gallic hoặc trận Trafalgar. Chẳng mấy chốc, với sự hỗ trợ của bố, Robbie trở thành thủ lĩnh trong sân trường. Điều này được chứng minh qua việc nó không có bạn thân, không có bí danh, và nó làm trọng tài phân xử mọi cuộc cãi vã. Nó được tâng bốc tán dương đến mức chẳng có mống nào muốn thử đánh nhau với nó.

Mãi sau Robbie mới dần dần nhận ra nó cầm đầu bọn nhỏ tuổi hơn trong trường. Có một cái gì đó điềm tĩnh và chín chắn nơi con người nó khiến cả lũ phong cho nó làm lãnh tụ. Chẳng bao lâu nó trở thành người quyết định trò chơi. Với món bóng chày, nó là trọng tài vì bất cứ đứa nào ra luật cũng gây ra rắc rối. Trong khi bản thân nó chơi dở ẹ, những câu hỏi về lề luật bao giờ cũng dành riêng cho nó giải đáp.

Sau một buổi thảo luận rõ lâu cùng với Junius và Jacob, Robbie phát minh ra hai trò chơi rất được ưa thích, một là Chó Sói Rình Mồi, một kiểu chơi địa phương nhại theo Thỏ và Sói, trò kia là Thọt Chân, một dạng đuổi bắt. Đối với cả hai món này nó lập ra một số qui luật cần thiết.

Cô Morgan cực kỳ quan tâm đến Robbie vì nó là đứa gây ngạc nhiên ở cả lớp học lẫn sân chơi. Nó đọc giỏi và sử dụng ngôn từ của người lớn nhưng lại không biết viết. Nó quen thuộc với những con số dù lớn đến mấy, tuy nhiên nó không chịu học, thậm chí bài số học đơn giản nhất. Robbie vật vã với môn tập viết. Nó quều quào những con chữ quái đản trên giấy vở. Cô Morgan rốt cuộc phải cố giúp nó.

- Chọn lấy một câu gì đó rồi viết đi viết lại cho đến khi nào em làm được một cách hoàn chỉnh, cô gợi ý. Cẩn thận với từng chữ cái.

Robbie lục lọi trong trí để tìm cái câu nó thích. Sau cùng nó viết, *"Không có gì là quá kỳ vĩ nhưng* **chún** *ta có thể* tinh **tưởn** *điều đó ở* **chín chún** *ta."* Nó thích cái từ *"kỳ vĩ"*, nghe rất có âm sắc và sâu lắng. Nếu có những từ mà qua sức mạnh âm sắc, có thể lôi bật ra được các thiên tài không chịu xuất đầu lộ diện thì đây là một. Nó chép tới chép lui, đặt hết tâm trí vào việc nắn nót chữ *"kỳ vĩ"*. Sau một giờ cô Morgan đến xem nó làm được đến đâu.

- Gì đây Robert, thiên địa ơi em nghe câu này ở đâu thế?

- Thưa cô, là của Stevenson. Bố em thuộc gần như nằm lòng trọn tác phẩm.

Tất nhiên cô Morgan đã nghe tất cả những câu chuyện không ra gì về Junius, dù vậy cô vẫn ủng hộ anh. Còn bây giờ thì cô có một khao khát mãnh liệt muốn gặp anh.

Các trò chơi trong trường bắt đầu hết lực hấp dẫn. Một buổi sáng trước khi đi học Robbie mang chuyện này ra than thở với Junius. Anh gãi râu và nghĩ ngợi. Cuối cùng anh nói :

- Dọ thám là một trò chơi thú vị. Bố nhớ là trước đây bố từng rất thích trò chơi dọ thám.

- Nhưng mà tụi con dọ thám ai mới được chứ?

- Ồ, ai cũng được mà. Không thành vấn đề. Hồi đó bọn bố dọ thám tụi Ý.

Robbie hào hứng chạy ù đến trường, và trưa hôm đó, sau khi dò tìm tự điển nhà trường một lúc lâu, nó thành lập tổ chức N.M.V.T.N.H.T.T.B.B.N dịch ra là Nhóm Mật Vụ Thiếu Nhi Hỗ Trợ Tình Báo Bài Nhật. Nếu không vì lý do nào khác, cái tên vĩ đại này sẽ biến tổ chức thành một lực lượng đáng kể. Robbie đưa từng đứa đến chỗ bóng râm của cây liễu trong sân trường, bắt phải bảo mật bằng một lời thề kinh thiên động địa. Sau đó nó cho cả bọn gặp nhau. Robbie giải thích cho cả bọn biết rằng chắc chắn một ngày nào đó chúng ta sẽ có chiến tranh với Nhật.

- Tốt hơn là nên sẵn sàng, nó nói. Biết càng rõ về những hành tung tàn độc của bọn gian ác, một khi chiến tranh xảy ra, chúng ta có thể cung cấp cho đất nước càng nhiều thông tin tình báo.

Bài diễn từ quá hớp đối với những ai có tên trong tổ chức. Chúng đâm hoảng trước sự nghiêm trọng của tình hình qua những lời như thế. Vì bây giờ dọ thám là việc của toàn trường, cu cậu Takashi Kato, học sinh lớp ba, kể từ nay sẽ không còn phút giây nào gọi là yên ổn. Nếu Takashi giơ hai ngón tay lên ở trường, Robbie đưa một cái nhìn ngụ ý về phía một trong những tên thuộc nhóm Mật Vụ Hỗ Trợ, và rồi một cánh tay thứ nhì hung hăng vung lên không. Khi Takashi đi bộ về sau giờ học, ít nhất năm đứa rình mò trong các bụi cây ven đường cái. Cuối cùng, ông Kato, một đêm nọ đã nã súng hú họa vào bóng tối sau khi trông thấy một khuôn mặt da trắng nhìn vào cửa sổ nhà ông. Robbie buộc lòng triệu tập bọn Thiếu Nhi Mật Vụ Hỗ Trợ và ra lệnh ngưng việc dọ thám buổi tối.

- Ban đêm thì chúng không thể làm được điều chi thực sự quan trọng, nó giải thích.

Về sau Takashi không còn bị khốn khổ bởi việc rình rập chĩa mũi dùi vào nó nữa, vì kể từ khi nhóm Thiếu Nhi Hỗ Trợ có nhiệm vụ canh chừng nó, không có chuyến đi chơi quan trọng nào mà bọn này không dắt nó theo, bởi chẳng đứa nào chịu bị bỏ lại để ở nhà canh gác thằng nhỏ.

Các thành viên nhóm Thiếu Nhi Hỗ Trợ bị một cú choáng váng khi Takashi, bằng cách nào đó, đã biết được tổ chức của chúng và xin được kết nạp.

- Tớ không có lý do gì cho cậu gia nhập, Robbie nhã nhặn giải thích. Cậu là người Nhật mà bọn tớ thì ghét Nhật.

Takashi gần như phát khóc.

- Tớ sinh ra ở đây mà, cũng giống như mấy cậu, nó nức nở. Tớ cũng là người Mỹ tốt như các cậu, đúng không?

Robbie suy nghĩ rất lung. Nó không muốn tàn nhẫn với thằng bé. Rồi mặt nó dãn ra.

- Nè, cậu có biết nói tiếng Nhật không? Nó hỏi.

- Tất nhiên, khá tốt.

- Được, vậy cậu làm thông ngôn cho bọn tớ và giải mã những tin mật.

Takashi mừng ra mặt.

- Chắc chắn tớ làm được, nó kêu lên đầy nhiệt tình. Và nếu các cậu muốn, tớ sẽ dọ thám chính ông già của tớ. Nhưng việc này không xong. Không còn ai để rình ngoài ông

Kato, mà ông Kato thì có súng.

Lễ Các Thánh qua rồi đến Lễ Tạ Ơn. Trong thời gian này ảnh hưởng của Robbie lộ rõ nét qua sự phát triển từ vựng trong bọn nhỏ, và qua cái việc cả bọn đâm ra ghét mang giày hoặc ghét khoác lên người cái gì có vẻ tươm tất. Vô tình Robbie đã hình thành một phong cách, có lẽ không mới mẻ gì, nhưng lại nguyên tắc hơn trước đây. Mặc quần áo đẹp là không xứng đẳng cấp đàn ông, hoặc tệ hơn, bị coi là một điều xúc phạm đối với Robbie.

Một trưa thứ sáu Robbie viết 14 tin nhắn và bí mật chuyển cho 14 đứa trong sân trường. Tất cả các tin nhắn đều có cùng nội dung. *"Bọn dân da đỏ sắp sửa thiêu sống Tổng Thống Mỹ ngày mai lúc 10 giờ tại giàn thiêu đặt ở nhà tớ. Hãy lẻn đến đấy, khi đi tới cánh đồng dưới lũng, tru lên như cáo. Tớ sẽ có mặt để đưa các cậu đi cứu mạng cái kẻ đáng thương."*

Đã nhiều tháng qua cô Morgan có ý định ghé thăm Junius Maltby. Những câu chuyện kể về anh và việc tiếp xúc với Robbie đã đẩy sự tò mò của cô lên đến cực điểm. Thỉnh thoảng trong lớp học lại có một đứa tung tin giựt gân. Thí dụ cái đứa nổi tiếng ngu nhất lớp bỗng bảo cho cô biết là Hengest và Horsa đã xâm lược nước Anh. Khi bị ép khai, nó thú nhận thông tin này có được từ Junius Maltby và là nguồn tin mật. Chuyện về con dê đã làm cô giáo thích thú đến mức viết ra thành truyện rồi gửi đến cho một tạp chí, nhưng người ta không chịu đăng. Cô đã chọn đi chọn lại một ngày thuận tiện để đi bộ đến nông trang Maltby.

Vào một sáng thứ bảy của tháng 12, cô thức dậy và cảm nhận được cái giá rét trong không khí, lại có nắng tươi. Sau điểm tâm cô mặc váy nhung, mang ủng rồi rời nhà. Ra đến sân, cô cố dụ mấy con chó đi theo cùng nhưng chúng chỉ cụp đuôi quay lại ngủ tiếp trong nắng sớm.

Chỗ của nhà Maltby cách một hẻm núi nhỏ có tên Gato Amarillo khoảng hai dặm. Một dòng suối bên đường cái, cỏ lưỡi kiếm mọc rậm rạp bên dưới những cây tổng quán sủi. Khu hẻm núi rất lạnh vì mặt trời chưa qua đến đỉnh. Trong khi đi, có lúc cô Morgan nghe tiếng bước chân và tiếng nói ở phía trước, nhưng khi cô đi vội lên chỗ cua quẹo thì chẳng thấy ai. Tuy thế, những bụi cây bên vệ đường cứ lao xao lác xác một cách bí ẩn.

Dù chưa bao giờ đặt chân đến vùng này, cô Morgan nhận ra nó ngay khi đến nơi. Rào giậu ngả nghiêng nằm rã rượi bên dưới những bụi gai. Cây ăn trái thò cành đâm xuyên qua rừng cỏ hoang. Dây dâu dại bò lên những cây táo; sóc, thỏ quấn vướng dưới chân, chim câu rù rì vỗ cánh bay huýt. Ở một cây lê mọc dại cao to bọn chim giẻ cùi lam kêu quang quác chói tai trong một cuộc tranh cãi. Thế rồi bên cạnh cây du chằng chịt dây bìm bìm bị đông cứng lại vì giá rét, cô Morgan nhìn thấy mái nhà Maltby với những tấm ván lợp cong vẹo phủ đầy rêu. Chỗ này, trong sự tĩnh lặng, giống như bị bỏ hoang đã một trăm năm. Cô nghĩ, "Ôi sao mà tàn tạ nhếch nhác đến như thế! Sao mà đẹp và bệ rạc đến như thế!" Cô tự cho phép mình vào sân qua một cái cửa nhỏ cạnh cổng; nó vẫn còn bám lay lắt vào một thanh sắt duy nhất. Nhà trại xám xịt vì mưa gió, trên các bức tường bên hông nhà dây leo tha hồ vươn ra những ngón tay dài. Cô Morgan quẹo quanh góc nhà rồi dừng lại trên lối đi; cô há hốc mồm lạnh cả sống lưng. Ở giữa sân có dựng một cây cột, một ông già rách rưới bị cột vào đấy bằng nhiều vòng dây thừng. Một người đàn ông khác trẻ hơn và nhỏ thó hơn, thậm chí còn tang thương hơn đang chất củi quanh chân tên tù binh. Cô Morgan rùng mình bước lui lại phía sau góc nhà. Cô tự nhủ, "Chuyện như thế này không thể xảy ra được. Mình đang mơ. Chuyện này làm sao xảy ra được chứ!" Và rồi cô nghe được cuộc trò chuyện dễ thương giữa hai người đàn ông.

- Gần 10 giờ rồi, kẻ tra tấn nói. Tù binh đáp:

- Vâng, mà ông phải cẩn thận khi châm lửa vô mớ cành khô đấy. Khi nào thấy bọn chúng đến rồi mới châm lửa.

Cô Morgan suýt rú lên mừng hết vía. Cô bước hơi liêu xiêu về phía giàn thiêu. Người không bị trói quay lại và nhìn thấy cô. Trong một khắc anh có vẻ ngạc nhiên, nhưng ngay lập tức trở lại như thường và cúi chào. Cái cúi chào từ một người ăn mặc rách rưới râu tóc bện cả vào nhau trông thật kỳ quặc và đáng yêu.

- Tôi là cô giáo, cô Morgan hổn hển giải thích. Tôi chỉ ra ngoài đi dạo một lát và rồi thấy cái nhà này. Trong một phút tôi đã tưởng cuộc hành quyết hỏa thiêu này là nghiêm chỉnh.

Junius mỉm cười.

- Nhưng nó nghiêm chỉnh mà. Còn hơn là cô nghĩ nữa. Trong một phút tôi đã tưởng cô là người đến cứu. Giải thoát tù binh được dự kiến vào lúc 10 giờ, cô biết đấy.

Trong những rặng liễu phía dưới kia của ngôi nhà, tiếng chồn cáo bỗng rân rộ.

- Chắc là nhóm giải cứu, Junius nói tiếp. Xin lỗi có phải cô là cô Morgan? Tôi là Junius Maltby, còn quí ông đây ngày thường tên là Jacob Stutz. Tuy nhiên hôm nay ngài là Tổng Thống của nước Mỹ sắp bị thiêu sống bởi mọi da đỏ. Có lúc chúng tôi định cho lão ấy làm Guinevere, nhưng mặt mày hốc hỏm thế kia thì làm tổng thống có vẻ hợp hơn, cô có nghĩ vậy không? Ngoài ra lão lại còn không chịu mặc váy.

- Tào lao, ngài Tổng Thống nói với vẻ câng câng tự mãn. Cô Morgan phá ra cười.

- Cho phép tôi xem cuộc giải cứu tù binh nhé, ông Maltby?

- Tôi không phải Maltby, tôi là 300 tên dân da đỏ. Tiếng chồn cáo lại rộ lên.

- Cô đến chỗ bậc tam cấp mà ngồi, 300 tên dân da đỏ nói. Ở đấy cô sẽ không bị nhầm là người da đỏ và không bị thảm sát.

Anh hướng mắt về phía dòng suối. Một cành liễu lay động mạnh. Junius đánh diêm vào quần và châm lửa vào đống củi bên dưới giàn thiêu. Khi ngọn lửa bùng lên, những cây liễu như bung ra thành từng nhánh nhỏ và từ mỗi nhánh bật ra tiếng reo hò. Đám đông tiến về phía trước trang bị bằng bất cứ loại vũ khí kinh khủng nào có được, y như người Pháp lúc phá ngục Bastilles. Lửa bị đá mạnh sang một bên khi vừa liếm tới chân Tổng Thống. Những anh hùng giải cứu sôi nổi tháo bỏ dây thừng, và Jacob Stutz đứng đấy, tự do và sung sướng. Lễ ăn mừng tiếp sau đó cũng không kém phần ấn tượng. Bọn con trai đứng dàn chào, Tổng Thống theo nhịp duyệt binh bước đến bên đội ngũ giải cứu gắn lên yếm tạp từng người một con ốc sên đúc bằng chì trên có khắc chữ ANH HÙNG. Trò chơi kết thúc.

- Thứ bảy tới chúng ta sẽ treo cổ mấy tên tội phạm đã có âm mưu đốn mạt, Robbie thông báo.

- Sao không làm ngay bây giờ? Treo cổ chúng ngay đi! Đám đông gào thét.

- Không được, các chiến hữu! Còn nhiều thứ phải làm. Chúng ta còn phải làm giá treo cổ.

Nó quay sang bố.

- Con cho là phải treo cổ cả hai.

Nó hau háu nhìn cô Morgan một lúc rồi đành thôi.

Đó là một buổi chiều thú vị nhất mà cô Morgan đã trải qua. Mặc dù cô được dành cho một chỗ ngồi danh dự trên nhánh cây sung, bọn trẻ đã thôi xem cô như một người thầy.

- Nếu cô bỏ giày ra sẽ dễ chịu hơn.

Robbie rủ rê, và cô cảm thấy dễ chịu hơn thật khi tháo ủng ra đong đưa chân dưới dòng suối.

Chiều đó Junius nói về những bộ lạc ăn thịt người của dân da đỏ Aleutian. Anh kể những người lính đánh thuê đã chống lại Carthage như thế nào. Anh mô tả tập tục chải tóc trước khi chết của người Lacedaemonian ở Thermopylae. Anh giải thích nguồn gốc của mì ống, và nói về việc khai thác mỏ đồng như thể anh có mặt ở đấy. Cuối cùng khi lão già khắc khổ Jacob chống đối anh về việc thượng đế đuổi Adam và Eva ra khỏi vườn địa đàng, một cuộc gây gổ nhỏ đã nổ ra, cũng là lúc bọn trẻ con bắt đầu đi về nhà. Cô Morgan để tụi nhỏ đi cách cô một quãng, vì cô muốn yên tĩnh suy nghĩ về người đàn ông kỳ lạ vừa mới gặp.

Cái ngày ban giám hiệu đi kiểm tra là mối kinh hoàng chẳng những cho cô giáo mà cả bọn học sinh. Đó là một ngày căng thẳng. Bài học được dò trả một cách hồi hộp và mỗi lỗi chính tả là một án tử. Không có ngày nào trong khoảng thời gian này mà bọn trẻ phạm nhiều lỗi đến thế và thần kinh của cô giáo lại căng ra đến thế.

Ban giám hiệu của Đồng Cỏ Thiên Thai ghé qua dự giờ chiều ngày 15 tháng 12. Sau ăn trưa là họ đã lũ lượt kéo đến rồi, ai trông cũng u ám, tang tóc và có vẻ gì đó như là xấu hổ. Bước vào trước tiên là John Whiteside, thư ký, cao niên, tóc bạc trắng, thường có thái độ dễ dãi đối với giáo dục, thỉnh thoảng lại bị chỉ trích bởi dân cư trong thung lũng. Sau ông ta là Pat Humbert. Pat được bầu vào ban giám học vì ông ta muốn như thế. Ông ta là một người cô độc, tẻ nhạt trong các cuộc gặp gỡ, lại hay tìm bất cứ cách gì để tiếp xúc người này người nọ, quần áo thì chẳng hợp đâu vào đâu, buồn thiu buồn thiu như bộ đồ màu đồng mà bức tượng Abraham Lincoln đang mặc ngồi trên cái ghế ở Washington. Theo sau Pat là T.B. Allen núng nính đi tới trên lối đi giữa hai hàng ghế. Vì ông ta là thương nhân duy nhất trong thung lũng, chỗ ngồi dành cho ông trong ban giám hiệu ở ngay phía trước. Sau lưng ông là Raymond Banks, cao lớn, vui vẻ, tay chân mặt mũi đều đỏ lự. Đi cuối trong cả nhóm là Bert Munro, một thành viên vừa mới được bầu. Vì đây là lần đầu viếng trường, ông ta có vẻ bẽn lẽn đi theo những người khác vào chỗ ngồi phía trước phòng học.

Khi các vị khách đã an tọa đâu đấy, các phu nhân của họ bước vào lớp tìm chỗ ngồi ở cuối phòng, sau lưng bọn trẻ con. Đám học trò nhúc nha nhúc nhích một cách bồn chồn. Chúng cảm thấy như bị bao vây và nghĩ nếu có muốn trốn thoát cũng đành bó tay. Nhìn chúng ngọ nguậy trên ghế ngồi, các bà mỉm cười nhân ái. Chúng ngó thấy một gói giấy to đùng trên đùi bà Munroe.

Bắt đầu giờ học. Cô Morgan với một nụ cười gượng gạo, nói đôi lời chào mừng ban giám hiệu.

- Kính thưa quí vị, chúng tôi sẽ không làm gì khác với thường ngày, cô nói. Tôi nghĩ trong cương vị của quí vị, có lẽ quí vị sẽ thích thú hơn khi thấy lớp sinh hoạt như tất cả mọi hôm.

Chỉ mấy phút sau đó, cô ân hận đã nói như vậy. Trong hồi ức, cô nhớ là chưa bao giờ cô thấy bọn học trò của mình ngu ngốc đến thế. Chúng không làm sao đẩy được chữ nào ra khỏi vòm miệng đã tê cứng, phạm những cái lỗi gớm ghiếc nhất, đánh vần thì phát khiếp, còn đọc thì nghe như tiếng lầu bầu của người mất trí. Ban giám hiệu cố gắng tỏ ra có tư cách, nhưng không thể không cười mỉm trước sự lúng ta lúng túng của mấy đứa nhỏ. Trán cô Morgan rịn lấm tấm mồ hôi. Cô hình dung cảnh tượng mình bị ban giám hiệu đùng đùng đuổi việc. Các bà vợ ngồi ở phía cuối lớp mỉm cười luôn miệng, một cách bất an, và thời gian nặng nề trôi. Khi môn số học trở nên rối loạn và biến thành trò hề, John Whiteside đứng dậy từ chỗ ngồi của ông.

- Cám ơn cô Morgan, ông nói. Nếu cô cho phép, tôi xin có vài lời với các em, rồi sau đó cô có thể cho chúng ra chơi. Các em học sinh lẽ ra phải được trả tiền công vì sự có mặt của chúng tôi.

Cô giáo thở phào nhẹ nhõm.

- Không biết quí vị có hiểu cho là bọn trẻ đã không làm tốt được như thường lệ. Tôi rất vui mừng nếu quí vị hiểu cho như thế.

John Whiteside mỉm cười. Trong suốt thời gian làm việc ở ban giám hiệu, ông đã chứng kiến quá nhiều giáo viên trẻ bị hoảng vía như thế.

- Tôi mà nghĩ là chúng đã làm hết sức mình thì tôi đã đóng cửa trường rồi, ông nói.

Sau đó ông nói chuyện với đám học trò trong năm phút, dặn dò chúng phải học chăm và yêu kính cô giáo. Đó là bài diễn văn ngắn nhỏ ít gây tổn thương mà ông đã sử dụng nhiều năm. Những em học sinh lớn hơn đã thường xuyên nghe nó. Khi nói xong, ông bảo cô giáo cho bọn nhỏ nghỉ. Đám học trò yên lặng ra khỏi lớp, khi đã ra được bên ngoài, việc thoát nạn khiến chúng bung xì ra. Chúng la hét, gào rú, cố hết sức chặt đầu mổ bụng lẫn nhau để tàn sát.

John Whiteside bắt tay cô Morgan.

- Trước giờ chúng tôi chưa thấy giáo viên nào có thể giữ trật tự tốt hơn thế, ông nhẹ nhàng nói. Tôi nghĩ nếu cô biết được bọn trẻ yêu mến cô nhiều như thế nào, cô sẽ bối rối đấy.

- Nhưng chúng là những đứa trẻ ngoan, cô tha thiết. Chúng cực kỳ ngoan.

- Tất nhiên rồi, John Whiteside tán đồng. Nhân tiện tôi muốn hỏi thăm cu cậu nhà Maltby dạo này như thế nào rồi.

- Ồ, cậu ấy là một học sinh nổi bật, một đứa trẻ kỳ lạ. Tôi nghĩ cậu bé có một tư duy xuất sắc.

- Cô Morgan, chúng tôi đã có thảo luận về cậu nhỏ này trong buổi họp nhà trường. Tất nhiên cô biết là cuộc sống gia đình của thằng bé chẳng ra làm sao. Nhất là chiều nay tôi có để ý thấy nó không có cái gì ra hồn để khoác lên người.

- Vâng, đó là một gia đình kỳ lạ, cô Morgan cảm thấy mình phải bảo vệ cho Junius. Không phải loại gia đình thường thấy, nhưng không vì thế mà xấu.

- Xin đừng hiểu lầm tôi, cô Morgan. Chúng tôi sẽ không can thiệp vào chuyện nhà của họ. Chúng tôi chỉ nghĩ mình nên cho nó một vài thứ. Cô biết là bố nó nghèo mà!

- Tôi có biết ạ, cô nhẹ nhàng nói.

- Bà Munroe có mua cho thằng bé một ít áo quần. Nếu cô gọi nó vào, chúng tôi sẽ trao cho nó.

- Ồ, không. Tôi sẽ không ..., cô ướm lời.

- Tại sao không? Chúng tôi chỉ có vài cái áo sơ-mi, một cái quần yếm và mấy đôi giày.

- Nhưng thưa ông Whiteside, việc này có thể làm nó lúng túng. Thằng bé khá là tự trọng.

- Làm nó lúng túng chỉ vì mấy món quần áo tươm tất? Vô lý! Tôi cho là không có quần áo để mặc làm nó lúng túng hơn chứ. Mà ngoài ra, đi chân đất trong tiết trời này thật là quá lạnh đối với thằng nhỏ. Cả tuần nay băng đóng cả lớp trên mặt đất.

- Tôi mong là quí vị sẽ không làm như thế, cô chống chế một cách yếu ớt. Tôi thật sự mong là quí ông bà không làm chuyện này.

- Cô Morgan, cô có thấy là cô đã quá đáng trong vụ này không? Bà Munroe đã tử tế mua đồ cho thằng bé. Xin vui lòng gọi nó vào để bà ấy trao cho nó.

Một lát sau Robbie đứng trước mặt mọi người. Mái tóc rối bù của nó phủ cả lên mặt, ánh mắt hãy còn hừng hực dư âm của những trò chơi mạnh bạo trong sân trường. Nhóm người tụ tập trước lớp, nhìn nó một cách ưu ái, cố gắng tránh chĩa thẳng cái nhìn của họ vào mớ quần áo rách rưới trên người thằng bé. Robbie ngó quanh quất, cảm thấy không thoải mái.

- Bà Munroe có một chút quà cho em, Robbie, cô Morgan nói.

Bà Munroe tiến đến đặt cái gói vào tay Robbie.

- Thằng bé dễ thương thật!

Robbie cẩn thận đặt cái gói xuống sàn nhà rồi đứng chắp tay ra sau lưng.

- Mở nó ra đi, Robert, T.B.Allen nghiêm khắc nói. Tư cách của cháu đâu chứ?

Robbie khó chịu nhìn ông ta.

- Thưa ông, vâng ạ, nó nói, và mở sợi dây cột.

Những chiếc áo sơ-mi và cái quần yếm mới phơi ra trước mặt, nó nhìn chúng ngơ ngác. Đột nhiên nó như nhận ra đó là cái gì. Mặt nó đỏ rần lên. Trong một lúc nó trông hốt hoảng như một con thú mắc bẫy, và rồi nó phóng ra khỏi cửa, bỏ lại đống quần áo phía sau. Ban giám hiệu nghe hai bước chân trên thềm cửa, rồi Robbie mất dạng.

Bà Munroe thất thanh quay sang cô giáo.

- Thằng nhỏ nó bị sao vậy chứ?

- Tôi nghĩ nó thấy khó xử, cô Morgan nói.

- Sao lại khó xử chứ? Chúng tôi tốt với nó mà!

Cô giáo cố giải thích, và cô trở nên nổi cáu với đám người này vì cô đã phải cố sức.

- Tôi nghĩ, quí vị biết là … Tôi không nghĩ thằng bé biết rằng mình nghèo cho đến mấy phút trước đây…

- Lỗi ở tôi, John Whiteside xin lỗi. Tôi rất lấy làm tiếc, cô Morgan.

- Vậy rồi chúng ta có thể làm gì được cho thằng bé này? Bert Munroe hỏi.

- Tôi không biết. Tôi thực sự không biết. Bà Munroe quay sang chồng.

- Bert, em nghĩ nếu anh đến chỗ họ ở để nói chuyện với ông Maltby có thể sẽ được việc. Ý em không bắt anh phải như thế này thế kia ngoại trừ tỏ ra tử tế. Nói với ông ấy là trẻ con không nên đi chân đất trong tiết trời đông giá. Nói chừng ấy cũng có thể có tác dụng. Ông Maltby có thể bảo Robbie nhận quần áo. Ông nghĩ sao, ông Whiteside?

- Tôi không thích chuyện này. Quí ông bà phải bỏ phiếu để chống lại sự phản đối của tôi. Tôi đã gây thảm họa đủ rồi.

- Tôi nghĩ sức khỏe của nó quan trọng hơn việc nó cảm thấy như thế nào, Bà Munroe cố nài.

Trường đóng cửa nghỉ Giáng Sinh một tuần kể từ 20 tháng 12. Cô Morgan lên chương trình đi nghỉ ở Los Angeles. Trong khi cô đứng ở giao lộ chờ xe buýt đi Salinas, cô trông thấy một người đàn ông và một cậu bé cuốc bộ xuống đường cái Đồng Cỏ Thiên Thai đi về hướng của cô. Cả hai mặc quần áo mới rẻ tiền và bước đi như thể họ đang bị đau chân. Khi họ đến gần cô Morgan nhìn kỹ thấy hóa ra là Robbie. Mặt mũi nó sưng sỉa rầu rĩ.

Cô kêu lên:

- Robbie, chuyện gì vậy? Em và bố đi đâu thế? Người đàn ông nói:

- Chúng tôi đi San Francisco, thưa cô Morgan.

Cô thoắt ngẩng lên. Junius đã cạo sạch râu. Cô đã không nhận ra là anh già sọm đi. Thậm chí đôi mắt đã từng rất trẻ, nay héo queo héo quắt. Hiển nhiên là anh xanh mướt vì râu tóc đã không cho da dẻ có cơ hội tiếp xúc với nắng. Vẻ khắc khoải hằn sâu trên mặt.

- Anh và cháu đi nghỉ lễ? Cô Morgan hỏi. Tôi rất thích các cửa hàng ở thành phố trong dịp Giáng sinh, đến độ có thể say mê ngắm nhìn chúng từ ngày này sang ngày khác.

- À không, Junius từ tốn đáp. Chúng tôi lên ở đấy luôn. Tôi là nhân viên kế toán, thưa cô Morgan. Ít nhất tôi đã là nhân viên kế toán hai mươi năm trước. Tôi đang cố gắng tìm một việc làm.

Có sự đau đớn trong giọng nói của anh.

- Nhưng tại sao anh phải làm như thế? Cô hỏi.

- Cô thấy đấy, anh đơn giản giải thích. Tôi đã không biết là sống ở đây tôi đã làm thằng bé tổn thương. Tôi đã không nghĩ về điều đó. Lẽ ra tôi phải nghĩ đến điều đó chứ. Cô hiểu là thằng bé lẽ ra không nên được nuôi dưỡng trong nghèo khó. Cô hiểu, phải không? Tôi đã không biết người ta nói gì về chúng tôi.

- Thế sao anh không ở lại trang trại? Nó màu mỡ quá mà.

- Nhưng tôi không thể kiếm sống từ mảnh đất đó, thưa cô Morgan. Jacob sẽ trông coi trang trại, nhưng cô biết đấy, lão ấy lười chảy. Sau này, nếu có thể, tôi sẽ bán đi trang trại để Robbie có được những thứ mà nó chưa bao giờ có.

Cô Morgan cảm thấy phẫn nộ, nhưng đồng thời muốn òa khóc.

- Anh không tin chút gì về những điều người ta nói chứ? Anh nhìn cô ngạc nhiên.

- Tất nhiên là không. Nhưng cô cũng biết là một đứa trẻ đang lớn không thể được nuôi như một con thú, đúng không?

Xe buýt hiện ra trên đường cao tốc tiến về phía chỗ họ đang đứng chờ. Junius chỉ vào Robbie.

- Thằng nhóc không chịu đi. Nó chạy trốn trong mấy ngọn đồi. Tối hôm qua Jacob và tôi mới bắt được nó. Cô thấy đấy, nó đã sống như một con thú quá lâu. Ngoài ra, thưa cô Morgan, nó đâu biết sống ở San Francisco sẽ dễ chịu như thế nào.

Xe thắng két. Junius và Robbie leo lên chỗ ngồi phía sau. Cô Morgan định đến ngồi cạnh họ. Đột nhiên cô quay trở lại và ngồi xuống kế bên tài xế. "Tất nhiên rồi," cô tự nhủ. "Tất nhiên là họ cần được một mình."

*Từ nguyên tác tiếng Anh "**The Pastures of Heaven**" (1936) của **John Steinbeck**

FLORIAN ZELLER

Florian ZELLER sinh năm 1979 tại Paris, tiểu thuyết gia và kịch tác gia Pháp, có tiểu thuyết được dịch ra nhiều thứ tiếng và nhiều vở kịch được đưa lên sân khấu ở hơn 35 quốc gia. *Vở La mère/Người mẹ* đã được trình diễn ở nhà hát New York trong tháng 2.2019 và *Avant de s'envoler/Trước khi bay lên* sẽ ra mắt khán giả ở Broadway trong năm nay.

Quyển tiểu thuyết La fascination du pire/Sự quyến rũ của cái ác đã mang về cho tác giả giải Prix Interallié (2004); tác phẩm này gây nhiều tranh cãi do đề tài nhạy cảm liên quan đến mối quan hệ giữa phương Tây và Hồi giáo. Nhiều tác phẩm viết cho sân khấu của ông đã được trao giải Molière. Theo báo The Guardian, "Florian ZELLER là kịch tác gia hay nhất thời đại".

Le mensonge/Dối Trá là một vở kịch gồm 7 màn với 4 nhân vật là hai cặp vợ chồng trung niên Paul-Alice, Michel-Laurence. Tình bạn giữa họ tuy lâu bền và khắn khít vẫn lấp ló nhiều điều dối trá. Bản chuyển ngữ dưới đây là đoạn trích từ màn 3 với bối cảnh là phòng khách nhà Paul-Alice sau bữa tiệc tối của 4 người.

DỐI TRÁ

▪ **MÀN 3**

Sau bữa tiệc tối. Alice ngồi ở ghế trường kỷ trong khi Paul tiễn khách ở cửa.

PAUL: Tạm biệt. tạm biệt.... Cám ơn lần nữa nhé... Vâng, Vâng. Ra về bình yên. Về bình yên. *(Đóng cửa xong Paul quay ngó về phía Alice. Một lát sau anh trở lại phòng khách).* Chắc em thở phào nhẹ nhõm.

ALICE: Rất. Rất nhẹ nhõm.

PAUL: Hẳn là vậy rồi.

ALICE: Em ghét bữa ăn tối vừa rồi quá.

PAUL: Ừ. Anh nghĩ mọi người cũng cảm thấy như em. *(Một lúc. Anh đi rót cho mình một ly rượu.)* Mà rốt cuộc thì em có nhận ra mình đã làm gì không chứ?

ALICE: Em á?

PAUL: Chứ còn ai. Từ đầu đến cuối em rõ là một kẻ khó ưa.

ALICE: Em đã nói trước với anh là em sẽ không hứng thú chi cái bữa tối này mà.

PAUL: Đó không phải là lý do.

ALICE: Lẽ ra anh nên hủy bữa ăn tối, như em đã yêu cầu anh.

PAUL: Anh nhớ là em đã yêu cầu anh hủy. Mười phút trước khi họ đến. *(Một lúc)*. Em không thể xử sự theo cái kiểu như vậy em ơi. Họ là bạn của chúng ta. Dù gì đi nữa họ là những người mà anh yêu mến. Anh không biết là em có nhận ra em đã xử tệ quá chừng với Michel chăng?

ALICE: Anh trầm trọng hóa vấn đề.

PAUL: Không hề. Em khích bác. Em phát biểu những điều vu vơ, thậm chí còn đột ngột rời bàn ăn vô cớ.

ALICE: Em đi canh chừng món đùi thỏ, vì anh không chịu đi.

PAUL: Không. Em bất lịch sự rời đi để tỏ vẻ chống đối những điều mọi người đang nói. Anh đã bối rối kinh khủng. Thật đấy, thật không dễ thương chút nào.

ALICE: Thế anh có thấy tay ấy xử sự như thế nào với Laurence không?

PAUL: Ai? Michel á?

ALICE: Chứ ai! Đồ đểu! Anh thấy chứ? Hắn hết hôn hít lại tỏ ra dịu dàng, trân trọng, quan tâm đến chị ấy...

PAUL: Ừ đúng là cũng kỳ cục thật.

ALICE: Anh mà biết gì!

PAUL: Hử? *(im lặng một lúc)*. Anh không biết cái gì chứ?

ALICE: Em không biết. Bữa ăn tối vừa rồi là một trong những thứ em ghét nhất trên đời.

PAUL: Vậy sao em nói anh trầm trọng hóa vấn đề...

ALICE: Thì quả đúng như vậy.

PAUL: Đó không phải là lý do để tỏ ra khó chịu.

(Im lặng. Như ân hận về thái độ của mình, Alice tìm cách tỏ ra dễ thương với Paul).

ALICE: Còn không?

PAUL: Còn gì?

ALICE: Rượu. Cho em một ly được không? *(Paul đi rót cho cô một ly).* Cám ơn anh. *(Im lặng. Alice muốn làm vui lòng Paul).* Rượu ngon thật!

PAUL: *(vẫn còn hơi dỗi) Chateau babille* mà!

(Im lặng. Alice trở nên dịu dàng hơn, như để tạ lỗi).

ALICE: Anh thật sự thấy em xử sự không ra gì ư?

PAUL: Đúng.

ALICE: Bộ em đáng tởm đến vậy sao? *(Im lặng).* Em không biết tại sao em lại nặng lòng để làm chi. Nhưng từ xưa đến giờ em vẫn thế. Từ hồi còn bé. Em không chịu được sự dối trá. Nó làm em nổi nóng. *(Im lặng).* Anh hết giận em chưa? *(Im lặng. Paul có vẻ vẫn còn cố chấp).* Em xin lỗi, Paul *(Im lặng).* Ngày mai em sẽ gọi Laurence để xin lỗi, nói tại em không được khỏe, tại em đang lu bu. Em sẽ tìm một lý do gì đó.

PAUL: Ừ em làm vậy được đấy.

ALICE: Mai em gọi nhe. Đồng ý? Làm ơn đừng giận em nữa.

Làm ơn mà...

(Hai người làm hòa. Alice vuốt ve Paul).

PAUL: Nhưng em biết không, anh chắc cú là em chưa biết chuyện... Đừng tưởng việc này dễ dàng đối với tay ấy.

ALICE: Anh đang nói gì thế?

PAUL: Chuyện là....bỗng dưng nó xảy ra với hắn. Nhưng tin anh đi. Rồi hắn sẽ vượt qua thôi.

ALICE: Anh đang nói gì thế? Về cô gái đó?

PAUL: Đúng.

ALICE: Ai bắt anh phải nói chuyện ấy?

PAUL: Hắn đã nói với anh.

(Im lặng. Paul chợt nhận ra đáng lẽ anh không nên hé răng).

ALICE: Hả?

PAUL: Sao chứ?

ALICE: Anh nói sao?

PAUL: Anh á?

ALICE: Chính Michel nói với anh ư?

PAUL: Không hẳn như thế, nhưng mà...

ALICE: Vậy là anh biết chuyện phải không?

PAUL: *(chống chế)* Anh á?

ALICE: Anh đã biết chuyện.

PAUL: Đâu có.

ALICE: Có. Anh mới nói đấy. Hắn đã khai với anh. Rõ ràng hắn đã khai với anh. Anh là bạn vàng của lão ấy. Lão nói hết với anh rồi đúng không?

PAUL: Thôi được. Hắn chỉ úp mở với anh là..., là có chuyện ấy....

ALICE: Nói tóm lại là anh đã biết chuyện.

PAUL: Đại khái thôi. Anh không biết chuyện ấy bây giờ còn không.

ALICE: Ý anh là chuyện đó cũ rồi?

PAUL: Alice, nghe đây, mình không đi sâu vào chi tiết nhé!

ALICE: Vậy sao anh nói với em là anh không biết?

PAUL: Alice, thôi làm ơn nói chuyện khác đi, được không? Em muốn làm thêm một ly không? Trừ phi em muốn đi ngủ. Chắc vậy tốt hơn vì ngày mai em có buổi họp. Lúc mấy giờ vậy? Đúng đó. Khuya rồi. Anh mệt đuối, em không mệt sao?

(Im lặng một lúc).

ALICE: *(sa sầm)* Hắn đã kể với anh.

PAUL: Có một lần thôi, mà chỉ bóng gió. Không có nói rõ...

ALICE: Khi nào?

PAUL: Không biết nữa. Anh quên rồi. Mà có chi quan trọng đâu em *(Alice xa vắng)*. Thôi được. Anh biết chuyện. Được chưa? Hài lòng chưa? Anh hoàn toàn không biết cô gái đó là ai, nhưng hắn đề cập đến cô ấy rất nhiều lần. Nàng ta làm cho hắn điên đầu. Em muốn anh nói gì chứ? Anh hoàn toàn biết rõ em đã rất khó chịu tối nay và anh lấy làm tiếc. Nhưng một lần nữa nhé, anh không ăn nhậu gì đến chuyện này, khuya rồi, mà em mệt rồi. Và còn buổi họp ngày mai nữa. Với lại...

ALICE: Tại sao anh nói là *"nàng ta làm cho hắn điên đầu"*?

PAUL: Thì hắn nói với anh vậy.

ALICE: Hắn biết cô gái đó lâu chưa?

PAUL: Anh không biết. Chỉ biết là hắn đang rất khó xử.

ALICE: Tội chưa...

PAUL: Sao em mỉa mai thế? Em biết chi tiết câu chuyện ra sao không?

ALICE: Tất nhiên là em biết ít hơn anh rồi.

PAUL: Đấy, giờ em biết thêm rồi đấy. Khó cho hắn lắm. Hắn khổ sở lắm lắm. Cứ như là mê đắm. Nhưng Laurence là người phụ nữ của đời hắn. Hắn biết vậy. Mà hắn yêu chị ấy nữa mới chết.

ALICE: Hắn yêu chị ấy mà lừa dối chị ấy.

PAUL: Vậy đó...Mà đâu có gì mâu thuẫn chứ.

ALICE: Hử, không mâu thuẫn?

PAUL: Không mâu thuẫn. Alice, tin anh đi. Giữ lại tất cả cho bản thân đôi khi còn khó hơn lừa dối.

ALICE: Sao anh biết?

PAUL: Gì chứ?

ALICE: Sao anh biết?

PAUL: Ư... mà anh... à không. Anh chỉ muốn nói là dối trá đôi khi là một cách chứng tỏ tình yêu. Khác với điều em nói. Anh nói vậy đó.

ALICE: Lừa dối là minh chứng cho tình yêu?

PAUL: Đúng. Đôi khi.

ALICE: Em lại tưởng nó minh chứng cho tình bạn.

PAUL: Nó cũng có thể minh chứng cho tình yêu.

ALICE: A, dùng được cho cả tình yêu à? Thực dụng nhỉ!

PAUL: (*lãng đãng xa vắng*) Không hẳn là luôn luôn, em. Không hẳn luôn luôn là thế.

(*Im lặng*).

ALICE: Em muốn hỏi anh một câu, mong anh thành thật trả lời.

PAUL: Hỏi gì?

ALICE: Anh nói vậy để biện hộ cho bạn anh hay anh thực sự nghĩ thế?

PAUL: (*van vỉ*) Alice,... em đang kiếm chuyện gì vậy? Anh không thấy căn cứ gì mà mình phải tranh luận với nhau về vấn đề này.

ALICE: Đâu có tranh luận. Bàn luận chứ!

PAUL: Vậy mình bàn luận với nhau chuyện khác đi. Mọi sự có vẻ bắt đầu căng rồi. (*Im lặng. Alice tư lự*) Sao thế?

ALICE: Không có gì. Em đang cố hình dung về các quý ông, vậy thôi.

PAUL: Quý ông nào?

ALICE: Cả hai người, Michel và anh. Em đang cố gắng tưởng tượng những cuộc trò chuyện của hai ông. Những tâm sự nho nhỏ giữa đàn ông với nhau ấy mà... Mấy người làm tôi đau lòng quá.

PAUL: Gì? Sao lại *"mấy người"*? Anh chẳng có âm mưu thông đồng gì trong vụ này cả, Alice.

ALICE: Không có ư?

PAUL: Không. Không có tí tẹo nào.

ALICE: *"Bàng hoàng"*

PAUL: Em nói gì?

ALICE: *"Nghe bàng hoàng"* chẳng phải là câu trả lời của anh khi lúc trước em kể cho anh nghe là em bắt gặp Michel đang ôm hôn một người phụ nữ sao? Anh làm như thể anh chẳng biết gì sất, làm như từ trên trời rơi xuống. Sự thật là anh biết tất tần tật.

PAUL: Ư...

ALICE: Rõ mười mươi là anh có *"thông* đồng", và em thấy thật là đáng tởm. Cho chị ấy cũng như cho chính em.

PAUL: Em yêu...

ALICE: (*gần như tự thì thầm*) Mọi việc sẽ đơn giản hơn rất nhiều nếu ai cũng nói ra sự thật...

PAUL: Chắc chắn sẽ là ác mộng, Alice. Nếu mọi người nói ra sự thật, sẽ không còn cặp vợ chồng nào tồn tại trên đời.

ALICE: Không còn cặp nào trên đời?

PAUL: (*làm như điều này hiển nhiên*) Đúng. (*Im lặng*) Thực ra đây chỉ là một câu tục ngữ.

ALICE: Anh có thể triển khai nó thêm. Em thích đấy.

PAUL: Thôi mà em. Làm ơn đừng. Lại nữa rồi. Anh chỉ muốn nói ... lời nói dối, trong một vài tình huống, là một cách để tỏ ra nể nang kính trọng người khác.

ALICE: Rất sung sướng được học hỏi điều đó.

PAUL: Em không nghĩ vậy sao? Em muốn có một ví dụ không? Được thôi. Lấy ví dụ tối nay đi. Giả sử như tất cả mọi người đều nói toẹt ra sự thật... Thử hình dung trận địa đi. Em sẽ nói thật với Laurence là chị ấy đã bị chồng phản bội. Tuyệt chưa! Thế là cả hai chúng ta đối mặt với một trận cuồng phong giữa vợ chồng họ, rồi chuyện gì xảy ra sau đó, mỗi người sẽ nói gì, ôi thật là một màn kịch giàu màu sắc! Rồi anh sẽ nói với Michel hắn là một chủ bút tài ba nhưng những quyển tiểu thuyết hắn viết thì nuốt không vô. Đúng không, hắn là bạn anh thì anh phải nói thật chứ! Thế là hắn chẳng thèm ngó mặt anh nữa, nhưng ít nhất anh đã thành thật. Và vì thế lương tâm anh rất yên ổn. Anh cũng tưởng tượng sau khi em tố Michel với vợ hắn, hắn cũng sẽ cạch mặt em luôn. Rốt cuộc nếu em đồng ý, giờ mình sẽ tóm tắt tình hình như thế này: nếu trong bữa ăn tối mọi người đều đã thành thật, em đã nói toẹt với Laurence mọi chuyện, Michel cắt đứt quan hệ với anh, cả với em, còn vợ hắn thì cắt đứt với hắn. Tuyệt chưa! Ối không khí bạn bè thân mật gớm! Anh tự nhủ, trong một bữa ăn tối sao lại khó tìm đề tài để trò chuyện đến thế!

(Paul có vẻ hài lòng với bài thuyết trình).

ALICE: Thế còn chúng ta?

PAUL: Sao chứ?

ALICE: Còn chúng ta?

PAUL: Sao lại chúng ta?

ALICE: Ừ thì chúng ta. Chuyện gì sẽ xảy ra nếu hai chúng ta đã thành thật với nhau?

PAUL: Ủa, mình luôn thành thật với nhau mà em.

ALICE: Vậy mà em tưởng... *"sẽ không còn cặp vợ chồng nào tồn tại trên đời này nếu..."*

PAUL: Ư mà...

ALICE: Thì lúc nãy anh nói vậy đó.

PAUL: Anh đã phát biểu không khéo.

ALICE: Rồi, vậy coi như mình lúc nào cũng thành thật với nhau.

PAUL: Tất nhiên. Tất nhiên. Đúng vậy em yêu. Em đang nghĩ gì vậy Alice? Tất nhiên là mình thành thật với nhau. Mà em đang nghĩ gì trong đầu vậy? *(Im lặng. Alice tự rót cho mình thêm một ly. Paul biết mọi chuyện vẫn chưa xong với cô ấy).* Thế rốt cuộc là sao? Em bắt gặp bạn của anh cặp kè với một người đàn bà khác. Anh thì có ăn nhậu gì đến chuyện ấy chứ. Tại sao em khích bác anh? Thật vô nghĩa! Alice, vụ này là sao? Anh yêu em. Em biết mà. Sâu đậm nữa là khác. Vậy thì làm ơn làm phước đừng có lôi nhau vào một cuộc thảo luận như nãy giờ.

ALICE: Anh thừa biết là ...nghe cũng hơi không ổn đối với em.

PAUL: Không ổn về cái gì?

ALICE: Về việc anh nói *nói dối là một* điều *tốt...*

PAUL: *(Muốn làm dịu tình hình)* Một điều tốt, một điều tốt...Đâu phải anh nói vậy.

ALICE: Không phải ư?

PAUL: Không. Không hẳn là như thế. Em bóp méo lời nói của anh.

ALICE: Có vẻ như anh thú nhận huỵch tẹt là anh đã không thành thật với em.

PAUL: Không phải thế.

ALICE: Anh đã mất cả 10 phút để giải thích với em: *dối trá là một bằng chứng của tình yêu.*

PAUL: Điều đó không đúng với anh, không đúng cho chúng ta.

ALICE: Vậy đúng cho ai? Đúng cho thiên hạ ư?

PAUL: Chính xác.

(Im lặng. Alice có vẻ bất mãn).

ALICE: Anh bắt đầu làm cho em ngờ vực rồi đó, vậy hãy đảm bảo với em là anh không lừa dối em.

PAUL: Sao?

ALICE: Anh không lừa dối em phải không?

PAUL: Anh á?

ALICE: Thì anh chứ ai.

PAUL: Nhưng em yêu....

ALICE: Trả lời em đi.

PAUL: Không đâu. Tất nhiên là anh không lừa dối em.

ALICE: Không bao giờ hả?

PAUL: Không. Không bao giờ. Tất nhiên. Không bao giờ!

(Im lặng).

ALICE: Kinh khủng quá!

PAUL: Gì nữa đây?

ALICE: Em thậm chí còn không tin được anh.

PAUL: Nữa! Lại nữa! Anh nghĩ mình đã lôi nhau vào một cuộc thảo luận chẳng ra gì.... Anh biết ngay mà. Tại sao em không tin anh chứ?

ALICE: Theo ý anh thì tại sao?

PAUL: Anh luôn nói thật với em. Anh chẳng có lý do gì để giấu em bất cứ chuyện chi.

ALICE: *"Anh bàng hoàng..."*

PAUL: Trời ơi thôi bỏ đi...

ALICE: Bằng chứng cụ thể cho thấy không phải lúc nào anh cũng thành thật.

PAUL: Là do kín đáo thôi. Anh thậm chí còn không phanh phui đời riêng của Michel. Đặt em vào vị trí của anh đi. Hắn là bạn anh mà. Còn em là bạn của vợ hắn.

(Im lặng một lúc).

ALICE: Thế còn anh?

PAUL: Anh sao?

ALICE: Anh chưa bao giờ lừa dối em ư?

PAUL: Sao chứ?

ALICE: Em chỉ muốn biết vậy thôi.

PAUL: Vẽ chuyện gì nữa đây?

ALICE: Nói cho em biết đi.

PAUL: Em ơi, em hoàn toàn hoang tưởng.

ALICE: Em hỏi anh một câu thôi. Anh chưa bao giờ lừa dối em, đúng không?

PAUL: Tất nhiên là chưa bao giờ. Chưa bao giờ.

ALICE: Dù chỉ một lần?

PAUL: Alice, em có biết em nói gì không? Biết không hả?

ALICE: Tại sao anh phản ứng như thế?

PAUL: Theo ý em thì tại sao?

ALICE: Sau tất cả những gì anh đã nói với em tối nay, em nghĩ em đặt câu hỏi như vậy là chuyện khá bình thường.

PAUL: Em thấy vậy là khá bình thường? Kỳ cục thật. Anh lại thấy như vậy là xúc phạm.

ALICE: Xúc phạm á?

PAUL: Chính xác. Xúc phạm.

(Giận dữ, Paul tự đi rót thêm cho mình một ly, xong đứng quay lưng về phía Alice. Im lặng bao trùm).

ALICE*: (làm hòa)* Paul...thôi đi...

PAUL: Gì nữa?

ALICE: Đừng giữ kẽ như thế.

PAUL: Anh không giữ kẽ.

ALICE: Có. Em biết anh quá mà.

PAUL: Anh bị tổn thương. Điều đó khác với giữ kẽ chứ.

ALICE: Tổn thương?

PAUL: Đúng. Vì những lời bóng gió của em.

ALICE: *(dịu giọng)* Em đâu có bóng gió hoang tưởng gì. Chỉ là đặt một câu hỏi với anh thôi.

PAUL: Thì anh trả lời rồi.

(Im lặng).

ALICE: Đó không phải lý do để anh phản ứng như vậy. *(một lúc)* Anh nhậy cảm quá Paul.

PAUL: Rồi em sẽ thấy. Rốt cuộc thì lỗi lầm gì cũng ở anh chứ gì!

(Một lúc lâu).

ALICE: *(ra chiều nhượng bộ)* Thôi được. Em xin lỗi. Anh tha lỗi cho em chứ? *(một lúc).* Paul em đang nói với anh đó... *(một lúc)* Anh tha lỗi cho em không?

PAUL: *(gần như miễn cưỡng)* Rồi.

ALICE: Xin lỗi vì đã làm tổn thương anh. Em không hề cố ý.

PAUL: Anh thậm chí còn không hiểu vì sao mà mình đi đến chỗ cãi nhau về chuyện này. Laurence và Michel có thể có những trục trặc trong đời sống lứa đôi nhưng đó không phải là lý do để mình xía vào chuyện của họ.

ALICE: *(ngồi xuống, trầm tĩnh, giọng tự tin)* Anh có lý. Nhưng tự nãy giờ em đã rất thành thật, khi em nói với anh là em thấy bữa ăn tối hôm nay buồn kinh khủng. Em cũng chẳng biết nữa...Tất cả cho thấy cái điều em hãi nhất trong cuộc sống. *(một lúc)* . Tình yêu, hẳn phải là thứ gì đó thật trong sáng, đúng không? Ý em muốn nói là yêu một ai đó là chuyện rất thật, không có gì phải giấu. Anh có nghĩ như vậy không?

PAUL: Có chứ.

ALICE: Bởi vậy.

PAUL: Bởi vậy là sao?

ALICE: Em muốn phải nói thật.

PAUL: Ai?

ALICE: Cả hai chúng ta.

PAUL: *(lo lắng)* Mà về cái gì mới được chứ?

ALICE: Theo ý anh thì là cái gì? *(Một lát. Giọng thì thầm. Không thể đoán được điều gì sẽ rơi vào cái bẫy giăng sẵn. Vào thời khắc này cô không còn là người đàn bà điều động mà chỉ muốn chân thành thảo luận cùng chồng).* Anh biết không, đã từ lâu em có cảm tưởng anh giấu em một đều gì đó.

PAUL: Anh giấu em sao? Không hề. Em sắp sửa bày trò gì nữa đây?

ALICE: Anh thấy rõ là em đang bình tĩnh nói chuyện với anh, chỉ mong cuối cùng mình sẽ nói ra mọi điều...

PAUL: Điều gì chứ?

ALICE: Em muốn nói là anh đã lừa dối em.

PAUL: Không đúng. Rõ ràng là em bị hoang tưởng.

ALICE: Trả lời em đi.

PAUL: Anh đã trả lời rồi.

ALCE: Tại sao anh không đơn giản trả lời em.

PAUL: Trời ơi em ơi...

ALICE: Em hứa với anh em sẽ không nổi điên lên. Mình đã bao năm chung sống. Em muốn biết liệu có thể nào có những cám dỗ.... Mình sẽ không biến nó thành thảm kịch... Điều quan trọng đối với em không phải là chuyện anh lừa dối em, mà là những gì mình đã nhìn thấy tối hôm nay. Hai chúng ta không còn nói thật với nhau nữa *(im lặng)*. Anh hiểu ý em không?

PAUL: Anh hiểu, nhưng anh có hơi ngạc nhiên.

ALICE: Ngạc nhiên?

PAUL: Có một chút.

ALICE: Chính anh lúc nãy đã nói Michel đang có rắc rối và anh không muốn phê phán anh ấy một cách khắc khe.

PAUL: Đúng.

ALICE: Vậy thì em cũng vậy, em không muốn phê phán anh một cách khắc khe.

PAUL: Nhưng hai việc hoàn toàn khác nhau! Anh đâu có vừa ra khỏi cửa hàng vừa ôm hôn cô nào chiều nay đâu!

ALICE: Chuyện như vậy chưa bao giờ xảy ra với anh sao?

PAUL: Hử?

ALICE: Chưa bao giờ xảy ra với anh?

PAUL: Vừa ra khỏi cửa hàng vừa hôn hít?

ALICE: Hoặc là ở đâu đó đại khái thế.

PAUL: Không có.

ALICE: Anh làm em không tin anh rồi.

PAUL: Nhưng anh sẽ không tự nhiên thú tội chỉ để làm vừa lòng em.

ALICE: Vậy là chưa bao giờ có chuyện đó xảy ra?

PAUL: Không. Em có biết chúng ta đang nói chuyện gì không? Em có nhận ra mình đang cãi lòng vòng không?

ALICE: Mình thành thật với nhau, thế thôi. Có gì đâu mà nổi nóng.

PAUL: Anh không nổi nóng. Anh chỉ không thấy có gì hay ho trong cuộc trò chuyện này.

ALICE: Anh sợ cái gì chứ?

PAUL: Anh không sợ gì cả. Anh chẳng có gì phải sợ.

ALICE: Vậy thì nói thật đi *(một lúc)* Từ khi chúng ta chung sống anh chưa bao giờ có chuyện ong bướm hả? *(một lát)* Mình có thể cùng nói về chuyện ấy. Thậm chí còn để cười với nhau nữa. Tất cả không có gì trầm trọng, phải không. Vì mình yêu nhau mà. *(một lát)*. Nào, nói đi. Một lần cũng không có nữa hả? *(một lát)*. Anh thích sao? Mình làm giống như Laurence-Michel chịu không? Anh không thấy mọi thứ đều giả trá tối nay sao? *(Một lát)* Vì sao anh nhìn em như thế em đang giăng bẫy vậy?

PAUL: Anh không hiểu lý do em đưa ra nhưng câu hỏi như vậy.

ALICE: *(giọng thuyết phục)* Em cần tìm lại niềm tin em đã từng dành cho anh. Đơn giản thế thôi. Để cảm thấy chúng ta có thể chân thành với nhau. Không lừa lọc. Để thấy mình không giống như họ, mình vẫn còn yêu nhau.

PAUL: Anh chẳng thấy gì hay ho về...

ALICE: *(ngắt lời)* Đi mà. Em xin anh như xin một ân huệ. Em xin anh như xin một bằng chứng của tình yêu.

(Một lúc).

PAUL: Thôi được. *(một lúc).* Em thật sự muốn biết?

ALICE: Thật mà.

PAUL: Anh không thấy gì hay ho, nhưng vì em thật sự muốn biết, thì đây: chuyện đó đã có xảy ra với anh rồi. Một lần. *(một lúc).* Em vừa lòng chưa?

(Một lúc lâu. Alice đầy vẻ tư lự).

ALICE: Chuyện xảy ra lâu chưa?

PAUL: Anh cũng chẳng biết nữa. Có một dạo.

(Ân hận vì đã thú tội).

ALICE: Chuyện xảy ra như thế nào?

PAUL: Alice....

ALICE: Kể cho em nghe đi.

PAUL: Chi vậy? Chuyện qua rồi.

ALICE: Kể đi.

PAUL: Em muốn anh nói thật thì anh nói rồi đó. Giờ mình đổi sang chuyện khác đi.

ALICE: Kể đi mà. Không chuyển qua chuyện khác được. Em cần nghe anh giải thích.

PAUL: Giải thích về cái gì?

ALICE: Chuyện gì đã xảy ra. Nói đi.

PAUL: Anh quên hết rồi.

ALICE: Thôi đi. Ít nhất cũng cho em biết người đó là ai. Em có biết nhân vật đó không?

PAUL: Không.

(Im lặng).

ALICE: Paul... P

PAUL: Gì?

ALICE: Tại sao anh không nói gì?

PAUL: Vì anh không có gì để nói.

ALICE: Nhưng anh thấy rõ là em bình tĩnh chứ? Anh không có gì phải ngại. Em có trách móc gì anh đâu? *(một lúc).* Rồi sao nữa?

PAUL: Một phụ nữ anh tình cờ chạm mặt. Vớ vẩn thôi. Chẳng có gì quan trọng.

ALICE: Khi nào?

PAUL: Chuyện xảy ra, anh cũng chẳng biết nữa...Hè năm trước. Chuyện chấm dứt mùa hè năm trước. Một buổi tối tự nhiên anh gặp cô ấy, và... Vậy đó. Thế thôi.

ALICE: "*gặp cô ấy, vậy đó*"?

PAUL: Thế đấy.

ALICE: Ý anh muốn nói tự nhiên anh thấy anh nằm trên giường của cô ấy?

PAUL: Alice, thôi đi...

ALICE: Sao lại thôi?

PAUL: Em đặt những câu hỏi như thế để làm gì?

ALICE: Để hiểu.

PAUL: Có chi đâu mà hiểu. Chuyện chẳng có nghĩa gì cả. Anh ngay lập tức nhận ra mình không phải loại đàn ông như thế. Vậy thôi. Anh yêu em mà. Em không biết anh yêu em nhiều đến đâu.

(Paul tiến gần đến Alice).

ALICE: Tránh xa tôi ra.

PAUL: Alice...

ALICE: Chuyện kéo dài bao lâu hả?

PAUL: Anh đã nói là gần như chẳng có gì cả.

ALICE: Nói đi...

PAUL: Anh không nhớ nữa.

ALICE: Khi anh đi Antibe trong tháng ba vừa rồi, nói là đi công việc đó, anh nhớ không? Mình đã cãi nhau vì tôi chắc là anh đang đi gặp ai đó... Có phải con đó không? *(một lúc, không thấy Paul chối).* Chắc cú là con đó rồi.

PAUL: *(lúng túng)* Chuyện không đơn giản như thế...

ALICE: Sao chứ? Vậy là với con đó. Hồi tháng ba! Biết bao nhiêu tháng trôi qua không hử, từ hè đến tháng 3, vậy là kéo dài thêm gần 9 tháng nữa!!

PAUL: Em thấy chưa, nói ra chuyện này đâu phải là một ý hay. Em nổi điên rồi.

ALICE: Mà anh có hiểu anh đang nói gì với tôi không chứ? Hiểu không hả? Đâu có phải là chuyện bé tẹo. Đó là một cuộc sống kép.

PAUL: Không đúng.

ALICE: Chứ sao nữa. Anh lừa dối tôi trong nhiều tháng. Theo như tôi hiểu trong nhiều tháng anh đã ngủ với con đĩ đó!

PAUL: Alice... *(cô đi về phía phòng ngủ, Paul giữ cô lại một cách gượng gạo)...* em làm gì vậy?

ALICE: Đừng chạm vào người tôi!

PAUL: Khoan đã...

ALICE: Tôi bỏ anh đây, Paul.

PAUL: Gì chứ?

ALICE: Tôi bỏ anh.

PAUL: Nhưng...

ALICE: Tránh đường cho tôi đi.

PAUL: Nghe anh nói đây...

ALICE: Tôi chẳng muốn nghe gì cả. Chúc ngủ ngon.

PAUL: Nhưng chính em đã nài nỉ anh ...

ALICE: Tôi không muốn nói gì với anh, cũng chẳng muốn thấy mặt anh.

PAUL: Em làm gì vậy? *(cô vào phòng đóng sầm cửa sau lưng)* Alice? Mở cửa ra! Alice? Nghe anh nói đây! Chuyện này ngốc thật. Alice? Mở cửa! Em không thể làm vậy với anh...Alice...Em ép anh phải nói, rồi em...Alice! Phải chi em biết được anh yêu em đến đâu. Không có giây phút nào mà anh ngớt yêu em. Tại sao em lại xử sự cái kiểu như vậy? Làm ơn mở cửa đi, em yêu...(*một lúc; nói một mình*) À lạ là mình cảm thấy rất khoái khi đâm đầu vô cuộc cãi vã mắc dịch này. Mình cảm thấy khoái thật... (*Im lặng một lúc. Paul tìm lời để nói*) Alice...em yêu. Chắc em không tin những gì anh nói đâu hả?

(*Bóng tối*).

*Từ nguyên tác tiếng Pháp "**Le Mensonge**" (2015) của **Florian Zeller***

TRƯỚC KHI BAY LÊN

<u>Lời người dịch</u>

Như đã giới thiệu trong bản dịch Le Mensonge/Dối Trá, **Florian Zeller** *là một nhà viết kịch trẻ tuổi được giới phê bình đánh giá "đặc sắc nhất thời đại". Ông có nhiều tác phẩm trình diễn ở hơn 35 quốc gia, trong đó Avant de s'envoler/Trước khi bay lên đã gặt hái thành công lớn trên sân khấu Broadway.*

Avant de s'envoler/Trước khi bay lên là một vở kịch 4 màn xoáy sâu vào chặng cuối của mỗi đời người - là thứ mà tất cả chúng ta ai cũng sẽ phải đối mặt. Cặp vợ chồng già André-Madeleine đã gắn bó đến đầu bạc răng long, đến độ người này không thể sống thiếu người kia; họ thậm chí còn không thừa nhận việc một trong hai người đã qua đời.

Kịch bản được viết và được diễn như một "trò chơi bí ẩn" trong đó khán giả cùng tham dự và cùng tháo gỡ những nút thắt của câu chuyện. Trả lời phỏng vấn của tạp chí **L'avant-scène Théâtre** *do Amandine Sroussi thực hiện, nhà dựng kịch Ladislas Chollat cho biết ông đã phải vừa bám sát kịch bản của Florian Zeller vừa nỗ lực sắp xếp bối cảnh sao cho sự sống và cái chết có vẻ như đi qua đi lại đi tới đi lui, thậm chí trượt lên nhau. Có những khoảnh khắc hồn* *ma trò chuyện với người sống, và những lúc khác người sống loay hoay phân bua với kẻ đã chết; bởi vì cặp vợ chồng trong câu chuyện ràng buộc nhau đến bất khả phân ly. Đối với hai đứa con gái của họ, quả thật là nỗi kinh hoàng, vì các cô thừa biết người này không thể sống thiếu người kia, ai chết trước không quan trọng. Chính vì vậy kịch bản có thể được cắt ra thành nhiều lát. Ở lát cắt này, bà còn sống và ông đã chết, ở lát cắt khác ông chính là người bị bỏ lại. Và ở những phân cảnh khác nữa, cả hai đều đã qua đời, hoặc cùng còn tại thế. Trên sân khấu, ở một góc tối luôn luôn hiện diện hình bóng của người đã khuất mà ngoài khán giả ra, các nhân vật trong kịch bản (làm như) không hề nhìn thấy, vẫn tiếp tục vai diễn của mình. Những tình huống khả thể này khiến vở kịch trở nên đơn giản và dễ tiếp cận, dĩ nhiên nếu khán giả chấp nhận buông xả cho cảm xúc dẫn dắt họ.*

Trong kịch bản cũng có một vài chi tiết mang tính chất trinh thám:

- Những bó hoa được tiếp tục gửi đến bởi một người ẩn danh.

- Một người đàn bà bỗng xuất hiện tự giới thiệu đã từng là người quen cũ rất thân của André.

- Một tấm thiệp báo tử được nhặt lên từ sàn nhà. Vậy thì ai đã qua đời và ai còn lây lất một mình?

Bản chuyển ngữ dưới đây cho thấy ở màn cuối của vở kịch, cặp vợ chồng già vẫn bên nhau; có thể đúng mà cũng có thể không đúng, bởi vì Florian Zeller đã trao cho khán giả quyền tự do khám phá các góc khuất của câu chuyện.

■ Màn 4

Đoạn kết. Một lúc sau. André vẫn đứng cạnh cửa sổ như đã đứng suốt trong màn một. Madeleine đang ngồi gọt nấm. Hành lý của Elise và Paul, bạn trai của cô, dường như đã bị bỏ quên. Nó vẫn còn đặt trước cửa ra vào.

Madeleine: Tụi nhỏ đi hết rồi, tôi mừng quá đi. Thì tụi nó cũng tử tế nên mới ghé về thăm cha mẹ...Nhưng đến ngày thứ hai là tôi chịu hết xiết. Ông có thấy vậy không? (*André không trả lời.*) Tôi không hiểu làm sao mà chúng ta có thể chịu đựng trong từng ấy năm. Tôi không có ý nói là tụi nó khó ưa. Đâu có. Tụi nó dễ thương nữa là đằng khác. Nhất là con Élise...Nhưng mà các con có đời riêng của các con. Cha mẹ có đời riêng của cha mẹ. Đúng không ông? Tốt hơn là đừng có quấn vào nhau. Ông không đồng ý ư? (*André mỉm cười thay cho câu trả lời.*) Khi chỉ còn hai vợ chồng già... (*Im lặng.*) Rốt cuộc thì Anne cũng quyết định ra về luôn theo Élise và Paul. Tốt thôi. Cũng có một chút lỗi ở tôi. Tôi đã cãi cọ với nó. Tôi cũng hơi.... Ông biết tôi mà, tôi đâu phải lúc nào cũng có thể đãi bôi, nói cười giả lả. Nhưng tôi không chịu nổi cái kiểu nó dạy đời, chỉ bảo người khác phải làm như thế này chứ đừng làm như thế kia... (*Im lặng.*) Ông đang nhìn cái gì thế? Đến đây ngồi với tôi đi. (*Không nghe trả lời.*) Mấy đứa con gái không nằm tình hình chi cả. Chúng không hiểu là chúng ta chẳng cần đến ai khác. Ông đồng ý không? Chỉ ông với tôi đã đủ tốt rồi. Vì sao phải thay đổi? (*Im lặng.*) Mà rốt cuộc thì ông đứng nhìn cái gì thế chứ? Chúng nó ra về đã từ lâu. Đứng như trời trồng ở đấy thì có ích gì? Đến ngồi cạnh tôi này. (*André mỉm cười dịu dàng và làm theo lời vợ.*) Ừ, vậy đó.

Im lặng

André: Mấy cái nấm này màu sắc trông lạ quá phải không?

Madeleine: Ông nghĩ nấm này không ăn được sao?

André: Bà không đầu độc cả hai chúng ta đấy chứ?

Madeleine: Mới sáng nay, trong khi đi chợ, ông biết tôi nhớ lại chuyện gì không? Ngày cưới của mình. Ông còn nhớ không?

André: Nhớ chứ sao không.

Madeleine: Khách sạn Lutetia...

André: Tôi còn nhớ cái áo cưới của bà, rồi nụ cười của bà... Tôi cũng không quên căn phòng khách sạn, và cả cái giường của chúng ta nữa.

Madeleine: Dạo ấy ông hay đọc thơ cho tôi nghe. Tôi nhớ như in, tôi còn cố học thuộc nữa... Ông nhớ chứ, câu chuyện về con chim không tên...

André: *Khi bão tố nổi lên tơi bời vẫn còn con chim nhỏ ở đấy khiến ta yên lòng một con chim nhỏ không tên cất tiếng hót trước khi vỗ cánh bay lên.*

Madeleine (*chìm đắm trong hồi tưởng*): Đúng rồi. Đúng như thế. *"Nó cất tiếng hót trước khi vỗ cánh bay lên"*... Hay quá. Đẹp quá.

André: Đúng thế. Quá đẹp.

Madeleine: Mình đã có nhau lâu thật lâu rồi. Ai nói cuộc sống ngắn ngủi, thật không đúng chút nào. Nó dài đăng đẳng.

André: Đôi khi nó có vẻ như là... bất tận.

Madeleine: Đúng thế. Nhưng khi nó kết thúc, hóa ra chỉ là một sự giải thoát. Ông có nghĩ vậy không? (*Im lặng.*) Ông đói chưa? Ông thường chẳng thèm ăn sáng chi cả. Cứ như vậy hoài.... Nhưng tôi cũng sắp xong rồi đây. Chút xíu nữa là có thể ngồi vào bàn. Sau cơm trưa, nếu ông muốn, ta cùng đi dạo một vòng trong rừng. Ý ông sao nào? Sau cơn bão đêm qua, hôm nay chắc hẳn khu rừng thơm lừng mùi hoa cỏ...3 giờ tôi phải quay về vì Jean hẹn sẽ đến sơn lại mấy cánh cửa. Còn ông thì nghỉ trưa. Trong thời gian đó tôi sẽ làm vườn, với lại...

André (*ngắt lời*): Tôi sẽ ra làm sao nếu không có bà? (*Madeleine mỉm cười nhưng André thì không. Ông chăm bẳm nhìn bà*) Tôi sẽ ra sao? Hử? Tôi sẽ làm sao nếu không còn bà?

Madeleine: Đừng lo. Tôi đây. (*André tỏ vẻ nghi ngờ*).Tôi sẽ luôn luôn ở cạnh ông đây. Đừng lo lắng quá thế. Tôi sẽ không bỏ ông đâu. Ông thừa biết tôi đâu phải loại người nói mà không biết giữ lời. Đúng không?

André: Đúng.

Madeleine: Vậy thì ông sợ gì nữa chứ? Tôi sẽ chăm sóc ông. Chăm cho lão già thân thương của tôi....

Madeleine mỉm cười với André. Im lặng. Bà lại tiếp tục gọt nấm. Ông chợt lấy ra từ trong túi tấm thiệp báo tử rồi đọc lại. Bất thình lình ông cầm lấy tay bà rồi siết thật chặt, như thể níu lấy bà. Im lặng. Đèn tắt. Sân khấu chỉ còn bóng tối.

Màn hạ

Từ nguyên tác tiếng Pháp* "Avant de s'envoler**" (2016) *của* **Florian Zeller**

GIĂNG BẪY

Tạp chí *L'avant-scène théâtre*
phỏng vấn kịch tác gia
Florian Zeller

Florian Zeller mời chúng ta tham gia trò chơi bí ẩn qua nhiều hành trình cảm xúc để khám phá những góc khuất...

L'avant-scène théâtre: Từ ý tưởng ban đầu nào mà ông cho ra đời vở kịch mới *Avant de s'envoler/ Trước khi bay lên?*

Florian Zeller: Tôi cũng chẳng biết nữa. Tôi đã viết vở kịch hai năm trước, nhớ là đã có thấy một cô gái trò chuyện với bố. Cô hỏi vì sao ông cứ nhìn khu vườn ngoài khung cửa sổ nhưng ông chẳng thèm ử hử. Tôi cũng không biết vì sao. Cuối cùng tôi tự hỏi liệu ông ta có thực sự hiện diện ở đấy hay là chính ông đang nhìn thấy trong khu vườn một hình bóng ai đó phảng phất, mãi không chịu rời đi. Chỉ là những giả thuyết thôi. Để tìm hiểu, phải lắng nghe cuộc trò chuyện của họ trước khi viết ra kịch bản. Tôi thường viết theo cái kiểu như vậy. Bắt đầu bằng một việc cỏn con bé tẹo. Hoàn toàn không biết chuyện gì sẽ xảy ra tiếp theo. Tôi phải lắng nghe các nhân vật trò chuyện, như thể vở kịch đã có trước khi nó được viết xuống, đồng thời trong quá trình hình thành tôi phải thật cẩn trọng không làm hỏng nó đi. Dạo tôi viết vở kịch, có một chi tiết từ thực tế: vào ngày cưới của chúng tôi, tôi nhìn thấy qua khung cửa sổ khách sạn một cặp vợ chồng già đang băng qua đường. Có vẻ như người này là điểm tựa của người kia: thật rõ ràng và cụ thể.

Họ tựa vào nhau như hòa nhập thành một cá thể duy nhất, bất phân ly và vô cùng mong manh. Một sự pha trộn giữa dịu dàng, vững vàng và hạnh phúc. Thật khó quên hình ảnh ấy trong khi viết. Vào thời điểm đó lại có thêm mẩu tin trong báo về một vụ tự sát ở Lutetia của cặp vợ chồng đã tám mươi tuổi. Họ cùng chết trong khách sạn do ngộ độc nấm. Khi viết tôi không ý thức là tôi sẽ khơi dậy tất cả những thứ đó. Tôi chỉ việc đi theo các nhân vật xem họ nói gì. Tôi lắng nghe họ, đồng thời thỉnh thoảng can thiệp bằng cách xếp đặt các tình huống thích hợp cho họ có dịp mở lời.

AST: Rốt cuộc thì các nhân vật của ông có làm cho ông ngạc nhiên không?

F.Z.: Luôn luôn. Tôi viết như thể tôi là khán giả đầu tiên của buổi diễn tưởng tượng. Tôi chỉ biết về họ qua những lời thoại họ trao đổi với nhau. Khi cái sườn đã có, vở kịch tự nó sẽ tuôn ra. Nếu họ không có gì để nói, coi như không có vở kịch. Trái lại, nếu câu chuyện chứa đựng nhiều bí ẩn, tôi sẽ để cho họ tha hồ đối thoại, và vở kịch tự nó hình thành. Nhưng phải thành thật mà nói, cũng có lúc tôi phải nhúng tay vào. Khi các nhân vật không còn lời để nói, có nghĩa là khi vở kịch cần đến một cấu trúc tất yếu, lúc bấy giờ người viết kịch không khác chi một nhạc trưởng, nghĩa là phải điều động một chút: tôi giăng bẫy công chúng và giăng bẫy cả các nhân vật.

AST: Thì ra đây là một trò chơi mới, "trò chơi sự thật", liệu người ta có thể nghĩ rằng thế giới sân khấu của ông, từ vở này sang vở khác, che giấu sự thật mong manh dễ vỡ, bằng cách cho nó mang một bộ mặt giả vốn rất dễ gây nhầm lẫn....

F.Z.: Vở này có nhiều cách thể hiện, nhiều giả thuyết mắc xích vào nhau. Trong cùng một cảnh có thể luân phiên như thế này: người cha đã qua đời nhưng là người duy nhất không biết mình đã qua đời, ở một màn khác chính người mẹ là người đã chết, ở một màn khác nữa cả hai vẫn còn đấy nhưng chỉ quanh quẩn những vấn đề tủn mủn của tuổi già, việc hai đứa con gái tụ tập về nhà cha mẹ để bàn tính giải quyết chuyện gia đình (bán cái nhà, đưa người cha lú lẫn vào Viện Dưỡng Lão sau khi người mẹ qua đời)...Tất cả những tình huống này giúp ta hình dung ra nỗi hãi sợ mà ai trong chúng ta rồi cũng phải phải đối mặt vào lúc cuối đời. Người xem có thể thấy mình hiện diện ở nhiều nơi cùng một lúc. Một câu nói, một hoàn cảnh chợt đến làm đảo ngược tất cả những gì trước đó họ đã tưởng là đúng, điều này cho thấy sự thật bất nhất và hữu hạn. Như vậy khán giả phải liên tục nghĩ ra những tình huống mới, từ những gì vừa được thể hiện trên sân khấu nhưng rồi lập tức bị tác giả phá bỏ đi. Thách thức trong việc dàn dựng vở kịch là nỗ lực làm sáng tỏ từng khoảnh khắc diễn biến để khán giả hiểu kịch bản nào đang được sử dụng. Người xem được tác giả mời dạo chơi giữa vô vàn những điều có thể xảy ra ở thời điểm cuối đời. Y như trong một mê trận.

AST: Tác phẩm mang đậm chất thơ. André, ở ngưỡng cửa cái chết, vẫn còn tìm "ý nghĩa" của cuộc sống...

F.Z.: André, nhân vật người cha, là một nhà văn vốn đã trải qua cả đời mình để đọc thơ cho người khác nghe và cả cho chính mình nghe. Thi ca, đối với ông, có dự phần trong nghi thức tình yêu. Trí nhớ ông đã vỡ vụn, chỉ còn là những mảnh li ti, những đoạn ký ức đứt khúc vốn không nói lên được gì nhiều. Cái chết có thể đến bất cứ lúc nào, nhất là ở tuổi của ông. Tựa đề của vở kịch mượn lời thơ của Char, nhắn nhủ ta nên gắn bó với cái nơi mà ta hãy còn có thể mơ mộng, còn nghe được tiếng chim hót trước khi cất cánh bay lên.

Từ nguyên tác tiếng Pháp (đăng trong tạp chí L'avant-scène théâtre số 1413**), **Rodolphe Fouano** thực hiện.*

NIKOLAI VASILYEVICH GOGOL

Nikolai Vasilyevich Gogol, *văn sĩ, kịch tác gia, phê bình gia, thi sĩ, tên thật Mykola Vasylovich Gogol-Yanovsky, sinh quán tại Poltava vùng Tiểu Nga, đế quốc Nga. Chủ đề sáng tác: hiện thực huyền ảo. Tác phẩm tiêu biểu:*

- Evenings on a farm near Dikanka/Những buổi tối ở thôn trang gần Dikanka

- The government inspector/Quan khâm sai

- The overcoat/Chiếc áo khoác

- Dead souls/Những linh hồn chết

Hình ảnh thôn quê Ukraine, màu sắc thôn dã và

những tập tục của dân Cossack, những câu chuyện dân gian đã góp phần làm bối cảnh cho thời niên thiếu của Gogol và là chất liệu cho những truyện ngắn trong tập Vechera na khutore bliz Dikanki (Những Buổi Chiều Trong Thôn Trang Gần Dikanka). Tập truyện là sự pha trộn giữa hiện thực và những chi tiết hoang tưởng, phù thủy, các yếu tố ma quỷ trong truyền thuyết dân gian. Tuy viết bằng tiếng Nga, Gogol đã đưa vào truyện nhiều từ vựng và cách diễn đạt của ngôn ngữ Ukraine.

Với phong cách riêng biệt; tác phẩm của Gogol là một luồng gió mới mẻ thổi vào văn chương Nga lúc bấy giờ, tách biệt ông khỏi khuynh hướng chung của Leo Tolstoy, Ivan Turgenev, Ivan Goncharov. Người đánh giá cao tài năng của Gogol là Fyodor Dostoyevsky. Khi nói về truyện Chiếc Áo Khoác, Dostoyevsky đã nhận định: "Tất cả những nhà văn hiện thực Nga đều xuất thân từ chiếc áo khoác vĩ đại của Gogol."

Suốt thế kỷ 20, dưới chính sách đồng hoá hiểm độc của chính quyền Nga Xô-viết, Gogol và những tên tuổi lớn của Ukraine như Taras Shevchenko, Mikhail Bulgakov, Isaac Babel.. bị lầm tưởng là nhà văn Nga vì các tác phẩm của họ viết bằng tiếng Nga. Nhưng "Không phải tất cả những gì viết bằng tiếng Nga đều thuộc về văn chương Nga, hoặc thuộc về (nước) Nga. Những nhà văn Ukraine viết tiếng Nga không viết về người Nga mà về người Ukraine." (Andrey Kurkov)

CÁI MŨI

1

Một việc cực kỳ quái lạ đã xảy ra ở St. Petersburg vào ngày 25 tháng Ba. Ivan Yakovlevich, một lão thợ cạo sống trên đường Voznesensky (họ của lão không còn trên bảng hiệu, và tấm bảng chỉ cho thấy hình ảnh một quý ông cằm đầy bọt xà-phòng cạo râu, cùng một dòng chữ ghi "Chúng tôi cũng nhận chích lể", lão thợ cạo ấy, một sáng sớm tỉnh giấc, đánh hơi nghe mùi bánh mì nóng giòn. Lão ngồi dậy trong giường và nhìn thấy vợ mình, một quý bà đáng kính cũng là một tay sính cà phê có hạng, đang lấy bánh mì mới nướng ra khỏi lò.

"Hôm nay tôi không muốn cà phê đâu nhé, Praskovya Osipovna," Ivan Yakovlevich nói, "thay vì cà-phê, tôi sẽ làm vài cái bánh mì nhỏ với củ hành." (Chỗ này tôi cần nói rõ là Ivan Yakovlevich cũng sẽ rất thích dùng cả cà-phê, nhưng thừa biết làm gì có chuyện vừa bánh mì lại vừa cà phê vì Praskovya Osipovna sẽ chẳng ưa chi cái tính bốc đồng của lão.) "Thôi cứ để mặc xác cho lão ngốc ăn bánh mì, nhờ vậy mình có thêm một phần cà phê!" Bà Praskovya Osipovna nghĩ, thế là bà ta ném một chiếc bánh lên bàn cho chồng.

Ivan kéo áo khoác dạ trùm lên áo ngủ cho có vẻ tươm tất, ngồi vào bàn, rắc ra một ít muối, bóc vỏ hai củ hành, cầm lấy một con dao, rồi với vẻ mặt cả quyết lão bắt đầu cắt một trong mấy ổ bánh mì nhỏ.

Khi xẻ ổ bánh ra làm hai, lão nhìn vô ruột bánh và kinh ngạc thấy có cái chi trăng trắng trong đó. Ivan cẩn thận dùng mũi dao xỉa vào vật ấy xong lấy ngón tay sờ. "Dầy khù," lão tự nhủ. "Trời đất quỷ thần ơi, cái quái gì đây?"

Lão thò hai ngón tay vô lôi nó ra – một cái mũi!

Lão ngã ngửa ra ghế, bắt đầu dụi mắt và lại sờ nắn quanh ổ bánh mì. Đúng, rành rành là một cái mũi, không thể nhầm lẫn. Ngoài ra, cái mũi này lại trông rất quen. Mặt lão hẳn lên vẻ kinh hoàng. Nhưng nỗi hoảng sợ của lão chẳng ăn thua gì so với cơn phẫn nộ của bà vợ.

"Đồ quái vật, xẻo mũi của ai ra rồi đấy?" Bà ta giận dữ la lên. "Quân vô lại, đồ bợm nhậu lưu linh lưu địa. Tôi báo cảnh sát đây. Đồ đầu trộm đuôi cướp. Nghĩ lại, tôi nhớ có nghe ba khách hàng nói là hễ mỗi lần họ đến để cạo gọt thì ông lại bắt đầu kéo mũi họ loạn cả lên, lạ là sao cái mũi cũng còn nằm trên mặt họ!"

Nhưng Ivan cảm thấy như mình sống không bằng chết. Lão biết cái mũi đó là của một người, không ai khác hơn là Kovalyov, giám định viên đại học, người mà lão đã phục vụ cạo gọt vào những ngày thứ Tư và Chủ nhật.

"Chờ chút Praskovya. Tôi sẽ gói nó lại trong một miếng vải rồi quẳng nó vô hốc kẹt. Để nó nằm đấy ít lâu sẽ tìm cách tống nó đi."

"Tôi không thèm biết ông sẽ làm gì với nó. Bộ ông nghĩ tôi cứ để cho cái mũi bị xẻo nằm lấy lất trong phòng ngủ của tôi hử...đồ ngu. Tối ngày cứ lo mài liếc lưỡi dao cạo hung tàn của mình để rồi làm hỏng bét mọi thứ. Tưởng tôi sẽ bao che cho ông thoát cảnh sát ư? Đồ heo thúi! Đồ óc bã đậu! Mang nó ra khỏi đây ngay! Muốn làm gì nó thì làm đi, nhưng tôi không muốn cái vật đó còn dây dưa ở đây thêm một phút nào nữa." Ivan Yakovlevich cảm thấy quá sốc. Lão nghĩ tới nghĩ lui mà không biết phải giải quyết ra sao.

Cuối cùng lão vừa gãi tai vừa nói, "tôi mà có biết chuyện gì xảy ra thì cho tôi chết đi. Không thể nói chắc tôi có say xỉn khi về nhà tối qua chăng. Tôi chỉ biết là chuyện này điên quá đi mất.

Bánh mì thì được nướng trong lò, chẳng lẽ mũi cũng được đưa vào lò bánh mì để nướng? Chịu, không thể hiểu đầu cua tai nheo ra sao!..."

Chợt Ivan Yakovlevich im bặt. Nghĩ đến việc cảnh sát có thể đến lục soát chỗ này, tìm thấy cái mũi và sau đó buộc tội mình, lão gần như quẫn trí. Chưa chi lão đã hình dung cái cổ áo màu đỏ thẫm có thêu thùa đẹp đẽ bằng chỉ bạc, và cái lưỡi gươm đó...thế là lão bắt đầu run bắn cả người. Cuối cùng lão xỏ chân vào cái quần cũ nhàu nhượi, mang đôi giày tả tơi rồi trong tiếng chửi rủa của Praskovya Osipovna lải nhải bên tai, lão đi ra đường mang theo cái mũi được gói trong một miếng vải.

Lão chỉ muốn quẳng nó đi đâu đó, hoặc giấu nó giữa hai viên đá lát đường, cạnh cửa ra vào nhà ai đấy, hoặc "vô tình" đánh rơi để cho nó tuột xuống đường. Nhưng làm như cái số xui hay sao, lão cứ va vào bạn bè người quen khiến họ hỏi mãi: "Ủa đi đâu vậy?" hoặc "Đi cạo mặt cạo mày cho khách giờ này hơi bị sớm quá phải không?" Kết quả là lão chẳng có cơ hội để thoát của nợ. Có một lần lão cố ý đánh rơi nó nhưng một viên cảnh sát lại chĩa cây dùi cui vào cái gói và nói: "Nhặt nó lên kìa! Bộ không biết mình làm rơi đồ à?" Thế là Ivan Yakovlevich đành nhặt nó lên giấu vào túi. Lão bấn lên vì tuyệt vọng, nhất là khi phố sá ngày càng đông và hàng quán bắt đầu mở cửa.

Lão quyết định đi về phía cầu St. Isaac để xem liệu có thể quẳng nó xuống sông Neva mà chẳng ai nhìn thấy chăng. Đến đây tôi thật có lỗi vì đã không nói cho độc giả biết đôi điều về Ivan Yakovlevich, một con người đáng được quý vị kính trọng trong nhiều cách thức.

Ivan Yakovlevich, như bất cứ một người Nga lương thiện nào có công ăn việc làm, là một bợm nhậu đáng sợ. Và mặc dù cả ngày làm công việc cạo râu cho thiên hạ, lão không bao giờ rớ tới râu tóc của mình. Áo khoác dạ của lão (Ivan Yakovlevich không bao giờ dùng áo khoác ngoài) có thể được ví như bộ lông của một con chó đốm: có nghĩa là áo thì đen nhưng lỗ chỗ khắp nơi là những đốm vàng nâu và xám. Cổ áo sáng sạch nhưng có thò ra vài cọng chỉ lòng thòng cho biết trước đây đã từng có mấy cái cúc ở đấy. Ivan Yakovlevich có tính phớt tỉnh, và khi ông Kovalyov giám định viên nói "Tay của anh lúc nào cũng hôi rình" trong lúc ông ta đang được cạo râu, thì Ivan Yakovlevich sẽ hỏi: "Sao lại hỏi chứ?" Giám định viên thường trả lời: "Chớ có hỏi tôi, anh bạn thiết ạ. Tôi chỉ biết là nó hôi thôi." Ivan Yakovlevich sẽ đáp lại bằng cách nhón lấy một nhúm thuốc lá bột và rồi như để trả thù, thoa khắp hai bên má, dưới mũi, sau hai lỗ tai và bên dưới bộ râu của ông ta – nói tóm lại, bất cứ nơi nào mà lão cảm thấy cần xát xà phòng.

Giờ thì công dân đáng kính của chúng ta đã đến cầu Isaac. Trước hết lão nhìn kỹ xung quanh. Rồi nghiêng người qua thành cầu giả vờ như đang nhìn xuống sông xem có nhiều cá dưới đó chăng, kế đến lão lén lút ném cái gói xuống nước. Lão cảm thấy như mấy trăm cân nặng chịch vừa được trút khỏi vai, thậm chí lão còn nhoẻn miệng cười nữa.

Thay vì đi tiếp để làm công việc cạo gọt cho các cán bộ viên chức, lão nhắm hướng cửa hàng có bảng hiệu "Thức ăn nóng sốt và trà nóng hổi" để làm một ly. Bất thình lình lão thấy một viên cảnh sát ở đầu cầu, trong sắc phục rất đẹp, râu ria tua tủa, nón gấp 3 góc, kè kè một thanh gươm. Lão lạnh toát cả người khi viên cảnh sát ra hiệu với lão và nói: "Tới đây, anh bạn." Biết phép tắc xã giao, Ivan Yakovlevich đi loạng choạng năm sáu bước đến gần và giở mũ ra chào: "Kính chúc Ngài buổi sáng tốt lành!"

"Khỏi, anh bạn. Việc gì phải gọi tôi bằng "Ngài" long trọng thế. Chỉ cần cho tôi biết lúc nãy anh làm gì trên cầu."

"Dạ nói thật là tôi đang trên đường đến phục vụ cho một khách hàng, có dừng lại trên cầu để xem dòng nước bên dưới chảy xiết đến đâu."

"Anh nói láo. Anh tưởng tôi có thể tin một chuyện như thế! Tốt hơn nên minh bạch ngay đi."

"Tôi sẵn sàng cạo gọt cho ngài một tuần hai lần, hay thậm chí ba lần, mà không kêu ca gì ạ," Ivan Yakovlevich đáp.

"Anh bạn ơi, không có chuyện đó đâu. Tôi đã có ba ông thợ cạo rất lấy làm hân hạnh được phục vụ tôi rồi. Bây giờ anh có chịu nói anh đã làm gì đằng kia không nào?"

Ivan Yakovlevich tái xanh mặt mày... Nhưng đến đây mọi thứ trở nên quá mù mịt đến nỗi thật khó nói việc gì đã xảy ra sau đó.

2

Giám định viên Kovalyov thức dậy khá sớm và lấy môi thành tiếng "brrrr..." Ông luôn luôn làm thế mỗi khi thức dậy. Nếu hỏi tại sao, ông chịu, không thể đưa ra lý do. Ông duỗi tay duỗi chân xong sai người mang lại cho tấm gương nhỏ trên bàn để ngó qua cái mụn xuất hiện trên mũi mình đêm hôm trước, nhưng rồi trong kinh ngạc tột độ, ông nhìn thấy, thay vì cái mũi thì chẳng có gì ngoại trừ một phiến phẳng lỳ! Hoảng kinh, Kovalyov sai mang nước đến đoạn chùi mắt bằng khăn lông. Làm sao được: cái mũi của ông ta đã biến mất. Ông bắt đầu tự ngắt véo để cầm chắc mình không đang ngủ mê mà hoàn toàn tỉnh thức. Giám định viên phóng ra khỏi giường và rung lắc toàn thân: vẫn chẳng thấy mũi đâu! Ông lệnh cho mang tới quần áo rồi vội vã phóng thẳng đến gặp vị cảnh sát trưởng.

Cũng nên nói vài lời về Kovalyov để độc giả biết ông ta thuộc loại giám định viên gì. Quý vị không thể so sánh những chuyên viên giám định có nhiệm sở nhờ nhiều thứ chứng thực được linh động chỉ định ở vùng Caucasus. Hai loại viên chức hoàn toàn khác nhau nhé. Loại trên khác với loại Giám định viên có bằng cấp qua đào tạo học hành đàng hoàng... Nhưng nước Nga là một quốc gia kỳ quái đến nỗi cho dù vượt qua được bất cứ đánh giá nào dành cho một vị giám định viên thì đó là chuyện riêng tư của mỗi vị từ Riga cho đến Kamchatka. Đối với tất cả những người có tước vị và chức vụ trong guồng máy nhà nước đều như vậy. Kovalyov là đối tượng được linh động đãi ngộ thuộc vùng Caucasus.

Ông ta được chức giám định viên chỉ mới hai năm nay thôi nên không có giây phút nào mà quên được việc đó. Để làm cho mình có vẻ quan trọng và địa vị của mình thêm nặng nề ông chẳng bao giờ tự xưng mình là giám định viên, thay vì thế lại dùng tước vị "Major"/Thiếu tá. Nếu gặp một phụ nữ bán dạo những tấm khoác trước ngực áo ông sẽ nói "Nghe đây cưng, đến gặp ta ở tư gia nhé. Căn hộ của ta nằm trên đường Sadovaya. Chỉ cần hỏi có phải Thiếu tá Kovalyov sống ở đây không, sẽ có người chỉ lối." Nếu người phụ nữ đó có nhan sắc ông ta sẽ thì thầm một vài chỉ dẫn bí mật rồi nói "Chỉ cần hỏi thiếu tá Kovalyov nhé cưng." Vậy thì qua câu chuyện này ta sẽ gọi ông ấy là Thiếu tá. Thiếu tá Kovalyov có thói quen hàng ngày đi dạo dọc theo đại lộ Nevsky. Cổ áo sơ mi luôn luôn sạch bong và được hồ cứng. Râu ria của ông ta thuộc loại ta thường thấy nơi các kiểm sát viên tỉnh lẻ, kiến trúc sư, bác sĩ giải phẫu quân y, những người có chút dính líu đến cảnh sát, những người có môi má hồng hào và là những tay cờ bạc lão luyện. Mớ râu ria này mọc từ giữa má lan đến tận hai lỗ mũi. Thiếu tá Kovalyov thường mang theo trong người rất nhiều huy hiệu – mang biểu tượng áo giáp hoặc có khắc chữ Thứ Tư, Thứ Năm, Thứ Hai, vân vân. Thiếu tá Kovalyov đã đến St Petersburg với mục đích tìm một công việc sao cho có thể duy trì cấp bậc của mình. Nếu gặp may ông ta sẽ giữ chức phó thống đốc, nhưng nếu thất bại, làm việc với tư cách thư ký hành chính trong các ban ngành của nhà nước thì cũng ổn. Thiếu tá Kovalyov không chống đối hôn nhân nếu cô dâu trị giá 200.000 rúp. Giờ thì quý vị đã có thể đánh giá nhân vật này để biết ông ấy cảm thấy như thế nào khi mà thay vì một cái mũi khá là bảnh bao với kích cỡ đâu ra đấy thì ông ta chỉ thấy một khoảnh phẳng lỳ trơn nhẵn đến phi lý.

Như thể đã chưa đủ tệ, chẳng thấy bóng dáng xe cộ nào qua lại thành ra ông ta phải cuốc bộ về nhà, vừa đi vừa co ro trong áo choàng, mặt thì che lại bằng chiếc khăn tay để thiên hạ tưởng mình đang bị chảy máu mũi. "Nhưng có lẽ mình đang nằm mơ thôi. Chứ làm gì có chuyện mình ngốc đến làm mất cả mũi chứ?" Nghĩ vậy ông ta bèn ghé tạt qua một quán cà-phê để liếc qua gương. May mà quán vắng khách, chỉ có vài nhân viên phục vụ đang quét dọn và xếp lại bàn ghế. Một vài người trong số này với ánh mắt mệt mỏi, đang bê mấy cái khay chất đầy bánh nướng nóng hổi. Các tờ nhật báo của ngày hôm trước loang lỗ vệt cà-phê nằm rải rác trên bàn ghế của quán. "Tạ ơn trời, không có ai xung quanh," ông ta nói, "giờ mình có thể ngó qua một phát." Ông ta rón rén bước đến gần tấm gương rồi nhìn vào! "Trời đất quỷ thần ơi? Cái quái gì thế này?" ông ta la lên, nhổ đánh toẹt xuống sàn nhà. "Phải chi có gì đó trám chỗ cái mũi, đàng này chẳng có gì sất!"

Ông bặm môi bực bội, rời khỏi quán cà-phê và nhất quyết không thèm mỉm cười hay nhìn ngó bất cứ ai, hành xử như vậy thật chẳng giống ông ta chút nào. Bất thình lình ông đứng sựng lại như trời trồng gần cửa ra vào của một ngôi nhà và nhìn thấy một việc khó tin. Một chiếc xe ngựa đậu xịch lại trước cổng. Cửa xe mở và một quý ông mặc sắc phục khom người nhảy xuống, hối hả bước lên bậc tam cấp. Kinh hoàng lẫn kinh ngạc chiếm lấy Kovalyov khi ông ta nhận ra cái mũi ngạo nghễ của chính mình! Sau khi nhìn thấy cảnh này mọi thứ bỗng trở nên hỗn loạn. Hai chân khó thể đứng vững, và dù toàn thân run bắn và nóng bừng ông vẫn quyết định bằng bất cứ giá nào cũng chờ cho đến khi cái mũi quay trở ra xe.

Khoảng hai phút sau cái mũi trở ra thật. Nó mặc sắc phục có thêu chỉ vàng, bâu áo dựng thẳng, quần da sơn dương, kiếm dắt bên hông. Nhìn cái lông đính trên nón người ta có thể biết tay này giữ chức Ủy viên Hội đồng Quốc gia. Và rõ ràng là cái mũi vừa ghé thăm ai đó. Nó nhìn phải nhìn trái rồi la to với tay đánh xe: "Đi nào!" xong leo lên xe, và thế là đi.

Ông Kovalyov tội nghiệp lúc này gần như mất trí. Ông không biết phải hiểu chuyện này ra làm sao. Làm thế nào mà cái mũi mới hôm qua còn chễm chệ trên mặt mình giờ đây lại có thể bách bộ loanh quanh, đi xe ngựa, lại còn mặc sắc phục nữa chứ! Ông ta chạy rượt theo chiếc xe, may mà nó chỉ đi một quãng ngắn rồi dừng lại bên ngoài thánh đường Kazan. Kovalyov hối hả chạy vào quảng trường của Thánh Đường, để mở đường vào, ông ta chen qua một đám mấy bà ăn xin - những người thường làm Kovalyov cười ngất vì cái cách họ che bít mặt mũi chỉ chừa hai con mắt. Chỉ có vài người đang cầu nguyện, những người khác đứng ở lối vào. Kovalyov cảm thấy quẫn trí quá, không có tâm trạng cầu nguyện chi cả, mắt cứ láo liên lùng sục mọi ngóc ngách để tìm cái mũi mặc sắc phục. Một lát sau ông ta nhận ra nó đang đứng cạnh một trong những bức vách dọc thánh đường. Mặt nó bị che khuất sau cổ áo cao, và nó đang say sưa cầu nguyện với vẻ thành kính. "Cách nào hay nhất để tiếp cận nó đây?" Kovalyov nghĩ. "Xét về bộ trang phục, cái nón và ngoại hình, nó hẳn là Ủy viên Hội Đồng Quốc Gia. Nhưng quỷ thần ơi, ta mà biết là chết liền!" Ông ta cố gây chú ý bằng cách ho thành tiếng, nhưng cái mũi không hề xao lãng vẻ thành tâm lấy một giây, lại còn tiếp tục cúi lạy về phía bàn thờ.

"Thưa ngài," Kovalyov thu hết can đảm nói, "thưa ngài..." "Anh có việc gì thế?" cái mũi quay lại hỏi.

"Tôi không biết nói sao cho phải, thưa ngài, nhưng tôi thấy kỳ lạ quá...Ngài không biết ngài thuộc về nơi đâu ư? Và tôi đã tìm ngài ở đâu nhỉ, khắp nơi, nhưng rồi lại gặp ngài ở nhà thờ! Tôi tin chắc ngài sẽ đồng ý rằng..."

"Xin lỗi, nhưng vui lòng cho tôi biết anh đang nói gì thế? Giải thích xem nào."

"Làm sao mà nói tách bạch đây?" Kovalyov băn khoăn. Động não thêm lần nữa, ông ta nói: "Tất nhiên ạ. Tôi, đúng ra là một Thiếu tá. Hẳn ngài cũng đồng ý với tôi rằng ở địa vị của tôi, đi tới đi lui mà không có mũi thì trông không đặng chút nào. Chẳng thà như bà già bán cam đã lột vỏ trên cầu Voskresensky đi, không sao. Do tôi đang hy vọng sớm được thăng tiến... Ngoài ra tôi cũng có quen biết một vài phu nhân thuộc giới thượng lưu: thí dụ như quý bà Chekhtaryev, Ủy viên Hội đồng Quốc gia, ngài có thể tự mà phán đoán... Tôi thật tình không biết nói sao thưa ngài. (Ông ta nhún vai khi nói câu này). Xin thứ lỗi cho tôi, nhưng ngài cần xem xét việc này như một vấn đề thuộc về danh dự và nguyên tắc. Ngài có thể tự mình thấy..."

"Tôi chẳng thấy gì cả," cái mũi đáp. "Vui lòng đi vào trọng tâm." "Thưa ngài," Kovalyov nói tiếp bằng giọng tự mãn, "tôi thực sự không hiểu ý ngài. Sự việc rõ rành rành ai cũng thấy... Trừ phi ngài muốn... Ngài không nhận ra ngài chính là cái mũi của tôi hay sao?"

Cái mũi chau mày nhìn Thiếu tá Kovalyov.

"Anh bạn ạ, anh nhầm rồi. Tôi cũng là người như ai vậy. Hơn nữa tôi không thấy giữa chúng ta có điểm nào chung. Ngó qua mấy cái cúc áo trên trang phục của anh, tôi có thể nói anh trực thuộc một ban ngành khác của nhà nước."

Nói đến đây cái mũi quay đi và tiếp tục cầu nguyện.

Kovalyov quá bối rối đến không biết phải làm gì nghĩ gì. Đúng lúc ấy ông ta nghe tiếng sột soạt vui tai từ áo váy đính đầy ren tua của một phụ nữ, một bà cao niên, đang đến gần, đi cùng là một thiếu nữ dáng thanh mảnh vừa vặn trong chiếc đầm trắng làm tôn lên dáng người thon thả, đầu đội nón màu vàng nhạt trông nhẹ tênh như một chiếc bánh ngọt. Một người hầu râu ria xồm xoàm, trông như có đến nửa tá bâu áo quanh cổ, đứng phía sau hai người phụ nữ, tay mở nắp một hộp thuốc lá. Kovalyov đến gần, kéo cao bâu áo, chỉnh lại mấy cái huy hiệu treo tòng teng ở dây đồng hồ quả quýt, miệng cười toe toét, mắt hướng về cô thiến nữ thanh mảnh lúc này đang cúi đầu cầu nguyện như một đóa hoa xuân, bàn tay trắng nhỏ với những ngón thon gần như trong veo không ngớt đưa lên trán. Nụ cười của Kovalyov càng rộng huỵch khi nhìn thấy bên dưới vành nón của nàng là một chiếc cằm tròn trịa nhỏ xinh có màu trắng sáng và đôi má phơn phớt ửng sắc đóa hồng đầu tiên của mùa xuân.

Nhưng ông ta thình lình nhảy lui như bị phỏng lửa, sực nhớ ra thay vì có mũi thì mình chẳng có gì sất, thế là nước mắt trào ra. Ông ngoái lại định nói toẹt ra với cái mũi mặc sắc phục rằng chẳng qua đây chỉ là trò chơi cải trang thành Ủy viên Hội đồng

Quốc gia mà thôi, rằng nó chỉ là một kẻ lừa đảo, một tên du thủ du thực, và thật ra chuyện này không gì khác hơn là vấn đề tài sản riêng tư của ông, cái mũi... Nhưng cái mũi đã mất dạng, nó đã thừa cơ lẻn đi mà không ai thấy, chắc lại viếng thăm ai đó.

Điều này khiến Kovalyov hoàn toàn tuyệt vọng. Ông ta bước ra ngoài và đứng tần ngần khoảng dăm phút dưới hàng cột, cẩn trọng đưa mắt nhìn quanh với hy vọng nhìn thấy cái mũi. Ông ta nhớ rất rõ là nó đội cái nón trên có cắm lông và mặc sắc phục có thêu chỉ vàng. Nhưng lại không để ý xem cái áo khoác của nó như thế nào và xe ngựa nó đi có màu gì, với lại mấy con ngựa kéo xe nữa, và có hay chăng một người hầu mặc đồng phục gia nhân ngồi phía sau. Ngoài ra, có quá nhiều xe ngựa dập dìu tới lui nhưng lại di chuyển quá nhanh thành ra khó mà nhận ra chiếc nào là chiếc nào, dẫu có nhận ra cũng không cách chi bắt nó dừng lại được.

Hôm ấy là một ngày chủ nhật đầy nắng. Đại lộ Nevsky chật như nêm. Một dòng người chảy như thác dọc lề đường từ Tổng Nha Cảnh Sát xuống đến cầu Anichkov. Cách đó không xa ông ta nhìn thấy Cố vấn Tòa Án mà ông gọi là Trung tá, nhất là những lúc xung quanh có nhiều người. Gần đấy có Yaygin Thư ký Thượng viện, một người bạn thân của ông, luôn thua bài khi chiếu bạc có tám người chơi. Một vị thiếu tá khác, giám định viên, thuộc đối tượng được linh động đãi ngộ vùng Caucasus, vẫy tay rủ ông ta đến tán gẫu.

"Thôi dẹp đi!" Kovalyov vừa nói vừa vẫy một chiếc xe ngựa. "Bác tài, đưa ta đến nhà Cảnh sát trưởng."

Ông ta trèo lên xe rồi quát: "Chạy hết tốc lực nhe!"

"Ông cảnh sát trưởng có nhà không," ông vừa hỏi vừa bước vào tiền sảnh.

Người gác cửa nói: "Ngài ấy không có ở đây, thưa ông, đã rời đi vài phút trước rồi ạ."

"Chà hôm nay ta xui thật"

"Vâng," người gác cửa nói thêm, "ông chỉ trễ chút xíu thôi, sớm hơn một phút thì ông đã kịp gặp ngài ấy rồi."

Khăn mùi-xoa vẫn còn bịt mặt, Kovalyov lại trèo lên xe ngựa bốn bánh rồi la to bằng một giọng vô vọng: "Đi nào."

"Đi đâu ạ?" người đánh xe hỏi. "Đi thẳng."

"Đi thẳng? Nhưng đây là ngõ cụt – chỉ có thể quẹo phải hoặc quẹo trái."

Câu hỏi của người đánh xe khiến Kovalyov khựng lại và suy nghĩ. Ở địa vị của mình, tốt hơn hết nên đi thẳng đến Cơ Quan An Ninh Thành Phố trước cái đã, không phải vì nơi này trực tiếp liên đới với cảnh sát mà vì đó là nơi giải quyết mọi sự vụ nhanh chóng hơn bất cứ ban phòng nào của nhà nước. Không lý gì mà đi thẳng đến cơ quan đầu ngành nơi cái mũi khoe là nó làm việc ở đấy, ông ta thừa biết trước là cái mũi chẳng coi thứ gì ra thể thống gì và sẽ dễ dàng thuyết phục cấp trên của nó bằng cách nói dối trắng trợn là nó chưa hề gặp Kovalyov bao giờ.

Đúng cái lúc Kovalyov suýt bảo người đánh xe đi thẳng đến Cơ Quan An Ninh, ông ta chợt nghĩ cái kẻ lừa đảo, cái tên du thủ du thực hành xử không biết xấu hổ ấy có thể đã lợi dụng sự trì trệ mà lẻn ra khỏi thành phố, và thế là mọi nỗ lực truy lùng nó sẽ trở nên vô ích, và chuyện có thể kéo nhì nhằng ra thêm cả tháng nữa, lạy Trời, mong là không phải thế. Tuy nhiên bỗng dưng mà được ơn trên khiến cho nẩy ra ý khác. Ông ta quyết định đi thẳng đến tòa báo để đăng một mục rao vặt trong đó mô tả chi tiết cái mũi, ai có tình cờ bắt gặp xin lập tức giao nộp nó cho Kovalyov, hoặc ít nhất cho ông biết phải tìm nó ở đâu. Quyết định hành động như vậy thật là thượng sách. Ông lệnh cho người đánh xe trực chỉ toà báo và trong suốt hành trình này ông liên tục dùng nắm tay đấm thùm thụp trên lưng bác tài miệng quát tháo: "Nhanh nữa, đồ ôn hoàng dịch lệ, nhanh thêm nữa coi."

"Nhưng mà thưa ông..." người đánh xe vừa vặn lại phản đối vừa lắc đầu rồi giật dây cương con ngựa của mình, nó có bộ lông dài thậm thượt như chó Tây Ban Nha. Cuối cùng chiếc xe ngựa cũng dừng lại và Kovalyov hớt hơ hớt hải phóng vô phòng chờ, nơi một ông thư ký tóc muối tiêu mang kính, mặc áo khoác dạ cũ sì đang ngồi tại bàn làm việc, miệng cắn cây bút giữa hai hàm răng, tay đếm mớ tiền xu bằng đồng.

"Ai phụ trách mục rao vặt ở đây?" Kovalyov la to. "À quên nữa, chào quý vị, sáng nay đẹp trời quá nhỉ."

"Chào ông," thư ký tóc muối tiêu đáp lễ, nhướng mắt lên một giây rồi lại ngó xuống cái đống tiền cắc vương vãi đầy bàn. "Tôi muốn đăng một mẩu rao vặt."

"Phiền ông đợi cho một lát," ông thư ký trả lời, một tay ghi chép con số, tay còn lại di chuyển hai hạt trượt trên bàn tính.

Một người hầu, qua trang phục gia nhân có tết dây vàng và vẻ ngoài khôn lanh, hẳn đang giúp việc cho gia đình quyền quý nào đó, đang đứng cạnh bàn, tay cầm mảnh giấy, và như để khoe mình có thể chén anh chén chú với thượng vàng hạ cám, bắt đầu râm ran:

"Tin tui đi, con chó xấu xí đó chỉ đáng giá tám mươi kopek. Tui sẽ không thèm trả hơn mười sáu kopek đâu. Nhưng bà Bá Tước bả mê nó như điếu đổ, vì thế mà bả không ngại gì trả 100 rúp cho bất cứ ai tìm thấy nó. Chỗ thành thật với nhau, tui xin nói thẳng ra là về vấn đề thị hiếu thì chẳng biết đâu mà lần. Nếu một tay chơi sành điệu trả 500 rúp, thậm chí cả ngàn cho một con chó săn hươu hoặc một con chó lông xoắn thuộc giống tốt thì tui còn hiểu được, đàng này...."

Viên thư ký già lắng nghe gã gia nhân một cách nghiêm chỉnh trong khi vẫn loay hoay tính toán từng chữ trong các mục quảng cáo. Căn phòng đông nghịt các cụ bà, nhân viên bán hàng, gác-dan, tất cả đều cầm trong tay các mẫu quảng cáo cần đưa lên báo. Trong số các mẫu này có thông tin về một người đánh xe "có hoàn cảnh tối tăm" đang tìm việc làm; một mẫu khác rao bán một xe ngựa ít dùng được mang về từ Paris năm 1814; mẫu khác giới thiệu một cô hầu gái 19 tuổi có kinh nghiệm giặt giũ, nhưng sẵn sàng nhận làm việc khác; các mẫu khác rao bán xe ngựa còn tốt, trừ một chiếc thiếu mất lò xo; một ngựa "non" đốm xám 17 tuổi; hạt giống củ cải đỏ và cải turnip hàng mới về từ Luân Đôn; một ngôi nhà miền quê với đầy đủ tiện nghi hiện đại, có cả chuồng đủ lớn để chứa hai con ngựa và một miếng đất đủ rộng để trồng cây con hoặc rừng thông. Một thông báo mời các khách hàng tiềm năng đến phòng đấu giá các loại đế giày ống cũ từ 8 đến 3 giờ chiều mỗi ngày. Gian phòng nơi tất cả những con người này chen chúc rất nhỏ và ngột ngạt. Nhưng giám định viên Kovalyov không ngửi thấy mùi gì vì cả khuôn mặt bị bịt kín – mà dù sao thì ông ấy cũng chẳng còn khứu giác vì cái mũi đã lỉnh đâu mất chỉ có Trời biết.

"Anh ơi *làm* ơn *làm phước* ghi xuống chi tiết ngay đi. Tôi thực tình không thể chờ lâu hơn," ông ta nói, bắt đầu sốt ruột. "Xin ông đợi cho một phút! Hai rúp bốn mươi ba kopek. Tôi gần xong rồi đây. Một rúp sáu mươi bốn kopek," viên thư ký tóc muối tiêu vừa lầu bầu vùa giúi mấy miếng giấy nhỏ vào tay các bà cụ và gia nhân đang đứng xung quanh. Cuối cùng ông ta quay sang Kovalyov và nói: "Ông cần chi?"

"Tôi cần..." Kovalyov bắt đầu kể lể. "Có chuyện ám muội đang xảy ra, tôi chưa dám nói chắc đây là một trò đùa bẩn thỉu hay một âm mưu xấu xa. Tôi muốn anh rao thưởng hậu hĩnh cho người nào đầu tiên tìm thấy một tên vô lại..."

"Xin ông cho biết tên."

"Sao lại cần đến tên? Tôi không thể cho anh biết. Rất nhiều người biết tôi, thí dụ như bà Palagaya

Podtochin nhân viên chánh văn phòng, bà Chekhtaryev Ủy viên Hội đồng Quốc gia…họ sẽ biết ngay là ai, mà lạy Trời, mong là chuyện này không xảy ra! Chỉ cần ghi 'thẩm định viên' hoặc tốt hơn, ghi 'Thiếu tá'.

"Người thất tung là nông nô của gia đình ông?"

"Nông nô của gia đình? Nếu được vậy thì tội ác chỉ nghiêm trọng có một nửa! Là *cái mũi* của tôi bị thất tung á!"

"Ừm… tên lạ nhỉ. Thế cái me-xừ Mũi lúc biến đi có lấy cắp nhiều thứ không?"

"Ý tôi là cái mũi *của tôi*. Anh không hiểu sao. Là chính cái mũi của tôi đã biến mất. Ai đó đã chơi tôi một cú quái ác"

"Nó biến đi như thế nào? Tôi không hiểu."

"Tôi không thể cho anh biết nó biến đi như thế nào. Nhưng làm ơn hiểu cho rằng, chính trong lúc này đây cái mũi của tôi đang chu du khắp thành phố, tự xưng là Ủy viên Quốc gia. Bởi vậy tôi mới nhờ anh in giùm cái mẩu quảng cáo này thông báo ai là người đầu tiên bắt được nó xin vui lòng trả lại cho chính chủ sớm chừng nào hay chừng ấy. Anh tưởng tượng đi, thiếu mất cái phần nổi trội nhất của cơ thể thì cảm thấy ra làm sao chứ! Nếu chỉ là cái ngón chân nhỏ chút chéo thì tôi có thể mang giày vô, không ai mà không biết phải làm thế. Vào những ngày thứ năm tôi thường đến nhà bà Chekhtaryev (bà ấy là ủy viên) và bà Podtochin nhân viên chánh văn phòng – cả cô con gái nhỏ xinh đẹp của bà ta nữa. Tất cả những người này là bạn thiết của tôi, vậy hãy tưởng tượng xem…trong hoàn cảnh *của tôi* làm sao mà lui tới thăm viếng họ được nữa chứ?"

Viên thư ký mím chặt môi ra chiều suy nghĩ rất lung. Sau một hồi lâu im lặng, ông ta nói: "Tôi không thể nào in một mẩu quảng cáo như vậy trên báo chúng tôi."

"Cái gì? Sao lại không thể?"

"Để tôi nói cho ông nghe. Một tờ báo có thể bị thân bại danh liệt. Nếu ai cũng báo là mất lỗ mũi, tôi không biết rồi mọi việc sẽ kết thúc ra sao. Đã có nhiều tin giả và lời đồn đãi thất thiệt bị in lên báo rồi..."

"Mà sao anh lại thấy là vô lý chứ? Tôi không nghĩ thế."

"Thì đó là do ông nghĩ. Mới tuần trước đã có một ca tương tự. Một thư ký đến đăng rao vặt giống như ông. Tốn hết 2 rúp 73 kopek chỉ để rao con chó lông xoắn màu đen của anh ta đã bỏ đi mất. Ông nghĩ xem thực sự anh ta có ý gì? Cuối cùng thì chúng tôi có trong tay một ca mạ lỵ: con chó lông xoắn mang ý nghĩa châm biếm ám chỉ một viên thủ quỹ – không nhớ anh ta thuộc bộ nào."

"Nhưng tôi muốn đăng rao vặt về cái mũi của tôi, không phải chó lông xoắn, một thứ thân thiết với tôi không biết bao nhiêu mà nói!"

"Không, tôi không thể nhận đăng một mẩu rao vặt như vậy." "Nhưng tôi đã mất *cái mũi!*"

"Vậy ông tốt hơn nên đi bác sĩ. Tôi nghe nói có chuyên gia có thể gắn cho bất cứ cái mũi nào ông thích. Dù gì ông có vẻ thuộc túyp người vui tính, thích đùa một tí cho vui.”

“Thánh thần thiên địa ơi, thề với anh là tôi nói thật. Nếu anh thực sự muốn, tôi sẽ chứng minh cho anh thấy.”

“Nếu là ông, tôi sẽ không làm thế,” viên thư ký nói tiếp, tay nhón lấy một nhúm bột thuốc lá dạng hít. “Tuy nhiên, nếu *thực sự* không thành vấn đề,” anh ta vừa nói thêm vừa chồm người về phía trước với tất cả hiếu kỳ, “tôi cũng không lấy làm phiền ngó qua một phát.”

Giám định viên tháo cái mùi-xoa ra.

“Ồ kỳ lạ thật! Dẹt lét, giống như một cái bánh phèng la mới ra lò. Phẳng phiu đến khó tin.”

“Còn cự nự nữa thôi! Giờ anh đã tận mắt nhìn thấy thì anh còn từ chối gì nữa. Tôi sẽ đặc biệt ghi nhớ chút ân huệ này, thật là vui được gặp anh.”

Ông Thiếu tá nghĩ một chút tâng bốc sẽ rất được việc.

“Tất nhiên *in* mẫu quảng cáo này không có vấn đề gì,” viên thư ký nói. “Nhưng tôi không hiểu ông được gì từ chuyện này. Nếu muốn, ông có thể biếu nó cho ai đó có năng khiếu viết lách, anh ta sẽ nặn ra một câu chuyện thuộc loại quái đản hiếm có rồi đăng nó lên tờ *The Northern Bee* (nói đến đây anh ta hít thêm một hơi bột thuốc lá) cho giới trẻ có dịp thưởng thức (anh ta chùi mũi). Không thì nó cũng là một cái chi đó thú vị đối với đại chúng.”

Tất cả hy vọng của giám định viên hoàn toàn tan thành mây khói. Ông ta ngó xuống cuối trang một tờ chương trình của nhà hát. Tên một nữ diễn viên có nhan sắc suýt chút nữa khiến ông ta nhoẻn miệng cười, ông cho tay vào túi để kiếm một tờ 5 rúp vì theo ý ông các viên chức cao cấp của nhà nước chỉ nên ngồi ở các hàng ghế tầng trệt. Nhưng rồi sực nhớ đến cái mũi của mình, ông biết không thể nào tính đến chuyện đi xem kịch cọt gì nữa.

Rõ ràng là đến viên thư ký cũng xúc động trước hoàn cảnh éo le của Kovalyov, anh ta nghĩ nói ra vài lời thông cảm để làm ông ấy vui lên chắc chẳng hại gì.

"Thật tình tôi lấy làm vô cùng tiếc về chuyện đã xảy ra. Làm một hơi nhé? Hít thuốc có thể chữa được chứng nhức đầu – nó cũng làm cho trong lòng thấy vui tươi hơn. Trị cả bệnh trĩ đấy."

Vừa nói viên thư ký vừa đưa hộp thuốc lá ra mời Kovalyov, khéo léo mở bật nắp hộp nơi có đính chân dung một thiếu nữ đội nón.

Hành động vô tư vô lự thiếu suy nghĩ của viên thư ký khiến Kovalyov mất hết kiên nhẫn.

"Tôi không hiểu vì sao anh có thể đùa được trong lúc này," ông ta nói một cách giận dữ. "Bộ anh đui hay sao mà không thấy tôi chẳng có cái dùng để ngửi? Với bột thuốc lá, anh biết anh phải làm gì. Nhìn nó tôi không thể chịu nổi, vả lại ít nhất anh cũng nên mời tôi loại hàng Pháp chứ không phải cái nhãn hiệu Berezinsky tào lao này."

Càm ràm xong ông ta đùng đùng sải bước ra khỏi tòa báo, đi ngay đến chỗ Thanh tra Cảnh sát địa phương (một tay cuồng đồ ngọt, phòng khách chất đầy những viên đường do mấy người lái buôn biếu xén để giữ quan hệ tốt với y). Kovalyov đến đúng lúc y đang nằm duỗi người, miệng lầu bầu, "đến giờ đánh một giấc trưa hai tiếng đây." Giám định viên của chúng ta quả đã chọn sai thời điểm để ghé thăm.

Thanh tra Cảnh sát là người bảo trợ quan trọng cho ngành nghệ thuật và công nghiệp, nhưng y mê nhất là tiền giấy do nhà nước phát hành. "Không gì tuyệt hơn tiền giấy," y thường nói. "Nó không cần phải được nuôi ăn, chiếm rất ít chỗ và trượt vào túi ta một cách mê ly. Ngoài ra, nếu có đánh rơi nó cũng không vỡ."

Thanh tra Cảnh sát tiếp đón Kovalyov một cách lạnh nhạt, y nói thời gian sau cơm tối không phải để điều tra, rằng thiên nhiên đã qui định phải có nghỉ ngơi sau các bữa ăn (nghe vậy giám định viên của chúng ta bèn kết luận Thanh tra Cảnh sát rất thông thạo về trí khôn loài người thời cổ đại), rằng những con người đáng kính không thể nào bị xẻo mũi, và rằng mấy tên Thiếu tá lúc nào cũng đi loanh quanh gõ cửa nhà này nhà nọ, mấy tên đó rất là tuềnh toàng về quần áo lót và có thói quen la cà những nơi ô uế nhất.

Những chuyện kín không nên nói ra này ngay lập tức khiến Kovalyov nổi dóa. Đến đây tôi cần nói rõ Kovalyov là một người cực kỳ nhậy cảm. Thiên hạ có bình luận gì về con người của ông ấy,

Kovalyov chẳng lấy thế làm phiền, nhưng những bôi nhọ chĩa mũi dùi vào cấp bậc hay địa vị xã hội của ông lại là một vấn đề khác.

Theo như ông biết, người ta muốn nói gì thì nói về nhân viên cấp dưới, nhưng nếu muốn tấn công thì phải chừa ra các viên chức cao cấp của nhà nước.

Thái độ tiếp đón của viên Thanh tra khiến Kovalyov chỉ biết lắc đầu giơ hai tay lên trời, thế là ông nói bằng một giọng nghiêm túc, "Xin được thẳng thắn, sau những nhận định rất xúc phạm của ông, tôi không còn gì để nói..." đoạn bước ra ngoài. Ông ta về đến nhà và cảm thấy như đôi chân mình chẳng còn ở chỗ của nó. Trời đã sụp tối. Sau những yêu cầu không kết quả, về tới nhà mình sao thấy nó buồn thảm chán chường quá. Khi bước vào sảnh, ông thấy anh chàng gác-dan Ivan nằm trên cái ghế dài bằng da nhớp nhúa đang cố gắng phun bắn nước bọt lên trần nhà sao cho chạm vào vết cũ, lần nào cũng trúng đích. Tính hời hợt bờ chờ bợt chợt của cậu này khiến Kovalyov nổi trận lôi đình lấy nón quật cho chàng ta một phát vô trán và nói: "Đồ heo mập! Bộ không có việc gì khác hay ho hơn để làm hử?"

Ivan nhanh nhẩu chồm dậy cởi áo khoác cho Kovalyov. Mệt mỏi và ngán ngẩm, Thiếu tá vào phòng, gieo người xuống ghế bành và sau mấy lượt thở dài thở vắn ông ta thốt lên:

"Trời ơi là Trời! Ta đã làm gì để phải chịu cảnh này? Mất một cái chân hay một cánh tay cũng không tàn tệ đến thế. Thậm chí mất cả *hai cái lỗ tai* cũng đâu đến nỗi thê thảm như vậy. Người không có mũi thì, ông Trời biết đấy, chẳng là cá cũng chẳng là chim. Chỉ là thứ vứt đi thôi. Chẳng thà bị đứt phăng cái mũi trong chiến tranh hay trong một cuộc đấu súng tay đôi thì ít ra mình cũng có chuyện để nói về nó. Đằng này vô cớ mà mất và không thể huênh hoang về điều đó, thật không đáng đồng xu cắc bạc! Không...không thể như thế được. Cái mũi không thể cứ như vậy mà biến! Không bao giờ! Chắc là mơ ngủ thôi, hay mình đã uống phải cái loại vodka thường dùng thay nước để vuốt râu sau khi cạo: thằng Ivan ngu ngốc có thể đã đặt nó lại trong tủ."

Để tự chứng minh mình không say rượu Thiếu tá ngắt véo mình thật mạnh đến nỗi phải kêu lên đau đớn, điều này thực sự thuyết phục rằng ông tỉnh táo và hoàn toàn làm chủ các giác quan. Ông rón rén men đến gần tấm gương và nheo mắt lại với hy vọng cái mũi tái xuất hiện đúng vị trí của nó, nhưng lập tức nhảy lùi, kêu lên: "Lại cũng trống hốc!"

Thật không thể nào hiểu nổi. Mất một cúc áo, cây muỗng bạc, đồng hồ đeo tay hoặc cái gì đại loại như thế thì còn hiểu được. Nhưng mất *lỗ mũi* ngay trong căn hộ của mình... Thiếu tá Kovalyov cân phân mọi chứng cứ và cho rằng giải thích hợp lý nhất chính là bà Podtochin, nhân viên chánh văn phòng, bà này muốn gả con gái của mình cho ông, chính bà ấy chứ không ai khác. Thật ra ông ta thích đeo đuổi cô gái chứ chưa hề cầu hôn. Rồi khi bà ấy đề nghị thẳng toẹt muốn trao bàn tay con gái mình cho Kovalyov thì ông lịch sự rút lui viện cớ hãy còn trai tráng và muốn cống hiến cho sự nghiệp thêm 5 năm nữa, đến lúc ấy thì ông cũng chỉ mới 42 thôi. Để trả thù, bà ta hẳn đã thuê một vài phù thủy đến cuỗm nó đi, đó là cách duy nhất cái mũi của ông có thể bị xẻo – đâu có ai đã bước vào căn hộ, lão thợ cạo Ivan Yakovlevich cạo râu cắt tóc cho ông thứ Tư tuần trước rồi, sau đó và suốt cả ngày thứ năm cái mũi vẫn còn y nguyên. Ông nhớ rành rành tất cả những điều này. Hơn nữa nếu bị xẻo mũi thì phải đau đớn lắm chứ và vết thương không thể lành lặn tức thì, trơn phẳng nhẵn nhụi như một cái bánh phèng la. Ông bắt đầu lên kế hoạch những gì cần làm: hoặc là kiện bà nhân viên chánh văn phòng về sự thiệt hại, hoặc đến gặp riêng bà ta để thẳng thừng buộc tội.

Nhưng rồi ông ta không còn tập trung suy nghĩ khi nhìn thấy ánh sáng qua khe cửa, có nghĩa là cậu gác-dan Ivan đang thắp đèn trong tiền sảnh. Chẳng bao lâu sau Ivan xuất hiện tay cầm nến đưa ra phía trước vì thế cả gian phòng sáng trưng. Phản ứng đầu tiên của Kovalyov là quơ lấy cái mùi-xoa đậy cái khoảnh trống mà mới hôm qua đây là chỗ của cái mũi để thằng ngốc không phải đứng há hốc nhìn. Ivan chưa rời đi được bao lâu thì nghe có giọng nói vọng đến từ sảnh:

"Có phải giám định viên Kovalyov sống ở đây không?"

"Xin mời vào. Thiếu tá có ở nhà đây, Kovalyov vừa nói vừa đứng bật dậy ra mở cửa.

Bước vào là một sĩ quan cảnh sát mặt mũi ngời ngời hai má phinh phính, râu ria không quá đậm cũng không quá nhạt – đúng tay cảnh sát đã đứng trên cầu Isaac hồi đầu câu chuyện. "Ngài có phải là quý ông đã mất cái mũi?"

"Đúng, là tôi đây." "Tìm thấy nó rồi ạ."

"Anh nói sao?" Thiếu tá Kovalyov reo lên. Mừng húm đến không nói nên lời. Ông ta giương to mắt nhìn viên cảnh sát, ánh nến nhảy múa trên hai má phính và đôi môi mỏng của anh ta.

"Làm thế nào mà anh tìm ra nó?"

"Lạ lắm. Chúng tôi bắt được nó khi nó sắp sửa chẩu đi trong cái xe ngựa Riga. Giấy thông hành của nó mang tên một công chức. Kỳ cục là lúc đầu tôi nhầm nó với một quý ông. May mà tôi có mang theo kính thành ra tôi thấy đó là một cái mũi. Tôi bị cận thị, nếu ngài đứng ngay trước mặt thì tôi chỉ nhận ra cái mặt thôi chứ còn mũi, râu hay gì gì thì chịu. Bà mẹ vợ của tôi cũng cùng cảnh ngộ.

Kovalyov không giữ được bình tĩnh nữa.

"Nó đâu? Tôi sẽ đi lấy nó về ngay bây giờ."

"Ngài chớ có kích động quá thế. Tôi biết ngài rất muốn lấy lại cái mũi nên tôi có mang nó theo đây. Lạ là chính phạm trong vụ án vớ vẩn này là tay thợ cạo lừa đảo trên đường Voznesensky: lão ta hiện đang ở đồn cảnh sát. Tôi để mắt đến lão đã lâu do tay này thuộc dạng tình nghi say xỉn và trộm cắp, chỉ mới 3 ngày trước đây lão ta bị bắt quả tang đang chôm cả lô cúc áo trong một cửa hàng. Ngài sẽ thấy cái mũi của ngài vẫn còn nguyên trạng như lúc ngài mất nó.”

Viên cảnh sát thò tay vô túi lôi ra cái mũi được gói trong một miếng giấy.

“Đúng nó rồi!” Kovalyov reo lên, “không sai! Anh *phải* ngồi lại thưởng chút trà.”

“Rất muốn, nhưng người ta đang chờ tôi quay lại nhà tù…Giá thực phẩm đang phi mã…Bà mẹ vợ tôi đang sống chung với tôi, cùng với lũ trẻ nữa; thằng cả có vẻ đầy hứa hẹn, rất xuất sắc, nhưng chúng tôi không có điều kiện tài chính để cho nó đến trường…”

Kovalyov đoán được ý viên cảnh sát muốn gì, bèn lấy một tờ tiền giúi vào tay anh ta. Viên cảnh sát cúi chào thật thấp rồi đi ra đường, nơi ông ta khoa chân múa tay la lối một anh nông dân ngờ nghệch đánh xe bò trên đại lộ.

Khi viên cảnh sát đi rồi, giám định viên của chúng ta cảm thấy có hơi chưng hửng và mấy phút sau thì hoàn toàn tỉnh người, vui quá đi mất. Ông ta cẩn thận khum hai bàn tay nâng cái mũi lên và một lần nữa tỉ mẩn xem xét nó.

“Đúng, chính nó, đích thị là nó!” Thiếu tá Kovalyov nói, “lại còn có cả cái mụn nằm bên trái mới nhú lên hôm qua nữa chứ.” Thiếu tá gần như cười phá lên khoái trá.

Nhưng không có gì là trường tồn trên cuộc đời này. Chỉ sau một phút thôi niềm vui đã bắt đầu phai nhạt. Hai phút sau nó thoi thóp, và cuối cùng nó bị nuốt chửng bởi những cái thường nhật, chìm khuất trong đầu óc thực tiễn của chúng ta, giống như khi ta ném một hòn sỏi xuống nước, gợn sóng nhỏ sẽ dần nhòa nhập vào mặt nước phẳng lặng. Sau một hồi suy nghĩ Kovalyov cho rằng chuyện như thế đâu đã xong, còn vấn đề cho cái mũi trở lại đúng chỗ của nó nữa.

"Nếu nó không dính vô thì sao đây?"

Cảm thấy sợ hãi khôn xiết ông ta nhào tới cái bàn và kéo tấm gương lại gần hơn, lo mình sẽ đính lệch cái mũi. Hai tay ông run lẩy bẩy. Với tất cả sự cẩn trọng, ông đưa nó vào đúng vị trí. Nhưng mà hỡi ôi, nó không dính. Ông ta hơ nóng cái mũi bằng cách áp nó vào mồm hà hơi ấm cho nó, rồi lại ấn nó lên cái chỗ phẳng lỳ giữa hai má. Nhưng cố gắng đến mấy cái mũi vẫn không trụ lại.

"Dính lại đấy, đồ ngốc!" ông ta nói. Nhưng cái mũi giống như được làm bằng gỗ, nó rụng xuống bàn nghe đánh phạch như tiếng bần rớt. Mặt ông thiếu tá run giật. "Có lẽ mình không ghép nó vô được rồi," ông ta sợ hãi nói. Bao nhiêu lần nỗ lực vẫn chỉ là công cốc.

Ông ta gọi Ivan bảo cậu ấy đi mời ông bác sĩ vốn đang sống ở một trong những căn hộ đẹp nhất của tầng một, trong cùng tòa nhà.

Vị bác sĩ này là một anh chàng đẹp trai, có râu mịn và đen như mực, với một cô vợ dáng vẻ tươi mát khỏe mạnh. Mỗi sáng anh ta ăn táo và chăm chút giữ cho mồm miệng sạch sẽ, súc miệng ít nhất 45 phút mỗi ngày và dùng đến 5 loại bàn chải đánh răng khác nhau. Bác sĩ đến ngay. Anh ta hỏi Kovalyov bị như vậy lâu chưa và đẩy cái cằm của ông ta ra xa rồi dùng ngón cái ấn vào vị trí của cái mũi – mạnh đến nỗi phần sau đầu của thiếu tá đập vào tường. Bác sĩ bảo ông đừng lo và yêu cầu ông đứng nhích xa khỏi bức tường, trước hết ngoẹo đầu về phía bên phải. Véo cái chỗ đã từng có mũi, bác sĩ nói: "Ừm!" xong lệnh cho Thiếu tá quay đầu sang trái và lại nói: "Ừm!" Cuối cùng bác sĩ thúc mạnh Kovalyov lần nữa khiến cái đầu ông ấy co giật như ngựa bị khám răng.

Sau khi khám tới khám lui bác sĩ lắc đầu nói: "Không hay rồi. Tốt nhất ông có như thế nào cứ để y nguyên như thế ấy không thì chỉ có làm cho tình hình tệ hơn thôi. Dĩ nhiên đính nó trở lại cũng được, tôi có thể làm cho ông không chút khó khăn. Nhưng tôi nói trước với ông nhé, sẽ trông ghê lắm đấy."

"*Hay* chửa? Làm sao tôi có thể cứ thế mà không có mũi?" Kovalyov nói. "Bác sĩ có làm *gì* thì vẫn không thể khiến nó tệ hơn; Trời ạ, vậy là đã đủ tệ lắm rồi. Làm sao tôi có thể đi đây đi đó như một kẻ quái đản? Tôi có quan hệ với những con người rất khả ái. Hôm nay phải có mặt ở hai buổi dạ tiệc đấy. Tôi quen biết gần như hầu hết những nhân vật tuyệt vời – bà Chekhtarzev, Ủy viên Quốc gia này, bà Podtochin, nhân viên chánh văn phòng này... à mà sau cái cách *bà ấy* hành xử thì tôi chẳng còn muốn dính líu gì đến *bà ta* nữa, trừ việc tôi nhờ cảnh sát theo dõi hành tung. Thậm chí anh chỉ cần làm cho nó dính ở đấy là ngon rồi, và nếu nó có nguy cơ rơi xuống, tôi sẽ dùng tay để giữ nó lại. Tôi không khiêu vũ, cũng là một điều hay, bất cứ cử động mạnh bạo nào cũng có thể làm cho nó sút ra. Và anh cứ yên tâm nhé, tôi không chậm chạp trong việc tỏ lòng biết ơn đâu – dĩ nhiên theo khả năng tài chính cho phép..."

Thế là bác sĩ nói, bằng cái giọng không thể gọi là to hay nhỏ, nhưng đầy vẻ thuyết phục và bắt buộc: "Tôi không bao giờ hành nghề đơn thuần chỉ vì vụ lợi. Điều đó đi ngược với quan điểm sống và luân lý nghề nghiệp của tôi. Đúng là tôi có tính phí những buổi thăm bệnh tại nhà, nhưng không đến nỗi làm buồn lòng bệnh nhân bằng cách từ chối nhận tiền của họ. Tất nhiên nếu muốn, tôi có thể gắn lại cái mũi cho ông. Nhưng xin lấy danh dự ra mà nói, nếu ông biết điều gì là tốt cho bản thân, thì sự việc sẽ rất càng tệ hại nếu tôi cố gắng thực hiện. Hãy để thiên nhiên an bày theo cách của thiên nhiên. Rửa chỗ ấy càng nhiều càng tốt bằng nước lạnh và, tin tôi đi, ông sẽ cảm thấy ổn như lúc ông hãy còn cái mũi. Về vấn đề cái mũi, cho nó vào một lọ cồn; càng tốt hơn nếu ngâm nó trong hai muỗng canh rượu vodka chua và giấm đã được đun nóng, ông sẽ kiếm được khối tiền. Nếu ông không muốn giữ nó thì tôi sẽ lấy."

"Không! Tôi sẽ không bán nó vì cái gì cả," Kovalyov kêu lên tuyệt vọng. "Tôi thà mất nó thêm lần nữa."

"Vậy cho tôi xin lỗi," bác sĩ vừa đáp vừa cúi chào cáo lui. "Tôi đã rất muốn giúp ông...ít nhất tôi cũng đã cố gắng hết sức." Nói xong mấy lời này bác sĩ nghiêm nghị bước ra. Kovalyov thậm chí không thèm nhìn mặt tay ấy, và choáng váng đến nỗi chỉ còn thấy hai cái cúc măng-sét trắng toát lòi ra từ cổ tay áo khoác màu đen của hắn.

Liền ngày hôm sau, trước khi đi đến cảnh sát, Kovalyov quyết định viết một lá thư cho nhân viên chánh văn phòng yêu cầu bà ta trả lại đúng chỗ thứ gì thuộc sở hữu của ông, không được chậm trễ.

Thư viết như sau:

Thưa bà Alexandra Grigoryevna,

Tôi chịu không thể hiểu nổi cách hành xử của bà. Dù vậy bà có thể tin mọi việc sẽ chẳng đi đến đâu và cầm bằng là bà không thể ép tôi cưới con gái của bà được. Ngoài ra bà có thể chắc là, về cái mũi của tôi, tôi biết tổng vụ này từ đầu, và tôi cũng biết bà là kẻ chủ mưu chứ không ai khác. Bất thình lình nó bị tách ra khỏi vị trí đúng của nó, việc nó bay biến sau đó, việc nó cải trang như một viên chức nhà nước, rồi việc nó nguyên trạng tái xuất hiện, tất cả không gì khác ngoài tà thuật do chính bà thực hiện hoặc do những kẻ cùng làm cái nghề đó. Tôi thấy mình có nhiệm vụ cảnh báo với bà rằng nếu hôm nay cái mũi nêu trên không trở về đúng vị trí của nó, tôi buộc lòng phải nhờ đến luật sư."

Kính chào bà,

Kẻ tôi tớ trung thành của bà, Platon Kovalyov

Ông Kovalyov thân mến!

Cái thư của ông làm tôi choáng váng. Thành thật mà nói, tôi không bao giờ ngờ nhận được từ ông một điều tương tự, nhất là những nhận định hoàn toàn sai bét. Tôi muốn ông biết rằng nhà tôi chưa hề tiếp đón một công chức nào như ông nói, dù là có cải trang hay không. Đúng là Philip Ivanovich Potahchikov trước đây thường ghé qua. Mặc dù cậu ấy muốn cưới con gái tôi, và mặc dù cậu ấy là một quý ông rất khiêm tốn, đáng kính và có học thức, tôi không hề ban cho cậu ấy chút hy vọng nào. Và rồi ông lại đề cập đến cái mũi của ông. Hẳn ý ông cho rằng tôi muốn làm cho ông trông ngốc nghếch, có nghĩa là loại ông ra bằng một kiểu từ chối chính thức, nếu ông có ý như vậy thì tôi chỉ có thể nói tôi vô cùng ngạc nhiên vì ông đã hiểu sự việc theo cách đó, ông thừa biết cảm nhận của tôi về vấn đề này hoàn toàn khác. Nếu ông có ý muốn đường hoàng cầu hôn con gái tôi, tôi sẽ rất vui mừng chấp thuận, vì đây chính là mong muốn tôi hằng ấp ủ, tôi rất sẵn lòng và đầy hy vọng.

Trân trọng, Alexandra Podtochin

"Không" Kovalyov nói sau khi đọc xong bức thư. "Không phải bà ta rồi. Không thể nào! Một kẻ tội lỗi không bao giờ có thể viết một bức thư như thế." Giám định viên biết mình đang nói gì về trường hợp này vì trước đây có mấy lần ông ta được gửi đến Caucasus để thực hiện vài cuộc điều tra pháp lý. Vậy thì chuyện này làm thế quái nào mà xảy ra được chứ? Không thể hiểu đầu cua tai nheo ra sao! ông ta vừa nói vừa buông thõng hai cánh tay.

Trong khi đó những lời đồn đại về câu chuyện kỳ quái đang lan ra khắp thủ đô, không thể nói là không có ít nhiều tô vẽ. Đúng thời điểm dân chúng đang bị ám ảnh bởi vấn đề siêu nhiên: chỉ mới đây thôi, những thí nghiệm về thuật thôi miên đã thành mốt. Ngoài ra câu chuyện về mấy cái ghế nhảy múa trên đường Konushenny vẫn còn tươi rói trong tâm trí mọi người, vì vậy không ai lấy gì làm ngạc nhiên về chuyện cái mũi của giám định viên Kovalyov tản bộ dọc theo đường Nevsky vào đúng 3 giờ mỗi trưa. Ngày nào đám đông tò mò cũng tụ tập ở đấy. Có người nói nhìn thấy nó ở tiệm Junker chuyên bán đồ cũ và thế là bên ngoài cửa hàng cứ đông nghẹt đến phải nhờ cảnh sát can thiệp.

Một nhân vật có râu, dáng vẻ khá đáng kính bán bánh ngọt (*khô*) bên ngoài nhà hát nhét vài băng ghế gỗ vào giữa đám đông rồi cho người ta thuê để đứng lên đó với giá 80 kopek/lần.

Một Đại tá về hưu một buổi sáng rời nhà thật sớm và sau một hồi xô đẩy đã chen vào được phía trước. Nhưng ông bực mình nhận ra thay vì cái mũi trong tủ kính thì lại là một áo sơ mi bằng len bình thường và một bức in thạch bản hình cô gái đang chỉnh lại tất da với một ông bảnh bao có râu quai nón mặc áo khoác đuôi tôm đang ngó trộm cô gái từ phía sau một cái cây – tấm hình được treo cố định chỗ ấy đã hơn mười năm. Đại tá bỏ đi cảm thấy rất giận, ông nói: "Không nên khiến cho quần chúng lầm đường lạc lối vì những câu chuyện nhố nhăng như vậy."

Sau đó có tin đồn cho là cái mũi của thiếu tá Kovalyov không còn tản bộ dọc theo đường Nevsky nữa mà lại có thói quen dạo chơi trong công viên Tavrichesky, nó làm vậy cũng lâu rồi. Thời gian

Kho Krozrov-Mirza – một ông hoàng Ba Tư hồi còn sống ở đấy đã rất kinh ngạc trước loại chuyện quái đản này. Vài sinh viên khoa giải phẫu của trường Cao đẳng tới công viên để xem. Một quý bà đáng kính rất nổi tiếng còn viết thư cho người trông coi công viên yêu cầu ông ta cho mấy đứa con của bà xem cái hiện tượng ngàn năm một thuở ấy, và nếu có thể thì nhân tiện cho chúng vài lời bình luận mang tính giáo dục và xây dựng luôn thể.

Những sự kiện như vậy đúng là phúc lành đối với đám người thường lui tới các buổi tiệc tùng, họ thích giúp vui phụ nữ, và vào thời điểm đó họ đã cạn nguồn chuyện để kể.

Vài công dân đáng kính và có lý tưởng cao cả cảm thấy lo lắng. Một quý ông phẫn nộ nói ông ta chịu không hiểu tại sao những câu chuyện bá láp ngớ ngẩn lại có thể lưu hành trong thế kỷ tiến bộ ngày nay, thái độ hoàn toàn thờ ơ của chính quyền cũng khó hiểu. Rõ ràng là cái ông này thuộc loại người thích đổ cho nhà nước trách nhiệm về mọi việc, thậm chí chịu trách nhiệm về các cuộc cãi vã hàng ngày giữa vợ chồng họ nữa. Sau đó thì... toàn thể câu chuyện vẫn chìm trong mù mịt, còn những gì xảy ra tiếp theo thì lại hoàn toàn bí ẩn.

3

Cuộc đời này toàn những điều phi lý tàn nhẫn. Đôi khi có những chuyện ta nghĩ không thể nào xảy ra: cũng cái mũi đó vốn đi lung tung mang danh Ủy viên Hội đồng Quốc Gia và gây ồn ào cả thành phố, bỗng dưng xuất hiện như thể chẳng có gì xảy ra, nằm chình ình đúng cái chỗ hồi trước, có nghĩa là giữa hai má của Thiếu tá Kovalyov. Đó là ngày 7 tháng 4. Thiếu tá thức dậy và tình cờ ngó vô gương – cái mũi kia kìa! Ông ta dùng tay nắm lấy nó như để tin chắc là nó đó – lần này thì không còn nghi ngờ gì nữa. "A ha!" Kovalyov kêu lên, và nếu thằng Ivan bước vào đúng lúc ấy, ông ta sẽ để chân trần nhảy múa tung tăng xung quanh phòng theo điệu nhạc dân gian trepak.

Ông lệnh bảo mang lại xà phòng và nước, trong khi rửa ráy ông lại nhìn vào gương; cái mũi vẫn còn đấy. Lúc lau khô mặt mũi ông lại nhìn nữa – ha, nó vẫn ở đấy!

"Ngó này Ivan, ta nghĩ ta bị nổi mụn ở mũi."

Kovalyov nghĩ: "Trời ơi, giả sử nó đáp: 'Chẳng những không mụn mà còn không có mũi nữa!' Nhưng Ivan trả lời: "Mũi của ngài ổn mà, có thấy mụn gì đâu ạ."

"Tạ ơn Trời," Thiếu tá tự nhủ và búng tay đánh tróc.

Đúng lúc ấy lão thợ cạo Ivan Yakolevich thò đầu vào, lần này có vẻ bẽn lẽn, giống con mèo vừa bị đòn vì tội thó đi miếng mỡ.

"Trước khi bắt đầu, hai bàn tay có sạch không đấy?" Kovalyov la to từ phía đầu kia của gian phòng.

"Sạch bong ạ." "Láo."

"Thề bán mạng đấy, sạch mà ngài!" "Hừ, đưa xem nào!"

Kovalyov ngồi xuống. Ivan Yakovlevich trùm ông ta bằng khăn lông và trong nháy mắt đã biến bộ râu và một phần của hai má ông ta thành một loại kem phục vụ tại các bữa tiệc mừng Lễ Bổn Mạng của các lái buôn.

"Hừ, mình tiêu rồi," Ivan Yakovlevich lầm bầm với chính mình, mắt ngó chăm chăm cái mũi. Lão bẽ nghiêng đầu Kovalov sang một bên để nhìn ông ta từ góc độ khác, "Ổn cả! Hết ý..." ông ta nói tiếp và săm soi cái mũi một lúc lâu. Cuối cùng, một cách vô cùng nhẹ nhàng và với tất cả sự tinh tế mà quý vị độc giả có thể hình dung, lão ấy dùng hai ngón tay để giữ chóp mũi. Đó là cái cách Ivan Yakovlevich vẫn thường làm mỗi khi cạo gọt cho khách hàng của mình.

"Cẩn thận với cái mũi của ta đấy!" Kovalyov quát. Ivan Yakoovlevich buông xuôi hai cánh tay và đứng đấy, trong đời mình lão chưa bao giờ run sợ bối rối đến thế. Cuối cùng lão dùng dao cạo quào nhè nhẹ dưới cằm Kovalyov. Vì không có gì khác để làm điểm tựa, lão chỉ còn trông cậy vào cái mũi, điều này khiến cho công việc cạo gọt của lão trở nên vụng về, bằng cách tì ngón cái thô ráp nhăn nheo của mình lên má và hàm dưới thiếu tá (như một loại đòn bẩy) lão xoay xở thao tác.

Khi mọi thứ đã xong xuôi, Kovalyov vội vã thay quần áo đoạn gọi xe đi thẳng đến quán cà-phê. Chưa kịp vào hẳn bên trong ông ta đã la to, "Phục vụ đâu, mang cho ta một sô-cô-la nóng," xong trực chỉ tấm gương. À, cái mũi của mình kia rồi! Hân hoan, ông xoay người nheo mắt khinh khỉnh nhìn hai anh quân nhân, một anh có cái mũi còn to hơn cả cúc áo khoác. Sau đó ông đi đến văn phòng Bộ trưởng nơi ông đã đệ đơn xin chức phó thống đốc. (Không được chỗ này ông sẽ thử xin một chân hành chính.) Khi băng qua lối vào, ông lại nhìn một phát vào gương: mũi mình vẫn còn y nguyên đấy!

Tiếp theo ông đi gặp một giám định viên khác (tức 'Thiếu tá'), một tay vui tính mà Kovalyov thường phản đối những đào bới lén lút của hắn ta bằng cách nói: "Giờ tôi quen với mấy lời châm biếm của cụ rồi, chỉ trích gia ạ!" Trên đường đến đấy ông ta đã nghĩ: "Nếu tay Thiếu tá không phá ra cười lăn cười bò thì chắc chắn mọi việc đã đâu vào đấy." Nhưng ông giám định viên đã không đưa ra nhận định nào. "Chà, vậy là ổn quá rồi!" Kovalyov nghĩ. Trên đường ông ta gặp bà Podtochin, nhân vên chánh văn phòng, đi cùng với cô con gái. Họ đáp lại cái cúi chào của ông với vẻ rạng rỡ: Kovalyov thực sự không còn phải chịu đựng vết thương lòng dây dưa nữa. Ông trò chuyện huyên thuyên với hai mẹ con họ, thận trọng lấy ra hộp thuốc lá hít dạng bột, rồi đứng đấy thật lâu, kênh kiệu nhồi đầy thuốc vào hai lỗ mũi rồi thì thầm với chính mình: "Vụ này sẽ dạy cho mấy người một bài học, đồ gà mái già! Đừng phiền nhé, ta sẽ không thèm lấy con gái của mấy người, đơn giản chỉ *vì tình*, như người ta thường nói."

Thế là từ đó trở đi thiếu tá Kovalyov có thể rảo bước trên đại lộ Nevsky, đi xem kịch, hay bất cứ nơi đâu như thể hoàn toàn không có chi xảy ra. Như thể không có chi đã xảy ra, cái mũi của ông vẫn cứ chễm chệ giữa hai má và không có dấu hiệu gì cho thấy nó sẽ lại lẻn đi chơi. Từ đó tinh thần ông lúc nào cũng phấn chấn, miệng luôn mỉm cười, vẫn cứ tán tỉnh gái xinh, và có lần còn ghé vô một cửa hàng nhỏ ở Gostiny Dvor để mua mua một cái phù hiệu, chẳng hiểu vì sao nữa, bởi lẽ ông ta chưa bao giờ được chính thức cấp cho bất cứ loại phù hiệu nào cả.

Tất cả những cái này xảy ra ở thủ đô phía Bắc của một đế chế sừng sỏ! Suy đi nghĩ lại chúng ta thấy có quá nhiều thứ mơ hồ trong câu chuyện này. Ngoại trừ việc cái mũi *vô phương* biến mất một cách kỳ quái rồi tái xuất hiện khắp nơi trong thành phố trong trang phục một Ủy viên Hội đồng Quốc gia, còn thì là thật khó tin khi Kovalyov khờ khạo nghĩ rằng tòa báo sẽ đồng ý đăng mục rao vặt về cái mũi của ông ấy. Ý tôi không phải nói đăng thứ đó thì mắc mỏ và phí tiền phí của: không phải vậy, hơn nữa tôi không nghĩ mình là một kẻ chỉ nghĩ đến tiền. Nhưng kỳ quái quá đi, chẳng có lý gì cả, chuyện này khiến tôi thấy thật khó xử! Rồi nghĩ mà xem, làm thế quái nào mà cái mũi lại *có thể* xuất hiện trong một ổ bánh mì chứ, rồi làm thế nào mà Ivan Yakovlevich đã…. Không! Tôi chẳng hiểu tí tẹo nào. Nhưng điều kỳ cục và khó tin nhất là làm sao các nhà văn lại có thể viết ra những thứ như vậy. Phải thú nhận việc này vượt ngoài tầm hiểu biết của tôi. Nó chỉ là... là... thôi, tôi chịu!

Trước hết nó chẳng ích lợi gì cho đất nước. Thứ hai, ... chẳng biết nó có lợi *gì* cho ai. Tuy nhiên vì mọi chuyện đã xong xuôi hết rồi, ta có thể thừa nhận điều này hoặc điều khác và quý vị thậm chí có thể tìm thấy... ừm... quý vị không tìm thấy nhiều những thứ *không* phi lý, có phải không?

Tuy nhiên nếu quý vị dừng lại để trầm ngâm giây lát, vẫn thấy có một chút sự thật trong câu chuyện. Quý vị muốn nói gì thì nói, những chuyện này có xảy ra – hiếm thôi, nhưng tôi phải thừa nhận là nó có xảy ra đấy.

*Từ "**The Nose**" (1836), bản tiếng Anh của **Ronald Wilks.***

ANNIE ERNAUX

Annie Ernaux (sinh ngày 1 tháng 9 năm 1940), là một nữ văn sĩ, giảng viên văn học người Pháp. Tác phẩm của bà chủ yếu là tự truyện và tiểu luận, phản ánh cuộc đời cá nhân dưới góc nhìn xã hội học. Năm 2022, bà được Viện hàn lâm Thụy Điển trao giải Nobel Văn học vì "lòng can đảm và sự nhạy bén bên trong mà bà đã khám phá ra cội rễ, sự ghẻ lạnh bên những hạn chế của ký ức cá nhân".

ANNIE ERNAUX, VIẾT TỪ TRO TÀN QUÁ KHỨ

Alexandra Schwartz

Một buổi chiều mới đây, khi được hỏi bà cảm thấy thế nào khi nghe tin mình đoạt giải Nobel văn chương, Annie Ernaux nói: "Tôi chẳng hề thấy tôi trở thành một người khác". Thắng giải – cái giải thưởng – có làm cho ta trở thành một người khác chăng? Trong tâm trí nhiều người thì có đấy. Mặc dù Annie Ernaux chưa bao giờ bận tâm về cơ may đoạt giải Nobel, bấy lâu nay bà vẫn được coi là một đối thủ đáng gờm bởi những ai thích đoán già đoán non không biết tiếp theo đây Hàn Lâm Viện Thụy Điển sẽ trao vương miện cho nhà văn nào trên thế giới. Năm trước, vào thời điểm trao giải Nobel, khi Ernaux rời nhà ở Cergy, ngoại ô Paris để đi thể lý trị liệu, bà bị các phóng viên đã cắm trại sẵn từ hồi nào ngay trước cổng nhà chặn lại, "biết đâu...có khi... ngộ nhỡ..." Trước ngày thông báo kết quả giải Nobel văn chương năm nay, mọi người ở Gallimard (Pháp), nhà xuất bản tác phẩm của Annie Ernaux, dặn dò bà sáng mai đừng có ra đường, cũng đừng trả lời điện thoại. Phải thế thôi, bà còn cho là "trò đùa nhảm" khi thấy số điện thoại Thụy Điển xuất hiện liên tục trên danh mục người gọi. (Đã từng bị chơi khăm rồi). Vài phút sau một giờ trưa, bà mở radio bán dẫn trong nhà bếp và nghe tên mình được xướng lên. "Làm gì có chuyện đó," Ernaux nói. Lúc ấy trong nhà chỉ có bà và mấy con mèo.

Sáu ngày sau tôi gặp Ernaux trong gia cư Tribeca thoáng rộng và trang nhã của Daniel Simon, giám đốc nhà Seven Stories Press (Mỹ), nơi xuất bản tác phẩm của Annie Ernaux. Ở tuổi 82, bà vẫn cao ráo thong dong (nhờ di truyền) với mái tóc vàng (tự chọn). Bà kết hợp quần đen trang nhã với đôi giày có điểm xuyết những vạt màu: một khăn choàng xanh lá cây gợi liên tưởng đến mùa hè ở Giverny, áo cánh rộn ràng hoa anh thảo. Trên bàn trà trước mặt bà là một cái hộp nhựa mở sẵn nắp, trong đựng đầy bánh ngọt brownies và macaroons, còn lại từ bữa ăn trưa nhằm vinh danh bà được tổ chức ở Văn phòng Báo chí nằm trên góc đường gần đấy. Đúng ra Ernaux có mặt ở khu phố ấy là để tham dự buổi Liên Hoan Phim New York, ăn mừng "***The Super 8 Years***/Những Năm Tháng Qua Máy Quay Phim Super 8," tác phẩm điện ảnh bà thực hiện chung với con trai David Ernaux-Briot, nhưng giải Nobel đã biến chuyến đi của bà thành một hành trình vinh quang đầy bất ngờ. Ở nhà hát Walter Reade, và ở các sinh hoạt đã được lên chương trình trước đó tại Barnard College và nhà sách Pháp Albertine, Annie Ernaux đã được tưng bừng tiếp đón. Rất nhiều dạ tiệc phải tham dự và cơ man là sách phải ký tặng.

Tác phẩm của Ernaux thường ngắn, khoảng trăm trang, được viết sắc lạnh một cách tàn bạo với văn phong trực diện và dứt khoát mà bà gọi là "l'écriture plate/flat writing/lối viết vô cảm". ("Tôi sẽ không bao giờ có được cái lạc thú tung hứng những ẩn dụ hay dễ dãi trong trò chơi bút pháp," có lần bà đã viết như thế, một cách cả quyết – và có phần tiếc nuối – nghe như phát biểu của một nữ tu dòng Phanxicô.) Độc giả tưởng sẽ gặp một Ernaux khép kín, nhưng rõ ràng là bà thích quây quần bên những con người. Có lẽ vì bà đã nhiều năm giảng dạy ở trường trung học đệ nhất cấp, khi đến phần Hỏi & Đáp dành cho cử tọa, bà là một trong những người cho rằng "Không có câu hỏi nào là ngớ ngẩn." Trước khi chúng tôi gặp nhau, tôi đã tưởng sau hơn 20 năm không đến New York có lẽ Ernaux sẽ thích nhìn thấy chút gì đó của thành phố nhưng tôi ngại sự huyên náo có thể đã làm bà mệt đuối. Không, không hề, bà nói. "Tôi chỉ mệt khi còn lại một mình."

Quá nhiều việc này việc nọ khiến Ernaux không còn mấy tí thời gian cho giải Nobel văn chương. "Đúng là mọi thứ đều nháo nhào," Ernaux nói với tôi bằng tiếng Pháp. Bà đã bắt đầu viết nhật ký từ hồi 16 tuổi – một cách rèn luyện chữ nghĩa để làm nền tảng cho cuộc đời viết lách của mình – nhưng bà chưa kịp ghi lại tin về giải thưởng vào nhật ký. Lần ghi chép gần nhất là cái đêm trước khi có thông báo, lúc ấy, trong "một tâm trạng vô cùng bất mãn", bà nghĩ nếu mình đoạt giải "mọi người sẽ đánh cắp tuổi già của mình đi." Rồi bà sẽ phải bận bịu đến độ không có thời giờ cho sáng tác ít nhất là cả năm trời. Ở tuổi 40, không sao – đằng này ở tuổi 82? "Tôi già rồi," bà nói với tôi. "Đó mới là vấn đề. À mà chẳng phải vấn đề. Một tình huống, cái tình huống mà tôi bị mắc vào, và tôi thấy việc bị mắc dính trong đó cũng không hề tệ. Tôi chỉ đang chiêm nghiệm những điều đã biến chuyển."

Tôi hiểu khái niệm về tuổi trẻ bị đánh cắp, tôi nói, nhưng ý tưởng về tuổi già bị đánh cắp thì tôi chưa bao giờ có trong đầu. "Đúng vậy," Ernaux nói. "Điều khiến tôi thực sự thích thú về tuổi trẻ đó là nó luôn luôn là khoảng thời gian để ta nhớ lại về sau. Nhưng làm sao tôi có thể hồi tưởng về tuổi già của mình chứ. Vì vậy tôi phải sống hết lòng cho cái tuổi cuối đời." Trong suốt sự nghiệp viết lách gần năm mươi năm, Ernaux đã có 20 tác phẩm được xuất bản. Ta có thể xếp vài quyển đầu tiên vào loại tự truyện : nhân vật chính, những người phụ nữ mà qua họ Ernaux đã gửi gắm những suy nghĩ và kinh nghiệm của mình, rõ ràng là những bức chân dung tự họa. Tuy nhiên, bà đã sớm gỡ đi lớp vải che nhân danh tiểu thuyết và sử dụng đại danh từ ngôi thứ nhất. Nhân vật "tôi" của Ernaux không phải một trò đánh lừa chỉ để mời mọc độc giả thử giải mã xem trong cái hư có bao nhiêu cái thực. Khi viết, tác giả hoàn toàn dựa trên những điều có thật trong đời mình. Nhưng định dạng và phơi bày sự thật như thế nào đây? Làm sao phân giải sức mạnh của sự thật và cái cách mà sự thật thay đổi, hoặc không thay đổi, trước sức mạnh của ký ức và thời gian? Đây là những truy vấn sâu sắc mang tính nghệ thuật, và là nền tảng trong sự nghiệp sáng tác lẫn nguyên tắc đạo đức của Ernaux. "Tôi tin rằng bất cứ kinh nghiệm nào, dù bản chất của nó là gì, luôn cần phải được ghi chép lại," bà viết. "Không có cái gọi là sự thật kém mọn."

Tôn chỉ này có thể giải thích vì sao Ernaux không hề mệt mỏi khi chọn chính bản thân mình làm đề tài. Bà không viết về cuộc đời mình một cách xuyên suốt theo kiểu Karl Ove Knausgaard đã chi tiết hóa manh mún từng kinh nghiệm, từ tác phẩm này sang tác phẩm khác cho đến thời hiện tại. Bà trông giống một tay thợ lặn hơn, thoáng thấy cái chi lấp lánh bên dưới bề mặt của ý thức liền gieo mình xuống đuổi theo nó. Trong thôi thúc này, bà thích kết hợp các phương pháp khoa học pháp y trong sáng tác. Hình ảnh và thông tin báo chí cũng quan trọng như các ghi chép trong nhật ký của bà, chúng là công cụ để bà tái tạo quá khứ:

Tất nhiên tôi không chọn hình thức tự sự, có nghĩa là bịa đặt ra thực tại thay vì sục sạo tìm kiếm nó. Tôi cũng không hài lòng với chính mình nếu chỉ đơn giản chọn lấy những hình ảnh mà tôi còn nhớ rồi sao chép nó lại; tôi sẽ sử dụng chúng như tài liệu, nhìn ngắm chúng từ nhiều góc độ khác nhau xem chúng có ý nghĩa gì. Nói cách khác, tôi sẽ dùng chính bản thân tôi làm đề tài nghiên cứu dân tộc học.

***Shame**/Hổ Ngươi"*, xuất bản năm 1997 (bản dịch tiếng Anh của Tanya Leslie), là tác phẩm mà trong đó ta đọc thấy những dòng trên đây. Phần mở đầu thật khó quên: "Cha tôi đã quyết giết mẹ tôi vào một trưa chủ nhật tháng sáu." Đó là mùa hè 1952 khi Ernaux 11 tuổi. Bà phải mất 45 năm để tìm hiểu xem cái sự kiện kinh hoàng đó có ý nghĩa như thế nào đối với bà, và ở phần kết của cuốn sách, bà vẫn không chắc mình đã hiểu ra. "Tôi luôn muốn viết loại tác phẩm mà sau này tôi khó thể nói về nó, loại tác phẩm khiến tôi không cách chi chịu đựng nổi cái nhìn của người khác," bà viết. Ước muốn nghịch lý này, nhằm phanh phui những phần đen tối nhất trong con người bà với sự chính xác không khoan nhượng khiến bà sẽ vĩnh viễn im hơi lặng tiếng, là một thổ lộ tuyệt vời về đam mê sáng tác. Dù gì, điều này chưa thật sự xảy ra.

Ernaux tin rằng mục đích sáng tác của bà không chỉ ghi chép lại những gì đã xảy ra mà "khiến cho chúng hiện hữu." Thật bạo liệt, nhưng đây không phải là điều mạnh mẽ nhất bà đã phát biểu về tác phẩm của mình. "Tôi là một phương tiện," bà nói với tôi. "Tôi có cảm giác mình là kẻ có thể chuyển tải nhiều thứ."

Rất nhiều trong những thứ Ernaux chuyển tải – việc ngoi lên từ giai cấp thấp trong một xã hội khinh rẻ tầng lớp lao động; việc một người đàn bà không có quyền làm chủ cơ thể mình do quy định của luật pháp tiểu bang, hay do ý muốn của những kẻ có thế lực – đã khiến cho bà trở thành một hình mẫu văn học, thậm chí một anh hùng, đối với những ai có cùng kinh nghiệm hoặc cùng quan điểm. Cuốn *"Happening*/Biến cố" của Ernaux mô tả việc một nữ sinh viên 23 tuổi đi tìm một địa điểm phá thai bất hợp pháp, được coi là tác phẩm then chốt của nữ quyền (năm ngoái đã được đạo diễn Audrey Diwan chuyển thể thành phim). Các nhà văn Didier Eribon, Edouard Louis, và Marie Ndiaye rõ ràng đã chịu ơn Ernaux về chất liệu sáng tác lẫn bút pháp. Ernaux đã được hỏi liệu bà có hãnh diện được coi như một bà mẹ đỡ đầu văn chương, hay thậm chí một phát ngôn viên, nhưng bà nhận thấy "hãnh diện" không phải một từ chính xác. "Tôi chưa bao giờ muốn viết CHO," Ernaux nói với tôi. "Tôi viết TỪ." Tuy nhiên, bà rất xúc động vì niềm vui mà độc giả đã chia sẻ với bà trước thông báo thắng giải. Bà coi giải Nobel như một thành tựu "tập thể."

Có những điều làm cho nhiều người yêu mến Ernaux nhưng đồng thời chính những điều đó lại khiến cho một số khác xem thường bà. Luôn luôn bày tỏ khuynh hướng cá nhân trong nghệ thuật, nhưng trong đời sống cộng đồng Ernaux lại đóng vai một nhà văn dấn thân, công khai là người phát ngôn trong các sự kiện chính trị thuộc cánh tả, và, trong khi bà được trân trọng ở New York thì ở Pháp các cáo buộc từ những kẻ phỉ báng thuộc phái bảo thủ nhắm vào bà lại lan truyền rất nhanh. Ernaux là người bài Do Thái (bà ủng hộ các phong trào Tẩy Chay, Thoái Vốn, Chế Tài, để ủng hộ lý tưởng Palestine), bà là người theo chủ nghĩa Hồi Giáo Phát-xít (cho rằng việc nhà nước Pháp có ác cảm với mạng che mặt chẳng qua chỉ để ngăn cản không cho phụ nữ có tiếng nói), Ernaux cũng là một kẻ ấu dâm (tác phẩm mới nhất của bà, "*Le Jeune Homme*/Chàng Trai Trẻ", kể lại mối tình giữa bà thuở ngũ tuần với một thanh niên trẻ hơn bà 30 tuổi), bà là kẻ cảnh tỉnh (khởi xướng phong trào #MeToo và Áo Gi-lê Vàng). "Rõ ràng là 'cái hàn lâm viện' gồm những ông bà quan to chức trọng già cỗi nhăn nheo đã sa đà đến phi lý và thiếu nghiêm túc, họ đã sỉ vả bằng một bài báo có tựa "Uy Tín Của Giải Nobel Văn Chương Đã Bị Bôi Nhọ." Trong Le Figaro, nhật báo bảo thủ ở

Pháp, một nhà văn đã miệt thị quyết định trao giải cho "nữ giáo chủ của trường phái tự truyện" vì đã "dành cả cuộc đời chỉ để viết về bản thân."

"Họ nghĩ tôi không xứng đáng được trao giải," Ernaux nói với tôi. "Điều làm họ khó chịu ấy là có những người tìm thấy qua văn chương một thứ gì đó đang thủ thỉ tâm tình với họ, và những người này lại không phải tổng giám đốc điều hành hay chủ tịch công ty." Ernaux cũng là nhà văn nữ người Pháp đầu tiên được giải Nobel, "mà với họ thì chuyện này không ổn chút nào." Đã nhiều năm bà phải đối mặt với những chỉ trích mang tính chất phân biệt giới tính đối với tác phẩm của mình, và không chỉ từ phía hữu khuynh. Sau khi bà xuất bản "***Simple Passion**/Đam Mê Đơn Giản*," tâm sự về mối tình với người đàn ông đã có gia đình, một nhà phê bình của tờ tuần báo cấp tiến Le Nouvel Observateur đã gắn cho bà biệt danh Madame Ovary (1).

Tôi nói với Ernaux, việc biểu lộ sự khinh ghét hiện nay chẳng phải đã chứng thực nỗ lực của bà hay sao. Chẳng phải bà đã trải qua nhiều năm viết về sự khinh ghét của người giàu dành cho người nghèo, của nam giới đối với nữ giới, của kẻ thống trị nhắm vào kẻ bị áp bức? "Đấy, bằng chứng đấy," bà đồng ý. Tuy vậy điều này vẫn làm bà không vui. Trước sự ồn ào, Ernaux lại nhìn thấy làn sóng phẫn nộ đáng sợ vốn đã nuốt chửng lấy bà mười năm trước khi bà viết bài báo chỉ trích "*Bản bi ca văn chương dành cho Anders Breivik*" của Richard Millet, tác giả, biên tập viên nhà xuất bản Gallimard; bản bi ca gần như công khai biện hộ cho cuộc thảm sát ở Na Uy. Trong khi lên án tội ác của Breivik, Millet đã đổ thừa cho chủ nghĩa đa văn hóa và sự suy đồi của truyền thống Cơ Đốc Giáo Châu Âu; Ernaux gọi bài viết của Millet là "một tờ truyền đơn phát-xít làm ô uế văn chương." Ba hôm sau Millet rời khỏi hội đồng duyệt đọc tác phẩm vô cùng uy tín của Gallimard. Nhiều người đồng cảm với thái độ ghê tởm của Ernaux – như J.M.G Le Clézio, Nobel 2008. Nhưng người ta đã chộp bài báo của Ernaux và biến thành ngòi nổ cùng với thư phản đối gồm chữ ký của 118 nhà văn. Vụ Richard Millet trở thành một thứ trưng cầu dân ý về điều mà sau này có tên gọi là 'văn hóa tẩy chay', qua đó Ernaux bị coi như một mụ già cay nghiệt chủ trương kiểm duyệt theo kiểu chính trị phải đạo, đến nước làm hại sự nghiệp của một người đàn ông. "Tôi bị gọi là kẻ sát nhân," Ernaux nói. Bản thân bà cảm thấy đó "thật sự là hồi còi *hallali* báo hiệu việc rượt đuổi thú săn", mà Ernaux chính là con thú bị săn đuổi.

Một trong những cụm từ thường đi liền với tên Ernaux là "*kẻ phản giai cấp,*" thoạt nghe như một sự hạ giá. Danh từ *transfuge* để chỉ một tên đào ngũ. Nhưng bản thân Ernaux sử dụng thuật ngữ này, một phần để mô tả khách quan tình cảnh của mình, một phụ nữ nhờ nỗ lực học vấn mà ngoi lên giai cấp trung lưu, và rồi, nhờ tài năng mà trở thành tinh hoa – và một phần vì thuật ngữ "kẻ phản giai cấp" có vẻ là cụm từ chính xác nhằm diễn tả mâu thuẫn tư tưởng của tác giả về việc bà tách mình ra khỏi thế giới của cha mẹ. Vào năm 1983, khi bà xuất bản "***A Man's Place***/Một Chỗ Trong

Đời," kể về cuộc đời cha mình, bà đã trích dẫn đề từ của Jean Genet: "Cho phép tôi mạo muội giải thích: viết là điểm tựa tối thượng dành cho những kẻ phản bội."

Annie Duchesne sinh tháng 9 năm 1940 tại Lillebonne — một thị trấn vùng Normandy nơi cha mẹ bà có một cửa hàng bán cà phê và thực phẩm. Từ thế kỷ 19, khu vực này, vốn nằm trong một thung lũng thuộc phía Bắc sông Seine, tràn ngập các nhà máy sợi. "Ngay cả bây giờ, nói đến thung lũng thời tiền chiến là gợi nhớ những hình ảnh kinh hoàng: tỉ lệ nghiện rượu và mẹ đơn thân rất cao, những bức tường ẩm ướt đổ nát, trẻ con mắc bệnh tiêu chảy chỉ trong vòng 2 tiếng đồng hồ là lìa đời," Ernaux viết về mẹ bà trong "***A Woman's Story***/ Chuyện Một Người Đàn Bà" (1987), song hành cùng truyện "***A Man's Place***/Một Chỗ Trong Đời". Tuy nhiên, đối với cha mẹ bà thì cuộc sống ở đấy đã được nâng cao một bậc. Cả Alphonse Duchesne và Blanche Duménil đều rời trường lúc 12 tuổi, Alphonse làm nông, Blanche là công nhân ở một xí nghiệp bơ thực vật. Họ gặp nhau khi cùng làm việc trong nhà máy sản xuất dây thừng ở Yvetot, quê của Blanche. Alphonse cao ráo, có xe đạp, và thích đi xi-nê. "Anh ta trông không hề xoàng," Blanche thích nói thế. Cô ấy trẻ hơn anh ta 7 tuổi, sôi nổi, kênh kiệu, tính khí thất thường, dễ cười, dễ nổi nóng, theo đạo Công giáo, tóc đỏ, thích đọc tiểu thuyết và không bỏ lỡ buổi lễ nhà thờ nào. Họ lấy nhau năm 1928 trước sự khinh khi dè bỉu của các bà chị chồng làm nghề giúp việc, vốn coi thường mấy cô gái quần quật ở nhà máy. Blanche cũng khinh họ như vẫn khinh bất cứ ai kiếm sống bằng nghề "liếm đít bọn nhà giàu." Blanche chứng tỏ mình là nhân vật cốt cán của cuộc hôn nhân, kẻ mộng mơ và kẻ biến mơ ước thành hiện thực. Chính cô là người nghĩ đến chuyện thay cha mẹ trông coi cửa hàng bán cà phê và thực phẩm –cô có tài bẩm sinh trong việc tiếp đãi khách hàng – dù vậy chưa thể nói họ đã qua được buổi khó khăn. Khách hàng lèo tèo, lại thường khi mua chịu; Alphonse làm thêm việc này việc nọ để giữ cho gia đình lây lất cầm cự. Rồi quân Đức chiếm đóng, rồi phải chen lấn nhau dành suất ăn, rồi tái xây dựng đất nước sau chiến tranh. Khi Annie 5 tuổi, gia đình dọn đến Yvetot và mở một tiệm tạp hóa khác, thu nhập khả quan hơn, cả nhà sống trong những gian phòng ở tầng trên. Đó là nơi Ernaux lớn lên: ngủ cùng cha mẹ trong căn phòng chỉ có một giường, dùng nhà vệ sinh ngoài trời, và theo căn dặn của Blanche, cô bé Annie vừa râm ran chào hỏi khách hàng, vừa canh chừng xem họ có nhón đi thứ chi trên kệ chăng.

Có nhiều sự việc xảy ra trong thời niên thiếu của Ernaux, và tác giả dâng tặng tất cả cho độc giả. Chính trong *"**A Man's Place**"*/Một Chỗ Trong Đời" bà đã đưa ra ý tưởng về lối viết vô cảm. Ý tưởng này trong bản tiếng Anh được dịch thành "lối viết trung tính", nghe không được chính xác cho lắm. Ngôn ngữ thì chẳng bao giờ trung tính cả, Ernaux nói. Mục đích của lối viết này không chỉ thuần nghệ thuật, nó còn mang hơi hướm chính trị. Bà không muốn sướt mướt hay phóng đại cuộc sống của giới lao động nghèo khó, không muốn nghiêng về hai thứ vốn chứa đầy cạm bẫy: lòng thương hại và chủ nghĩa dân túy. Bà dùng những chi tiết giàu tính tiểu thuyết mà những Dickens-của-thời-đại-mới có thể sử dụng, không hoa hòe hoa sói, nhưng có hiệu quả soi rọi và xét nghiệm, như thể chúng ta đang xem các hình ảnh đặt dưới kính hiển vi: một túi tỏi được may dính bên trong áo sơ mi trẻ con để ngừa giun sán thuở cha cô còn bé; cách bà nội Ernaux, một người đàn bà có phong cách, không chịu tiểu tiện trong tư thế đứng như các dân quê khác; cách bà ngoại Ernaux, một phụ nữ cần kiệm, giặt quần áo bằng tro và dùng hơi nóng còn sót trong lò để sấy mận. "Những kinh nghiệm thường thức này – được truyền từ đời mẹ xuống đời con qua nhiều thế kỷ – đến thời của tôi thì kết thúc," Ernaux viết. "Tôi chỉ là một nhân viên lưu trữ." Vậy là tác giả đã dùng tro giặt đồ và mận sấy khô để giới thiệu với chúng ta môn xã hội học về một thế giới đã tàn lụi. (Ảnh hưởng nhiều từ Bourdieu).

Nhưng còn có khía cạnh tâm lý trong tác phẩm của Ernaux. Cả hai truyện "A Man's Place/Một Chỗ Trong Đời" và *"A Woman's Story*/Chuyện Một Người Đàn Bà" đều được bắt đầu bằng cái chết của đấng sinh thành, mà không chỉ chết chóc thôi, Ernaux còn cho ta thấy thi thể của những người đó trước khi ta gặp họ. Đấy là cha bà, người đột ngột qua đời ở tuổi 67 – hai mắt mở trừng trừng, nướu lợi không còn răng, gân máu chằng chịch trên ngực, thậm chí dương vật lòi ra rành rành khi ông cụ được thay quần áo trước khi mai táng – và kia là mẹ bà, thi thể được quấn trong tấm vải của nhà dưỡng lão nơi bà cụ trải qua những năm cuối đời, khốn đốn vì bệnh lú lẫn. Có một cái gì băng giá và lạnh lùng trong cách nhìn ngắm sự việc; những con chữ đầu tiên trong "***A Woman's Story***/Chuyện Một Người Đàn Bà" – "Mẹ tôi qua đời hôm thứ hai ngày 7 tháng 4" – gợi nhớ cụm từ nổi tiếng của Camus (2): "Hôm nay má chết," thật khó thể tìm thấy kiểu viết nào hay hơn để diễn tả tâm cảnh của một kẻ tự tách mình ra khỏi hoàn cảnh. Nhưng đứng ngoài cuộc không có nghĩa là hờ hững. Ở đây cách dụng từ của Ernaux giống như để mô tả một đứa trẻ đang cố làm vẻ người lớn, can đảm đối mặt với sự kinh hoàng.

Cách viết "vô cảm" coi như dễ, thậm chí thô thiển. Ernaux cho biết, thật ra viết như vậy vô cùng khó, nhưng thêm vào sự ngọt ngào dịu dàng sẽ làm tiêu tùng toàn bộ chủ đích của bà:

Khi nhớ đến mẹ tôi với tính khí hung hãn, yêu thương vồ vập, cùng thái độ của bà khi quở trách mắng mỏ, tôi cố không xem đó như những khía cạnh thuộc về nhân cách mà kết gắn chúng với câu chuyện của mẹ tôi trong bối cảnh xã hội lúc bấy giờ. Dường như cách viết này giúp tôi đến gần sự thật hơn, mang tôi ra khỏi cõi tăm tối, làm vơi đi gánh nặng ký ức bằng cách sử dụng một thủ bút tiếp cận khách quan hơn. Thế nhưng có cái gì sâu thẳm bên dưới khăng khăng không chịu quy hàng, nó buộc tôi phải nhớ đến mẹ mình chỉ thuần bằng cảm xúc – yêu mến hoặc khóc thương – mà không cần phải giải thích chi cả.

"Sự thật" không thể là một khái niệm bất biến, trong đời sống hay trong văn chương, và có khi Ernaux để cho ta nhìn thấy hai dị bản cùng một lúc: lớp vỏ lạnh lùng của hiện thực vật chất, và, những cảm xúc sôi sục lẩn khuất bên dưới, những cảm xúc mà bà nỗ lực kìm nén. "***A Man's Place**/ Một Chỗ Trong Đời*", tác phẩm thứ tư của Ernaux, là một thành công vang dội. Nó mang lại cho bà giải Renaudot; Ernaux nghe thấy từ vô số độc giả, không chỉ ở Pháp, rằng bà đã viết cho họ đọc và viết về chính họ. Đây không phải cách người ta phản ứng với khoa xã hội học. Ernaux nói bà đã trao cho độc giả "một chiếc gương soi". Nói cách khác, bà mang "nghệ thuật" đến cho họ.

Ernaux cũng nói, lối viết vô cảm đến với bà một cách tự nhiên. Ngôn ngữ là đường phân thủy giữa nơi xuất thân của gia đình bà và con đường mà bà đang đi. Với quyết tâm phải cho con gái mình "tất cả những gì nó chưa được hưởng," Blanche đã gửi Annie đến trường Công Giáo. Các giáo viên chỉnh sửa cho Annie mỗi khi cô bé lỡ dùng phương ngữ Normandy, rồi khi về nhà cô bé chỉnh lại cha mẹ. "Muốn con nói đúng, sao cha lại cứ nói sai chứ?" Ernaux nhớ bà vừa khóc vừa hỏi cha mình như thế. Ở tuổi 19 Annie rời Pháp để sang London giữ trẻ qua chương trình trao đổi văn hóa, Blanche viết những bức thư giọng điệu khô cứng, kể những gì đang xảy ra trong xóm, ai sống ai chết, trời đất thời tiết ra sao. Ernaux hồi âm tương tự: "Mọi nỗ lực làm dáng trong văn phong sẽ bị coi như chuyện rẻ rúng nhau."

Ernaux học đại học ở Rouen, theo ngành văn chương. Bà ngấu nghiến đọc những quyển tiểu thuyết của thế kỷ 19 và say mê sự táo bạo của chủ nghĩa hiện sinh. Nhưng điều bà cần cho việc viết lách của riêng mình chính là "một ngôn ngữ khác", thứ ngôn ngữ mà giới có học chưa hề biết đến. Viết đơn giản khiến tác phẩm của Ernaux trở nên dễ hiểu đối với cha mẹ mình, và sau nữa, đối với những người giống như họ. Cùng lúc ngôn ngữ viết giúp bà ẩn trốn. Trong "*A Woman's Story*" Ernaux coi việc mẹ bà "suốt ngày bán sữa và khoai tây để cho con gái ngồi trong giảng đường mà học về Plato" là "một bất công rõ ràng." Điều này hiển nhiên là đúng, nhưng phát biểu một cách vô cảm, như một tờ truyền đơn. Chỉ khi viết "*Shame*/Hổ Ngươi" mười năm sau khi Blanche qua đời, bà mới có thể nói lên được cảm xúc của mình về sự cách biệt giữa hai mẹ con. Cha bà, vốn tính tình đôn hậu, một hôm quá ức chế vì bị Blanche quát tháo, đã quơ lấy một lưỡi liềm. Chấn động tâm lý bởi việc cha hành hung mẹ, đứa trẻ 11 tuổi là Annie cảm thấy xấu hổ như đang trải qua tuổi dậy thì quái gở, một tình thế vô phương cứu chữa đã kết thúc thời thơ ngây của cô bé. Đâu đâu Annie cũng thấy những dấu hiệu thóa mạ gốc gác của gia đình: ở trường thì bị bọn con gái "khinh khi ghẻ lạnh"; đi chữa răng thì bị hỏi khi uống nước táo ép thì cái răng hư có bị buốt không – nước táo ép là thức uống dành cho dân lao động. Thế nhưng nỗi niềm Hổ Ngươi lại có tác dụng như một chất bảo quản quá khứ. Proust đã có bánh *madeleine* (3). Cách Ernaux tìm lại thời gian đã mất có lẽ không được ngọt ngào như thế, nhưng nó cũng được việc.

Ở tuổi hai mươi, Ernaux thề: "Nếu 25 tuổi mà không thể thực hiện lời hứa viết được một quyển tiểu thuyết, sẽ tự tử." Nàng có viết được một quyển đấy, nhưng không có phương tiện xuất bản. Dù vậy nàng chọn cuộc sống – hoặc cả hai thứ, sống và viết. Nàng lấy chồng, có hai con, trở thành giáo viên. Nàng gặp Philippe Ernaux ở Bordeaux nơi chàng theo học khoa chính trị, cũng là nơi nàng lấy được bằng sư phạm. "Chúng tôi bàn luận về Jean-Paul Sartre và về tự do, đi xem phim 'L'Avventura' của Antonioni (4), và có chung quan điểm khuynh tả," Ernaux viết. Nhưng sau khi lấy nhau năm 1964, họ dọn về Annecy cho Philippe tiện làm việc rồi mắc dính trong nhịp sống hàng ngày. Ernaux chăm sóc nhà cửa, nấu ăn, trông con, đồng thời đi dạy và chấm bài của học trò – "một người đàn bà không còn chút giờ rảnh nào." Cuộc đời kia, cuộc đời "văn chương chữ nghĩa," thì nàng giấu nó đi, lén lút viết để tránh con mắt soi mói của chồng.

Trong chuyện lén lút này Ernaux đã dưng không mà có một người cộng sự. Sau khi cha bà, Alphonse, qua đời, Blanche bán cửa tiệm cà phê-thực phẩm và dọn đến sống cùng gia đình Ernaux. "Mẹ tôi mang đến cho tôi tất cả tập vở, sách bài tập toán, mọi thứ tôi có, trừ mấy quyển nhật ký," Ernaux kể. "Tôi không dám mở miệng hỏi, 'mẹ, sao không mang cho con mớ nhật ký?' tôi biết bà sẽ nói: 'Vì những thứ viết trong đó.' Hóa ra bà đã tiêu hủy chúng: mọi thứ mà Ernaux đã viết từ thuở 16 đến 23. "Bà ấy làm như vậy để chồng tôi không bao giờ đọc được," Ernaux nói. "Cốt để giữ thể diện cho tôi." Mỗi khi Annie có những biểu hiện nổi loạn của tuổi mới lớn, Blanche thường càu nhàu: sau này mày sẽ nhổ vào mặt cả nhà. Nếu Blanche đôi khi có vẻ xem con gái mình như một "đối thủ giai cấp" như Ernaux đã viết, bà mẹ đồng thời cũng sống trong nỗi lo sợ là có lúc Ernaux sẽ sơ hở tự hại mình rồi phải làm lại từ đầu.

Khi hai con trai của Ernaux còn nhỏ và cuộc hôn nhân hãy còn yên ấm, thời gian quanh quẩn việc nhà đã giúp bà thai nghén *The Super 8 Years*/Những Năm Tháng Qua Máy Quay Phim Super 8". Năm 1972 gia đình Ernaux mua một máy quay phim để làm video tại nhà. Chính David Ernaux-Briot có ý tưởng biến những đoạn ghi hình trong suốt mười năm thành một tác phẩm điện ảnh. Cậu gửi cho mẹ trích đoạn và yêu cầu bà ghi âm một bài đọc để thuyết minh cho các hình ảnh, và bà đã làm thế trong thời gian cách ly đầu đại dịch. Giọng đọc của Ernaux – với cách ngắt nhịp đầy chủ ý, quyến rũ trong lối diễn tả nhẹ nhàng, trẻ trung — được dùng làm âm thanh chủ đạo cho cuốn phim. Tôi thắc mắc, cộng tác với chính con trai mình thì như thế nào nhỉ?

"Ồ, tôi đâu có cộng tác gì đâu!" bà cười vang.

Tuy nhiên, đối với Ernaux kiểu làm việc tay đôi này khá mới mẻ. Bà từng sử dụng hình ảnh như đã làm trước đó, nhất là trong *The Years*/Những Năm Tháng" (2008), tác phẩm được quảng bá rộng rãi nhất của bà, một chân dung trải dài qua nhiều thế hệ, trong đó bà lấy ảnh chụp của chính mình để đánh dấu các chặng thời gian, lấy hình ảnh bản thân làm chủ đề để săm soi, không khác cách bà đưa mắt nhìn trực diện thi thể của cha mẹ mình. Nhưng lần này, bà được hướng dẫn qua đôi mắt của người khác – Philippe, người quay phim, và người chồng mà Ernaux đã tỉnh khô đề cập đến trong buổi chiếu phim ở New York như "một gã nghiện thuốc lá qua đời năm 2009 vì ung thư." Giữa hai vợ chồng không bao giờ có chuyện bà tự cầm máy. Quay phim chụp ảnh là việc dành cho đàn ông. Chuyện kể của Arnaux thường nói về sự nhập nhằng giao thoa giữa con người cá nhân và con người chính trị. Có những chuyến đi đến những nơi khác thường như quốc gia Cộng sản Albania, và Chile của Allende (5), qua những chuyến đi này, hai vợ chồng, với tất cả lòng khao khát, thử hình dung một nước Pháp sẽ ra sao nếu cuộc nổi dậy vào năm 1968 thành công. Dù sao thì vẫn còn cuộc sống ở nhà, với nhiều vấn đề đáng được giải mã như bất cứ nền văn hóa xa lạ nào. Ernaux châm biếm chuyện trang trí nội thất của hai vợ chồng, hoa văn giấy dán tường và những món đồ được cân nhắc chọn lựa ở tiệm bán đồ cổ, "tất cả những thứ cho thấy chúng tôi là những kẻ chân ướt chân ráo trong thế giới trưởng giả." Và rồi đến chính bản thân Ernaux. "Trong phim, tôi thường nói về chính mình ở ngôi thứ ba, bởi vì tôi thật sự là một người khác," Ernaux thổ lộ. Trong một đoạn phim tiếp theo, quay ở lễ hội Bayreuth mùa hè 1973, Ernaux đứng trực diện máy quay, trông như một hiền thê trẻ trung hiện đại. Tuy nhiên bà đang trong tiến trình trở thành một người khác. Chẳng bao lâu nữa quyển sách mà bà đang mang nặng đẻ đau sẽ được nhà Gallimard đồng ý xuất bản. "***Les Armoires Vides**/Những Cái Tủ Không*", ra mắt năm sau đó, một quyển tự truyện kể về một cô sinh viên khoa văn chương nhớ lại tuổi thanh xuân vào thời điểm cô phải trải qua một vụ phá thai lén lút. Ernaux điềm nhiên gửi bản thảo cho nhà Gallimard qua bưu điện mà không nói cho ai biết.

Người ta hiếm khi quay phim những trận cãi nhau đánh nhau của họ. Ernaux có bóng gió về tính trăng hoa của người bạn đời, nhưng chính xác mà nói thì bà xem chuyện chia tay của hai người như một hiện tượng vừa mang tính đại chúng vừa riêng tư. "Chung quanh họ, tỷ lệ ly dị gia tăng," Ernaux viết, trong "*The Years*/Những Tháng Năm" nói về đám thiếu nữ lớn lên được giáo huấn rằng tình dục trước khi cưới là tội lỗi, rằng có bầu trước hôn nhân là một thảm họa, rốt cuộc chỉ để thấy thế hệ sau được ủng hộ toàn diện khi chúng né tránh bàn thờ hành lễ hôn phối. Vào năm 1981, Ernaux ra mắt quyển tiểu thuyết thứ ba, "*A Frozen Woman*/Người Đàn Bà Băng Giá", câu chuyện về một người vợ trẻ có con nhỏ cảm thấy bị ngột ngạt trong đời sống hôn nhân tù túng. Đó là lúc cuốn phim gia đình kết thúc. Ernaux hoàn toàn dứt khoát với cuộc sống lứa đôi.

Cuối cùng Ernaux trở lại là chính mình. Bà ra mắt những tác phẩm viết về cha và mẹ. Bà đã có độc giả và đã làm nên tên tuổi. Thế rồi, năm 1991 "*Simple Passion*/Đam Mê Đơn Giản" ra đời, và những gì mà độc giả tưởng mình hiểu về người phụ nữ trí tuệ và bị dồn nén ấy đều bị quăng ra cửa sổ. "Kể từ tháng 9 năm ngoái, tôi chẳng làm gì ngoài việc trông ngóng một người: chờ cho hắn ta gọi cho tôi và đến với tôi," là những câu mở đầu của Ernaux. Sáu mươi trang ngắn ngủi tiếp theo là câu chuyện kể đầy lôi cuốn. Trong những tháng yêu A., cách tác giả gọi người yêu của mình, Ernaux cứ ngã dúi về phía nhân vật đó, y như hoa tìm nắng, không khác chi một đóa hướng dương. Bà ở nhà trong khi lẽ ra phải ra ngoài; không dùng máy hút bụi sợ tiếng ồn của máy át mất tiếng chuông điện thoại. A. là người ngoại quốc, dân Đông Âu; việc hắn ham muốn những xa xỉ phẩm của khối Tây Âu làm Ernaux nhớ đến thuở thiếu niên hãnh tiến, thuở cô bé Annie thèm thuồng những váy đầm và những kỳ hè của đám bạn giàu có. A. không chia sẻ được với bà chút gì trong các sở thích trí thức, nhưng hề gì? Chính bà chỉ mê nghe nhạc tình thôi.

Sau khi A. trở lại quê nhà, Ernaux chỉ muốn nghĩ đến cái chết. Nếu hắn ta đã làm bà bị lây bệnh liệt kháng, bà nghĩ, "ít nhất hắn cũng để lại cho mình quà lưu niệm." Tuy thế, trong quyển sách tưởng như ngập ngụa tình dục này lại chẳng có mấy tí tình dục. Phần mở đầu có những miêu tả trần trụi nhất, Ernaux kể việc mình xem phim khiêu dâm trên TV mà sững sờ trước những thứ được mô tả như chuyện đương nhiên lại bị coi là cấm kỵ hàng thế kỷ. Bà nghĩ văn chương cũng nên đạt đến hiệu quả tương tự: "một cảm giác căng thẳng và mê muội, không còn khả năng phán đoán về đạo đức."

Không có gì đáng ngạc nhiên khi "***Simple Passion**/Đam Mê Đơn Giản*" là một tác phẩm bán chạy hàng đầu; nếu đã từng kinh qua nỗi đau mà Ernaux mô tả, ta sẽ không bắt gặp thứ bút pháp nào tinh luyện hơn thế. Một số độc giả cảm thấy bị phản bội. Khi Ernaux được mời đến nói chuyện ở Wellesley College, các sinh viên đả kích kiểu lụy tình của bà. Chẳng phải bà đã từng tuyên bố mình tranh đấu cho nữ quyền sao? Đúng thế, và đó là cái làm cho *"Simple Passion*/Đam Mê Đơn Giản" trở nên mãnh liệt và dễ sợ. Ernaux đã cố minh giải rằng sức mạnh của nhục dục có thể biến phần đời còn lại – phần còn lại của cái tôi – thành ra trống không trong tích tắc. Bà không cổ xúy cho những người đàn bà vì đàn ông mà mất cả lý trí. Bà chỉ mô tả việc ta cảm thấy như thế nào khi điều đó xảy ra, thế thôi, như cái cách ta tả một cơn lốc xoáy đánh sập nhà cửa của mình vậy. Một thập kỷ sau, Ernaux gây ngạc nhiên bằng cách xuất bản những trích đoạn trong quyển nhật ký mà bà đã ghi chép suốt thời gian yêu đương. Tác phẩm *"Getting Lost*/Lạc Lối," ấn bản tiếng Anh của Alison L. Streyer, ra mắt vào tháng 9 ở Mỹ. Chính trong tác phẩm này, tình dục mà Ernaux chỉ mô tả lướt qua trong *"Simple Passion*/Đam Mê Đơn Giản"- các tư thế làm tình, chất nước nhờn– nỗi đau phải vật vã chờ đợi, cuối cùng đã được phơi bày qua những thời khắc thật sự đau đớn. "Suốt cuộc đời, tôi đã nỗ lực bứt mình ra khỏi sự ham muốn của đàn ông, nói cách khác, ham muốn của chính bản thân tôi," Ernaux thú nhận. (Có lẽ các sinh viên trường Wellsley đã có lý.) Theo lẽ thường mà xét, Ernaux không hề là một nhà văn hài hước, nhưng sự cọ xát giữa bộ óc phát triển quá hoàn hảo và những đòi hỏi bạo liệt của thân xác bà có lúc đã dẫn đến các tình huống thật sự khôi hài. Khi đánh mất kính sát tròng rồi tìm thấy nó trên dương vật của bạn tình, ý nghĩ đầu tiên của bà là về Zola, người đã "lạc mất kính một tròng của mình giữa đôi gò bồng đảo của phụ nữ. "Rồi cái hố ngăn cách giữa sự "tận hiến" (đúng ra là "nghiện") của bà dành cho tình nhân và sự tầm thường của cậu ta mà bà ý thức rất rõ. Nhân vật này giờ được gọi đúng tên bằng chữ tắt S., hóa ra lại là một đảng viên đảng Cộng sản Xô-viết, ba mươi lăm tuổi, mà nàng Ernaux bốn mươi tám tuổi đã gặp trong chuyến đi chơi Liên Xô. Bà kể "Tôi ngóng chờ được gặp hắn ta. Nhưng mọi sự chỉ là như vầy: hắn ta làm tình, nốc Vodka, và bốc phét về Stalin."

Ở cuốn này ("Getting Lost") Ernaux có vẻ đi quá trớn. Cuốn *The Years/Những Năm Tháng* dài hơn hai trăm trang kể các diễn biến từ năm 1941 đến 2006, có tầm vĩ mô ở giọng văn lẫn phạm vi đề tài, nhưng *Getting Lost/Lạc Lối* còn dài hơn. Điều gì đã thúc đẩy bà xuất bản tác phẩm này? Giai đoạn sau khi cuộc tình kết thúc, bà kể, "tôi đã bị người bạn tình cả ghen cấm đọc nhật ký." Để chiều ý hắn ta, bà niêm kín nó lại trong một phong bì, và để yên đấy cho đến sáu năm sau, khi hai người đã chia tay." Lúc ấy tôi mới đọc lại nhật ký và khám phá ra nó có một sự nhất quán tuyệt vời. Nhưng không có chút gì giống với 'Simple Passion' đâu. Nó là một câu chuyện khác. Và tôi cũng là một người đàn bà khác. Tôi có cảm tưởng như mình đang đọc một quyển tiểu thuyết. Chính chữ nghĩa dẫn dắt tôi, như thể tôi không biết chuyện gì sẽ xảy ra tiếp theo!" Một sự đầu hàng thật tuyệt vời không từ vị trí người tình mà từ vị trí độc giả. Ernaux đã chết sững trước nhân vật tiểu thuyết vốn không ai khác hơn là chính mình.

Khái niệm trở thành một người đàn bà khác – "cái tôi" bị biến dạng qua thời gian – đã thổi sinh khí vào tác phẩm của Ernaux. Như bà đã nói trong "*Shame*/Hổ Ngươi", viết về một Ernaux thuở thanh xuân giờ không còn nữa là một trong hai cách duy nhất "để đưa hai chúng tôi đến bên nhau." (Cách kia, cơn tuyệt cảm, "khoảnh khắc mà tôi cảm nhận được bản thể và sự hòa hợp ở mức tuyệt đỉnh," khỏi phải nói, nó ngắn ngủi hơn). Nhưng như bà giải thích trong "*Shame*/Hổ Ngươi", dòng chảy thời gian cũng có thể là một niềm an ủi, thậm chí một nhu cầu sáng tạo:

Tất nhiên tôi không cảm thấy xấu hổ gì khi viết ra những điều này bởi vì đã có một khoảng thời gian phân cách giữa thời điểm chúng được viết ra – lúc chỉ mỗi mình tôi nhìn thấy chúng, và thời điểm chúng được người khác đọc (cái lúc tôi nghĩ sẽ không bao giờ đến). Biết đâu tôi gặp tai nạn rồi qua đời; biết đâu chiến tranh hay một cuộc cách mạng có thể bùng nổ. Chính sự trì hoãn này đã giúp tôi có thể viết như hôm nay, giống cách tôi từng nằm phơi mình suốt ngày trong nắng cháy da thuở 16, hay cách tôi làm tình không biện pháp ngừa thai thuở 20: chẳng hề nghĩ chi đến hậu quả.

Đôi lúc Ernaux ghi ngày tháng sáng tác ở cuối các tác phẩm của bà, như để ràng buộc chúng với thời gian quý báu trong đó chỉ có mỗi mình bà ăn ngủ hít thở cùng với những gì mình viết. "*Happening*/Biến Cố" xuất bản năm 2000, được viết giữa tháng hai và tháng mười 1999; các biến cố chỉ được kể lại sau 36 năm. "Tôi viết không cùng nhịp bước với thời gian," Ernaux nói. Phá thai đã được hợp pháp hóa ở Pháp từ năm 1975. Người ta coi chuyện đó bình thường rồi; không ai có vẻ quan tâm đến việc tưởng nhớ công ơn Simone Veil người khởi xướng cuộc tranh đấu đòi phá thai hợp pháp, cũng chẳng ai quan tâm đến những nỗi kinh hoàng mà phụ nữ phải đối mặt trước đây. "Ngày 14 tháng 7 năm nào cũng có diễn binh," Ernaux nói. "Chúng tôi mừng quốc khánh và không thể quên ngày đó. Nhưng còn chuyện dính líu đến phụ nữ thì sao? Sẽ bị coi là chuyện đã qua rồi, không ai cần nói về nó nữa. Tôi đã từng nghĩ, lỡ ngày nào đó mình qua đời thì sẽ chẳng còn tí dấu vết gì về chuyện này. Chết rồi thì làm sao mà chuyển tải được những gì tôi cần phải chuyển tải chứ."

Những gì Ernaux cần chuyển tải, trong tác phẩm thẳng thừng và đáng nhớ ấy, là cái tình cảnh đi tìm chỗ phá thai vào mùa thu 1963 và mùa đông 1964, dạo người ta có thể bị phạt tiền hoặc ngồi tù nếu hành nghề phá thai, hoặc tìm chỗ giải quyết nó, hoặc xúi ai đó làm chuyện ấy, hoặc thậm chí cổ vũ cho việc dùng các biện pháp ngừa thai. Ernaux đang học đại học ở Rouen thì biết mình có bầu. "Tôi cảm thấy ít nhiều gì đó có một mối tương quan giữa gốc gác gia đình và hoàn cảnh hiện tại của mình," bà viết. Học hành chi cho lắm để rồi nhu cầu xác thịt vẫn gây phiền lụy cho tôi, và tôi thấy cái sinh vật đang lớn trong cơ thể mình như một vết nhơ của xã hội." Tuy thế, bà tưởng phá thai là chuyện dễ làm. Bà đã đọc nhiều sách vở viết về việc phá thai; đã nghe cô thím mợ chị ở Yvetot xì xầm bàn tán về nó. Bà biết là sẽ đau đớn đấy, nhưng không nghĩ mình có thể chết.

Rồi bà nghiệm ra. Mặc dù *"Happening*/Biến Cố" được viết với bút pháp rạch ròi sắc bén thường lệ, tác phẩm này có vẻ như cho thấy một hoàng hôn ngột ngạt vì những con đường mà cô thiếu nữ Annie đang đeo đuổi lần lượt bị đóng lại. Một anh bạn đáng tin cậy một hôm mời Annie đến ăn tối cùng vợ con anh ta rồi giở trò sàm sỡ. Các bác sĩ từ chối can thiệp. Annie tuyệt vọng tìm người bạn của một người bạn nghe đồn là có biết một người làm chuyện ấy. Thời điểm ấy lẽ ra cô phải làm luận án về đề tài Phụ Nữ của trường phái Siêu Thực, nhưng rồi cô chỉ có thể chú tâm vào cái hiện thực phụ nữ của chính mình thôi. "Kỳ lạ là việc tôi không thể viết luận án lại nguy kịch hơn việc tôi cần phải trục bỏ cái thai," Ernaux viết. "Tôi đã không còn là 'một kẻ trí thức'. Tôi không biết cảm giác này có phổ biến hay không. Nó gây ra nỗi đau khó tả." Rồi một nỗi đau khác xảy ra, sau cuộc phá thai thất bại dùng hai que kim đan. Cô luôn cảm thấy "thời gian tuôn chảy bên trong người mình và cả bên ngoài cơ thể"– thời gian bình thường đang đi tới, thời gian trong cô đang trôi lui.

Người ta đồ rằng, tác phẩm Ernaux viết về phá thai khiến ban giám khảo Nobel nhận thấy Ernaux xứng đáng được trao giải văn chương năm nay, chưa đầy 4 tháng sau khi án lệ **Roe v. Wade** (6) bị bác bỏ, qua đó quyền phá thai không còn được công nhận. Trong chuyến viếng thăm của Ernaux tại trường đại học Barnard, người ta hỏi bà có lời gì muốn nhắn nhủ các phụ nữ Mỹ chăng, gần như thể bà là chính trị gia. Nhận thấy câu hỏi thú vị, bà đáp rằng nước Mỹ đã hợp pháp hóa việc phá thai trước cả nước Pháp, giờ quay trở lại "thời kỳ man rợ." Phát biểu của bà được hoan nghênh nhiệt liệt. Nhưng vào thời điểm xuất bản, "***Happening***/Biến Cố" chỉ nhận được phản hồi nhạt nhẽo. "Đó là một tác phẩm làm người ta khó chịu," Ernaux nói với tôi. Ngoài các biến cố được diễn giải với sự chính xác ngột ngạt đến ngộp thở – vụ phá thai và những gì xảy ra sau đó quá khốc liệt đến nỗi cuốn phim phóng tác coi bộ nhẹ nhàng hơn nhiều – là chuyện Ernaux hoàn toàn không cảm thấy tội lỗi về những gì bà đã làm. Có thể không có diễn binh như trong lễ quốc khánh, nhưng đã nhiều năm bà ăn mừng cái-đêm-hôm-ấy, biến nó thành "ngày kỷ niệm" cho kinh nghiệm phá thai.

Ernaux cho tôi biết, trong vài năm qua bà có cảm tưởng như đã hoàn thành một cuộc hành trình. "À mà không phải hành trình. Số phận chứ." Bà cười vang, nhưng đúng là ý bà muốn nói thế. "Tất nhiên không phải một số phận được viết từ điểm khởi đầu mà được kiến tạo từng chút, từng chút một."

Lý do là "***A Girl's Story***/Chuyện Một Thiếu Nữ" xuất bản năm 2016. Tác phẩm có dính líu đến năm 1958 khi Ernaux xấp xỉ 18, rời nhà một mình lần đầu tiên trong đời để làm việc với vai trò cố vấn trại hè. Vào đêm thứ ba ở đấy, cô được trưởng ban cố vấn 22 tuổi đề nghị hẹn hò – dùng từ hẹn hò cho cuộc gặp gỡ của họ có thể ám chỉ một chuyện tình lãng mạn, hoặc ít nhất, một cuộc vui. Annie là đứa con duy nhất, được bảo bọc trong một gia đình cực kỳ quê mùa chất phác, một cô gái "không biết gọi điện thoại, chưa bao giờ tắm vòi sen hay tắm bồn," giờ sẵn sàng thoát ly gia đình, sống tự do và phiêu lưu, rồi yêu đương nữa chứ. Giờ đây cô nằm dài trên chiếc giường của một người đàn ông và quan sát thân xác mình được dùng làm trò vui cho anh ta. Dù vậy, kinh nghiệm này "chẳng phải kinh hoàng hay xấu hổ, chỉ là buông xuôi theo những gì đang xảy ra thôi." Không hề xem mình như một nạn nhân, cô còn tận tụy một cách mù quáng đến mức quỵ lụy trước một "chủ nhân" vô tâm vô tình.

Phân đoạn nóng bỏng này là cốt lõi của tác phẩm. Xung quanh cái lõi đó, Ernaux xây dựng một câu chuyện đầy chất trinh thám. Cô Annie của năm 1958 là một kẻ mất tích. Không có lấy một tấm ảnh nào về mùa hè ấy. Nhật ký thì bị mẹ thiêu hủy. Nhưng Ernaux biết cô thiếu nữ ấy vẫn còn sống trong bà qua nhiều thập kỷ. Annie là căn cơ của mọi trải nghiệm khiến Ernaux trở thành một người đàn bà và đồng thời một nhà văn, và giờ là lúc bà phải đối mặt với cô ấy.

Có điều gì giống như sự giải phóng trong quá trình này, nhưng Ernaux không đồng ý.

"Tôi chưa bao giờ xem việc viết lách là một hình thức giải phóng", bà nói. "Hình ảnh mà tôi có là chuyện đi xuống, dấn sâu vào một thứ gì đó bên dưới. Và dưới ấy thật sự không mấy tí tự do. Tôi thường nói với những nhà văn khác – những nhà văn nữ — rằng hình ảnh của chúng ta về việc viết lách rất đa dạng. Một số người nói rằng với họ, nó là một hành trình đi lên. Nhưng với tôi, hoàn toàn là điều ngược lại. Chẳng phải chui xuống đất đen đâu. Mà xuống một cái giếng." Điều gì kéo bà xuống dưới đó? Mội ý tưởng nào đó? Không: "Một ám ảnh". Hình ảnh giếng sâu khiến ta nghĩ đến sứ mệnh giải cứu. Ernaux, tuy tận tụy trong việc ghi chép cái bà gọi là "cõi u minh của hiện thực," cũng có khía cạnh huyền bí. "Có vẻ như cuối cùng tôi đã giải thoát cho cô thiếu nữ của năm 1958, phá vỡ lời nguyền vốn giam cầm cô ấy suốt 50 năm," Ernaux viết về bản thân thời thanh xuân của bà. Đây là một ý tưởng khải hoàn và kỳ diệu; và có thể làm một kết thúc tuyệt vời. Nhưng đây không phải là đoạn kết tác phẩm, mà chỉ mới là trung điểm. Trong thế giới của Ernaux, mọi đoạn kết đều tạm thời. Ý nghĩa của những điều bà mô tả vẫn cứ biến đổi như thời gian vốn luôn chuyển dịch. Các nhà phê bình muốn định nghĩa quá trình sáng tác của Ernaux — trò chơi 50 năm khảo sát cái tôi của nhà văn — như một di sản nghệ thuật, nhưng bà không ưa khái niệm này. "Một 'di sản' là một cái gì đã khép lại," bà nói với tôi. "Di sản nghệ thuật của tôi chỉ thành tựu khi tôi qua đời."

*Từ bản tiếng Anh của **Alexandra Schwartz***
The New Yorkers, Nov.21, 2022

<u>Chú thích của người dịch</u>:

*(1)   Gọi nhại theo tên **Madame Bovary**, một nhân vật dâm đãng trong tác phẩm cùng tựa của Gustave Flaubert.*

(2)   **"L'Étranger**/The Outsider/Kẻ Xa Lạ (1942) ",
tác giả Albert Camus.

(3)   **Madeleine**/bánh sò vốn là nàng thơ trong
các buổi tiệc trà của giới quý tộc Pháp.

(4)   **L'Aventura**, phim do đạo diễn Ý Michelange-
lo Antonioni thực hiện năm 1960.

(5)   **Salvador Allende**, cựu tổng thống Chile,
theo chủ nghĩa Marx, thành viên Đảng Xã hội, trở
thành tổng thống một nước Mỹ Latinh thông qua
bầu cử mở (1970), qua đời 1973.

(6)   **Roe v. Wade**/Roe kiện Wade là một quyết
định năm 1973, bước ngoặt của Tòa Án Tối Cao Hoa
Kỳ, trong đó tòa án phán quyết rằng Hiến Pháp Hoa
Kỳ bảo vệ quyền tự do của một phụ nữ mang thai
được chọn phá thai mà không bị chính phủ hạn chế
quá đáng.

NGƯỜI GÁC CỬA
NHÀ BƯU ĐIỆN Ở C

Lúc đầu tôi định viết về C.G., do mới tuần trước đã mò ra được địa chỉ của anh ấy trên Minitel, xong nhìn sững cái địa chỉ rồi nghĩ có lẽ nào anh ấy hiện vẫn còn sống sờ sờ ở Pontarlier.

Đã bắt đầu viết rồi đấy chứ, nhưng hình ảnh một người đàn ông khác chợt chen vào và làm đứt đoạn câu chuyện đang kể. Chính nhân vật này khiến tôi phải viết về y.

Y xuất hiện sau khi cái nhà bưu điện sơn màu trắng và xanh lá cây mới khai trương được vài tháng. Nó có mảnh sân nho nhỏ trồng hoa và một khoảng trống phía mặt tiền đủ chỗ đậu cho bảy chiếc xe hơi. Đánh giá nhanh dựa theo tiêu chuẩn thường tình dành cho những ai có vẻ không thuộc thành phần của một xã hội bình thường, tôi để ý đến y, một anh chàng mày râu nhẵn nhụi, cơ thể tráng kiện không chút dấu vết bệ rạc rượu chè, áo quần sạch sẽ, tuổi không quá 35.

Y đứng gần cửa kính. Thấy ai tới, dù trẻ hay già, đàn ông hay đàn bà, có hoặc không có xe đẩy trẻ con, có chó được cột bên ngoài – theo luật, chó không được phép vào – y liền nhanh nhảu mở rộng cửa rồi từ tốn đóng lại sau lưng khách. Văn phòng nhà bưu điện bé tẹo, là chi nhánh của nhà bưu điện chính, đóng cửa nghỉ buổi trưa từ 12 giờ đến 3 giờ chiều, vỏn vẹn hai quầy phục vụ nhưng thường chỉ một trong hai quầy mở cửa, tuy thế lúc nào cũng có người lui tới nhất là giờ xế chiều và sáng thứ bảy. Một địa điểm tốt, ăn đứt cả nhà thờ và các cửa hàng lớn, vì những người đến giao dịch ở đây khi ra về luôn có tiền lẻ được nhân viên bưu điện hoặc máy gửi thư tự động thối lại.

Bất luận giờ nào đến đấy tôi cũng thấy y đã có mặt rồi, đúng giờ như các nhân viên bưu điện, thậm chí còn nghiêm chỉnh hơn cả những người đến kéo cửa sắt cuốn, vốn trễ hai ba phút là thường. Y để lộ sự hăm hở khi cửa được mở, thứ nhiệt tình mà các nhân viên phục vụ và những người gác thang máy ở các khách sạn sang trọng không bao giờ phô diễn, vì không cần phải làm thế, họ có mặt ở đấy để tỏ lòng trân trọng giá trị xã hội của khách hàng, họ đóng vai trò của tấm thảm đỏ và những cành lan cắm trong bình. Lúc đầu tôi thấy y có vẻ được trả khấm khá cho động tác mở cửa đóng cửa. Y cám ơn không vồn vã, thái độ điềm nhiên, tương phản với sự vồ vập gần như mạnh bạo của cơ thể.

Một hôm, do nhận thấy y cư xử khác với thường khi, tôi đứng lại để hỏi han đôi điều. Chẳng hạn như y có nguồn thu nhập nào khác chăng, đã ghi danh ở ANPE (1), Văn phòng Quốc gia Quản lý Việc làm chưa, hay đã có ghé qua tòa thị chính vốn cách đó chỉ hai mươi mét thôi. Y cụp mắt xuống lúng ta lúng túng không trả lời. Tôi vừa ra chỗ lấy xe vừa nghĩ lẽ ra tôi không nên nói gì, hoặc chỉ nên nói đại loại "hôm nay trời nắng tốt nhỉ".

Tôi không trò chuyện với y thêm lần nào nữa, tự nhận thấy một lời chào là đủ. Y có vẻ không cố chấp những câu hỏi hàm hồ của tôi, và để không làm hỏng thiện cảm ngày càng sâu đậm mà y dành cho mình, kể từ hôm ấy tôi thường bỏ vào lon xin tiền của y một đồng cắc. Mỗi lần bước ra khỏi xe tôi có thể cảm nhận y đang nhìn mình, tràn trề hy vọng. Nhưng tôi không thường xuyên vào bên trong bưu điện mà chỉ bỏ thư vào thùng phía ngoài đặt bên trái cửa ra vào, hoặc rút tiền ở máy tự động bên phải. Vì không đi ngang qua khu vực của y, tôi quyết định không cho y đồng nào. Tôi biết mình bị y theo dõi từng bước chân, từng động tác, sự chờ đợi của y bao trùm lấy tôi, xâm chiếm lấy tôi giống như lúc tôi ngồi trong hội chợ sách, khi có ai đi ngang qua chiếc bàn mình đang ngồi ký tặng, tôi tự hỏi liệu người này sẽ dừng chân lại chăng. Tôi đứng tránh ra xa để không phải nhìn thấy y. Bằng một cách nào đó, càng thách thức sự chờ đợi của y, tôi càng làm y thất vọng. Thật là phiền khi rút tiền giấy từ máy tự động – chắc chắn y thuộc nằm lòng từng tiếng động phát ra ở mỗi thao tác rút tiền – rồi bỏ vào túi xách chỉ cách chỗ y ngồi hai mét. Tôi luôn xua đi ý nghĩ phải cho y một tờ, như thể phải tuân thủ quy luật phân phát, và việc tôi phá luật khiến y cho rằng tôi giàu có thì phải chu cấp tiền đều đặn để nuôi y.

Có thể đoán những người tới giao dịch ở nhà bưu điện đã chán ngấy việc phải cho y tiền vì biết rằng tay này cứ ngồi miết ở đấy. Trong một thế giới mà mọi thứ đều đã thay đổi, những gian hàng trong siêu thị tổng hợp bị xới tung hàng tuần, thí sinh này truy kích thí sinh kia trong trò chơi truyền hình, thì quả là mệt mỏi khi nhìn thấy hoài một kẻ ngồi canh cửa ở nhà bưu điện. Không lấy gì làm hứng thú trước nhiệt tình của y, người ta bực mình trước cái nghĩa cử họ vốn chẳng cần đến, không xem đó như một đặc quyền dành cho họ, trái lại như một sự bắt buộc phải trả lễ bằng đồng tiền bố thí. Thậm chí các bà mẹ đùm đề con cái, tay xách nách mang cũng có thể tự xoay xở không cần đến sự giúp đỡ của y. Lẽ ra nhà bưu điện phải trả công cho y mới phải. Nhiều người bước qua cánh cửa được mở sẵn trước mặt họ mà không hề thốt một lời hay ban cho y một cái nhìn, làm như nó tự động, giống loại cửa ở siêu thị Auchan. Lắm lúc vừa cho xe vào bãi đậu tôi vừa thầm mong y không có ở đấy.

Được chừng vài tháng, y mất dần vẻ năng nổ, động tác mở cửa thờ ơ, mắt vu vơ nhìn ông đi qua bà đi lại, như không muốn dính líu tới cái công việc do cuộc đời đã áp đặt lên thân phận của mình. Nhớ có lần, khi còn là học sinh, tôi đã quay đầu ngó chỗ khác khi mở cửa phòng học cho một ông thầy, vì ghét cái việc mà trường đạo ép buộc các học sinh phải làm.

Một hôm tôi giật mình trước sự thay đổi nơi con người y. Bù xù, bèo nhèo. Mặt mày bủng beo bã bệu, tôi nghĩ ngay là do rượu. Những biểu hiện cho thấy quá trình này đã diễn tiến từ lâu, có lẽ từ cái lúc y đến ngồi trước nhà bưu điện.

Tôi không biết từ hồi nào y bỏ nghề gác cửa thiện nguyện để đổi sang nghề khác. Có lẽ từ hè năm trước, mùa hè, thời điểm các nhân viên bưu điện bắt đầu để cửa ra vào mở toang suốt ngày vì trời nóng nhưng lại không có máy điều hòa. Y ngồi dựa lưng vào tường, cạnh máy rút tiền tự động, tay cầm cái lon xin tiền, râu ria tua tủa xuống cả ngực. Áo quần hôi hám. Người đàn ông lúc trước, trẻ trung và năng động, trong chiếc áo khoác hiệu K-Way nay còn đâu.

Thỉnh thoảng y rời chỗ ngồi đến hút thuốc ở khoảnh sân nhỏ, bỏ lại cái lon đựng tiền. Có một ông, dường như người quen, dừng lại trò chuyện với y. Chưa bao giờ thấy một phụ nữ nào. Chắc do nỗi sợ cơ bản bấy lâu nay chợt trỗi dậy, các bà tránh xa loại đàn ông sa cơ, không muốn vướng vào cái số xui xẻo mà kẻ vô gia cư là hình ảnh biểu trưng. Tôi không thể nhìn y hay đi sướt ngang qua mà không nhớ rằng y có một cơ thể đàn ông, rằng y đường đường là một đấng nam nhi. Có lẽ không người đàn bà nào không thể không thấy như vậy, kể cả Sơ Emmanuelle.

Từ mùa xuân, y thường ngồi tựa lưng vào tường nhà bưu điện, hai chân bắt chéo, duỗi ra phía trước. Lần đầu tiên nhìn thấy y ngồi như vậy, tôi đã suýt buộc y đứng lên. Chắc hẳn y khiến tôi nhớ lại những kỷ niệm thời thơ ấu. Rồi tôi hiểu rằng y sẽ không hơi đâu làm theo lời mình.

Một buổi trưa tháng sáu năm ngoái, vì có một hàng dài người đứng chờ trong nhà bưu điện, y đến dán mắt vào một trong hai cánh cửa kính.

Y đứng đấy, bất động, mắt nhìn chằm chằm vào bên trong, vẻ căng thẳng. Trông y to con, bộ dạng dềnh dàng choán cả cánh cửa làm tôi liên tưởng đến Charles Bronson trong phim *Ngày xửa ngày xưa ở miền Tây* (2). Tất cả mọi người đều nhìn y. Có thể thấy rõ sự sững sờ, lo âu nơi họ. Một lúc sau cô nhân viên bưu điện ngẩng đầu lên và nhận ra sự có mặt của y. Cô ta kêu lên, nói với dòng người đang đứng chờ, tay chỉ về phía người đàn ông đứng bên ngoài, « tôi phải đưa cho ông ấy tiền của ổng. Ông này không được phép vào ». Mọi người thở phào, cứ như đã thoát hiểm, và cuộc sống trở lại nhịp bình thường. Sau đó tôi nhận ra mình đã không hề có lấy một giây phản đối việc người ta cấm y vào bên trong, hẳn vì tất cả mọi người đều cho làm như vậy là hợp pháp. Tôi đoán y đến bưu điện để lãnh RMI (3), tiền trợ cấp tối thiểu của nhà nước.

Tháng này, như thường lệ, tôi lui tới nhà bưu điện nhiều lần. Người đàn ông không còn ở đấy nữa. Tôi nghĩ y đã đi về phía Nam, vì gần như mọi người đều đi nghỉ hè. Hôm qua, trong khi lái xe lên phía Nationale, tôi thấy y ngồi trên lề đường trước một tiệm bánh mì, hai chân rút lên co ép vào bụng. Chỗ này chắc chắn ít thoải mái hơn so với nhà bưu điện vì lề đường hẹp và ngột ngạt đầy xe cộ de vào đậu tí lại đi ngay, thời gian đủ để mua một ổ bánh mì. Ngoài ra, việc y bỏ rơi nhà bưu điện vào thời điểm vắng người lui tới cho thấy khả năng thích nghi với tình hình thực tế của thị trường, vì chỉ còn duy nhất một tiệm bánh mì mở cửa vào tháng tám. Đây cũng là địa điểm tốt hơn, vì theo phản xạ tự nhiên xưa nay vốn thế, ổ bánh mì gợi lên lòng chia sẻ. Y quả xoay xở giỏi trong cơn bĩ cực.

Khi ta viết về những con người đang hiện hữu, những con người hiện tiếp tục sống ở chính cái lúc ta vẫn đang hí hoáy đây, thì làm gì có chuyện kết thúc. Chính xác hơn, làm gì có kết thúc khi ta chỉ mải viết mà không làm gì khác.

Giờ thì tôi tự hỏi vì sao mình đã không kể lại cái đêm tháng tám bên cạnh C.G., chắc hẳn hình ảnh tôi trong ký ức của anh ấy đã bị quên lãng từ lâu rồi. Tại sao người đàn ông này đã chiếm chỗ của C.G., và tại sao việc viết về y có vẻ như bức thiết hơn đối với tôi. Có lẽ đây chỉ là vấn đề viết lách, là việc phải ghi lại những gì xảy ra trong cuộc sống thực tại. Tôi thật xấu hổ cho đi những con chữ, như thể bố thí những đồng cắc, từ xa. Mà cũng có thể tôi viết vì lòng thương cảm nữa.

Từ nguyên tác tiếng Pháp

*"**L'homme De La Poste**, à C." của **Annie Ernaux** in trong Nouvelles à coucher dehors, NXB Julliard, 2003*

<u>Chú thích của người dịch</u> :
(1)   **ANPE** : *Agence Nationale Pour l'Emploi*
(2)   **Il était une fois à l'Ouest**/*C'era una volta il West/Once upon a time in the West, phim cao bồi do đạo diễn Sergio Leone thực hiện năm 1968. Diễn viên: Charles Bronson, Claudia Cardinale, Henry Fonda...*
(3)   **RMI** : *Revenu Minimum d'Insertion*

HARUKI MURAKAMI

Murakami Haruki *sinh ngày 12 tháng 1 năm 1949)
là một trong những tiểu thuyết gia, dịch giả văn học
người Nhật được biết đến nhiều nhất hiện nay trong
nước lẫn ngoài nước. Kể từ thời điểm nhận giải thưởng
Nhà văn mới Gunzo năm 1979, đã hơn một phần tư
thế kỷ qua ông miệt mài hoạt động và sáng tác;
nhiều tác phẩm trong số này đã được dịch ra khoảng
50 thứ tiếng trên thế giới. Murakami luôn ở vị trí
tiền cảnh sân khấu văn học trong nước. Ông được coi
là hiện tượng trong văn học Nhật Bản đương đại với
những mỹ danh "nhà văn được yêu thích", "nhà văn
bán chạy nhất", "nhà văn của giới trẻ".*

KHỈ SHINAGAWA TỰ BẠCH

Tôi gặp con khỉ già vài năm trước trong một quán trọ nhỏ kiểu Nhật ở một thị trấn có suối nước nóng thuộc tỉnh Gunma. Đó là một cái quán mộc mạc tối giản, đúng ra là tồi tàn, đang lây lất cầm cự, nơi tôi tình cờ lưu lại một đêm.

Dạo ấy tôi đi du lịch ta bà bất cứ nơi nào cảm thấy thích, lúc tôi đến thị trấn suối nước nóng, bước xuống xe lửa thì đã quá 7 giờ tối. Mùa thu gần như đã tàn, mặt trời lặn mất từ lâu, và một màu xanh dương sậm sì đặc trưng của miền núi bao trùm lấy khu vực. Gió lạnh cắt da phả xuống từ đỉnh núi lùa những chiếc lá to bằng nắm tay xao xác trên đường.

Tôi đi bộ xuyên qua trung tâm thị trấn để tìm một chỗ trọ, nhưng không có nhà trọ khang trang nào chịu nhận khách sau giờ ăn tối. Ghé qua năm sáu chỗ nhưng đâu đâu cũng bị từ chối thẳng thừng. Cuối cùng ở một khu vắng vẻ ngoại vi thị trấn thời may tôi gặp được một nơi chịu nhận khách. Một chỗ ở rẻ tiền trông rất hoang tàn đổ nát. Nó đã ở đấy lâu rồi nhưng lại không có nét cổ kính thu hút của một nhà trọ nhiều tuổi mà người ta thường mong đợi. Đồ đạc chỗ này chỗ kia cứ ngả nghiêng xiên xẹo như thể được cẩu thả chỉnh sửa không ăn khớp chi với phần còn lại của lữ quán. Tôi nghi ngôi nhà sẽ không trụ nổi trận động đất sắp tới, và chỉ cầu mong không có cơn địa chấn nào xảy ra trong thời gian mình còn ở đây.

Quán không phục vụ ăn tối, nhưng có điểm tâm, và giá tiền cho một đêm thì cực rẻ. Bên trong lối vào là một bàn tiếp tân trơ trọi, có một ông già hói đầu - thậm chí trụi cả lông mày - ngồi ở đấy. Ông ta lấy trước tiền phòng một đêm. Cặp mắt thiếu lông mày của ông ta có vẻ sáng quắc một cách kỳ quặc. Cạnh ông, trên một gối nệm đặt ở sàn nhà có một con mèo lông nâu đang nằm ngủ say. Có gì đó trục trặc trong mũi hay sao mà nó ngáy to hơn bất cứ con mèo nào tôi đã biết. Lâu lâu điệu ngáy của nó lại rớt một nhịp. Mọi thứ trong lữ quán này đều già cũ và rệu rã.

Căn phòng dành cho tôi hẹp tó, giống cái nhà kho để cất nệm ngủ; đèn trần tù mù, mỗi bước chân làm cho sàn nhà bên dưới tấm thảm lót kêu cọt kẹt một cách kinh dị. Nhưng có muốn kén chọn gì thì cũng trễ rồi. Tôi tự nhủ phải mừng đi vì có được một mái che trên đầu và một tấm nệm để nằm lên.

Tôi đặt túi đeo vai, hành lý duy nhất, xuống sàn nhà và quay trở lại thị trấn. (Đây không phải loại phòng trọ khiến tôi muốn nằm ỳ trong đó mà hưởng lạc.) Tôi đến một quán mì soba gần đấy ăn qua quýt bữa tối. Đành thôi, không thì nhịn đói, vì không còn hàng quán nào mở cửa. Tôi làm một ly bia, chút đồ nhắm và một tô mì soba nóng. Mì dở òm, nước dùng nhạt phèo, nhưng mà thôi, lại sắp sửa càm ràm nữa rồi. Chứ chẳng lẽ đi ngủ với cái bụng lép kẹp. Sau khi rời tiệm mì, tôi nghĩ mình nên mua một vài món nhấm và một chai whiskey, nhưng lại không tìm thấy cửa hàng tiện lợi nào. Đã quá tám giờ, nơi mở cửa toàn là các trung tâm trò chơi tập bắn, đặc sản của các thị trấn có suối nước nóng. Thế là tôi đành quay lại lữ quán, thay đồ, khoác lên người cái *yukata* và đi xuống dưới nhà để tắm.

So với ngôi nhà và điều kiện vật chất tồi tàn, tắm nước nóng ở lữ quán này lại tuyệt đến không ngờ. Nước bốc hơi có màu xanh lá cây sánh đặc chứ không loãng nhạt, mùi khoáng chất hăng nồng hơn bất cứ thứ gì tôi đã kinh qua, và tôi dầm dề ở đấy, vỗ ấm người đến tận xương tủy. Không thấy có ai khác tắm (không biết có khách trọ nào ngoài tôi chăng), vì vậy tôi có thể thoải mái dây dưa tắm đến đã đời. Một lát sau, cảm thấy hơi xây xẩm tôi ra ngoài cho mát người, xong lại quay vào bồn. Cái nhà trọ xiêu vẹo này hóa ra lại là một chọn lựa hợp lý. Tắm ở đây yên tĩnh hơn tắm cùng các nhóm du khách, kiểu người ta thường làm ở các khách sạn lớn.

Tôi đang ngâm mình tắm lần thứ ba thì con khỉ đẩy cửa trượt nghe lách cách rồi bước vào. "Xin lỗi," nó thì thào. Phải mất một lát tôi mới nhận ra đó là một con khỉ. Nước nóng làm đầu óc mụ mẫm, mà tôi cũng chẳng ngờ mình lại nghe khỉ nói tiếng người, vì vậy tôi không thể ngay lập tức liên kết cái mình đang nhìn thấy với con khỉ đang thực sự đứng trước mặt. Nó kéo cánh cửa sau lưng lại, chỉnh cho ngay ngắn mấy cái xô đang nằm rải rác rồi thọc nhiệt kế vào trong bồn tắm để kiểm tra nhiệt độ. Nó nheo mắt nhìn chằm chằm con số trên nhiệt kế, y như một nhà vi trùng học đang khoanh vùng một chủng bệnh mới.

"Tắm táp ra sao, thưa ngài?" con khỉ hỏi.

"Tuyệt lắm. Cám ơn." Tôi nói. Giọng nói của tôi vọng lại quánh đặc, nghe nhỏ nhẹ trong hơi nước. Gần như mơ màng thần thoại, nó không có vẻ gì là giọng của tôi mà giống như tiếng vọng quá khứ quay về từ rừng sâu. Và tiếng vọng đó...nhưng khoan đã...một con khỉ thì làm gì ở đây chứ? Sao nó lại nói đúng thứ ngôn ngữ của tôi?

"Tôi chà lưng cho ngài nhé?" con khỉ hỏi, giọng vẫn thì thào. Nó có giọng nam trung trong trẻo và thu hút của một thành viên trong ban nhạc doo-wop. Không thể nào ngờ được. Nhưng chẳng có gì kỳ quặc về giọng nói của nó cả: nếu nhắm mắt lại lắng nghe, ai cũng sẽ nghĩ đó là một người bình thường đang nói.

"Được, cám ơn," tôi đáp. Tôi làm như thể tự nãy giờ ngồi chờ xem có ai đến chà lưng cho mình chăng, nhưng nếu tôi từ chối, e rằng nó sẽ nghĩ tôi không đồng ý để cho một con khỉ làm việc đó. Nó đã có nhã ý, và tôi không muốn làm tổn thương nó chút nào. Thế là tôi chậm rãi đứng lên bước ra khỏi bồn tắm, đến nằm dài trên một vạc gỗ nhỏ, đưa lưng cho con khỉ.

Con khỉ không có mặc gì trên người. Tất nhiên khỉ là vậy, nên tôi không lấy thế làm lạ. Nó có vẻ già khú đế; lông bạc nhiều. Nó mang lại một khăn lông nhỏ, xát xà phòng lên đó, rồi với bàn tay điêu luyện nó chà lưng tôi đến khoái.

"Mấy hôm nay trời lạnh quá, phải không ngài?" con khỉ nhận xét.

"Đúng rồi. Lạnh quá."

"Chẳng bao lâu nữa chỗ này sẽ trắng xóa tuyết. Rồi phải xúc tuyết ở mái nhà, mà làm việc này cực lắm."

Có một quãng lặng, thế là tôi chen vào. "Vậy là ngươi biết nói tiếng người?"

"Đúng như vậy," con khỉ nhanh nhẩu đáp. Có lẽ nó đã bị hỏi như vậy nhiều lần rồi. "Có người nhận nuôi tôi từ lúc tôi còn bé, rồi tôi biết nói tiếng người lúc nào cũng chẳng rõ nữa. Tôi đã sống ở Shinagawa, Tokyo một thời gian rất lâu."

"Khu nào của Shinagawa?" "Gần gần Gotenyama."

"Một khu rất đẹp."

"Vâng, như ngài biết, sống ở khu ấy thật thích. Cạnh đấy là vườn Gotenyama, tôi rất yêu cảnh thiên nhiên ở đó."

Đến đây cuộc trò chuyện của chúng tôi dừng lại. Con khỉ tiếp tục chà mạnh lưng tôi (thật đã), trong thời gian này, tôi cố lý giải sự việc. Một con khỉ được nuôi ở Shinagawa? Vườn Gotenyama? Nói năng trôi chảy? Sao lại có thể như thế được? Đây là một con khỉ, trời đất hỡi. Một con khỉ nhé, chứ không phải gì khác đâu.

"Ta sống ở Minato-ku," tôi nói bâng quơ chẳng ngụ ý gì cả.

"Vậy ngài và tôi gần như là láng giềng rồi," con khỉ nói, giọng thân mật.

"Cái vị nhận nuôi ngươi là người như thế nào?" tôi hỏi.

"Chủ tôi là một giáo sư đại học chuyên ngành lý, có giữ một chức vụ ở Đại Học Gakugei ở Tokyo."

"Vậy là quá trí thức."

"Đúng vậy. Ông ấy thích âm nhạc hơn bất cứ thứ chi khác, đặc biệt là Bruckner và Richard Strauss. Nhờ vậy mà chính tôi cũng đâm ra mê nhạc. Tôi nghe nhạc luôn khi. Cuối cùng hiểu biết về âm nhạc hồi nào không biết."

"Ngươi thích Bruckner?"

"Vâng. Hòa Tấu Khúc số 7. Tôi luôn luôn thấy chương ba đặc biệt gây hưng phấn."

"Ta thường nghe Hòa Tấu Khúc số 9 của ông ấy," Tôi nói. Lại thêm một phát biểu khá lãng nhách.

"Vâng, thật sự hay," con khỉ nói.

"Ra là vị giáo sư đó dạy cho ngươi nói?"

"Vâng, ông ấy dạy tôi đấy. Ông không con cái, như để bù lại điều mình thiếu, ông dạy tôi thật nghiêm khắc mỗi khi có thời gian. Ông là một người kiên nhẫn, coi nề nếp và sự đều đặn là trên hết. Ông cũng rất nghiêm chỉnh với câu châm ngôn ưa thích của mình: lập đi lập lại những điều chuẩn xác mới thật sự là con đường dẫn đến tri thức. Vợ ông là một phụ nữ trầm tính, ngọt ngào và luôn tử tế với tôi. Họ là một cặp hòa hợp, và tôi ngại nói với người lạ điều này: sinh hoạt ban đêm của họ vô cùng sôi nổi."

"Thế à," tôi nói.

Cuối cùng con khỉ xong việc chà lưng. "Cám ơn ngài đã kiên nhẫn," nó vừa nói vừa cúi đầu chào.

"Cám ơn." Tôi nói. "Sảng khoái lắm. Vậy là ngươi làm việc cho nhà trọ này?"

"Vâng. Họ tử tế để tôi làm việc ở đây. Những nhà trọ lớn hơn và cao cấp hơn không bao giờ thuê một con khỉ. Nhưng chỗ này luôn thiếu người, và nếu ai tỏ ra được việc, thì khỉ hay là chi cũng thuê sất. Tiền công trả cho khỉ chẳng nhiều nhỏi gì, có điều họ chỉ để tôi làm việc chỗ nào khuất mắt thôi. Sắp xếp dọn dẹp, chùi rửa phòng tắm, đại loại như thế. Đa số khách sẽ mất vía nếu để cho khỉ phục vụ họ trà nước hay này nọ. Làm việc ở nhà bếp cũng không, vì tôi sẽ có thể vi phạm các qui tắc vệ sinh thực phẩm."

"Ngươi làm việc ở đây lâu chưa?" tôi hỏi. "Thưa khoảng ba năm."

"Nhưng chắc hẳn ngươi đã trải qua nhiều thứ trước khi an cư lạc nghiệp ở đây?"

Con khỉ nhanh nhẩu gật đầu. "Thưa đúng như thế."

Tôi tần ngần một lát, rồi bật thốt, "Nếu không phiền, kể cho ta biết thêm về ngươi có được không?"

Con khỉ suy nghĩ rồi nói. "Vâng, được thôi. Không có gì hay ho như ngài mong đợi đâu nhé, có điều tôi hết việc lúc 10 giờ, có gì tôi ghé qua phòng ngài sau giờ đó có tiện cho ngài không?"

"Được quá," tôi đáp. "Sẽ rất biết ơn nếu ngươi sẵn tiện mang cho ta bia luôn nhé."

"Dạ rồi, bia lạnh. Ngài dùng Sapporo chứ?" "Tốt. Thế, ngươi có uống bia không?"

"Có ạ, chút chút thôi." "Vậy mang hai chai to."

"Vâng ạ. Nếu tôi không lầm, ngài ở phòng cao cấp Araiso trên tầng hai?

"Chính xác," tôi nói.

"Ngài có nghĩ là hơi kỳ quái không?" con khỉ nói. "Một quán trọ ở miền núi mà có tên là Araiso – *'bờ biển gập ghềnh'*." Con khỉ cười khúc khích. Chưa bao giờ trong đời tôi được nghe khỉ cười. Nhưng tôi đoán đôi khi khỉ có cười, thậm chí khóc. Lẽ ra khi nó mở miệng nói, tôi chẳng nên lấy thế làm ngạc nhiên.

"Mà này, ngươi có tên không đấy?" tôi hỏi.

"Bản thân tôi không có tên. Nhưng mọi người đều gọi tôi là khỉ Shinagawa."

Con khỉ đẩy cửa kính trượt, quay người lại, cúi chào lễ phép, rồi chậm rãi kéo kín lại.

Mười giờ hơn thì con khỉ tới phòng Araiso, tay bưng cái khay trên đó có hai chai bia lớn. Ngoài bia còn có đồ khui, hai cái ly, vài món nhấm: khô mực ướp và một gói *kakipi* – bánh gạo nếp trộn đậu phộng. Món tiêu biểu của các quầy rượu. Con khỉ này tươm tất ý tứ thật.

Giờ thì nó có mặc đồ đàng hoàng, quần bó dày màu xám với một sơ-mi dài tay trên áo có in chữ "I ♥ NY", hẳn là quần áo mặc thừa của một bé nào đó.

Phòng không có bàn, thành ra cả hai ngồi bệt xuống cạnh nhau trên mấy tấm nệm mỏng, dựa lưng vào tường. Con khỉ dùng đồ khui bật nắp một chai bia xong rót bia vào hai cái ly. Chúng tôi lặng lẽ cụng ly nâng ly.

"Cám ơn ngài đãi bia," con khỉ nói, nó sung sướng ực ngụm bia lạnh. Tôi cũng làm một ngụm. Thành thật mà nói, ngồi uống bia cạnh một con khỉ cũng hơi quái quái, nhưng sẽ quen thôi.

"Không có gì tuyệt bằng một chầu bia sau giờ làm việc," con khỉ vừa nói vừa chùi miệng bằng mu bàn tay lông lá của nó. "Nhưng đối với một con khỉ, cơ hội uống bia như thế này rất hiếm, lâu lắm mới có một lần."

"Ngươi sống ngay trong quán trọ này à?"

"Vâng, có một phòng, kiểu gác xép, họ cho phép tôi ngủ ở đấy. Thỉnh thoảng có chuột, thành ra cũng không thoải mái lắm, nhưng tôi là khỉ nên phải biết ơn đã có một chỗ để ngã lưng cùng ba bữa ăn thịnh soạn hàng ngày. Không phải thiên đàng thì là gì."

Con khỉ đã cạn ly thứ nhất, vì thế tôi châm thêm cho nó một ly nữa.

"Đội ơn ngài," nó lễ phép nói.

"Ngươi sống với cả loài người lẫn đồng loại? Ý ta là có sống với bọn khỉ khác không?" tôi hỏi. Có rất nhiều thứ tôi thắc mắc muốn biết về nó.

"Có ạ, đôi lần," con khỉ trả lời, mặt hơi sa sầm. Những đường nhăn ở đuôi mắt gấp lại thành nếp. "Vì nhiều lý do tôi bị đưa đi khỏi Shinagawa rồi thả ở Takasakiyama dưới miền Nam nơi nổi tiếng có công viên khỉ. Lúc đầu tôi tưởng sẽ sống bình an ở đấy nhưng không phải thế. Mấy con khỉ ở đấy là bạn bè thôi, không nghĩ quấy gì cho tôi, nhưng vì được nuôi dạy bởi con người, ông giáo sư và vợ của ông ấy, tôi khó thể diễn đạt cảm xúc của mình với bọn chúng. Chúng tôi ít có điểm chung, rất khó giao tiếp với nhau. 'Mày nói năng buồn cười quá', chúng nói thế, rồi chế nhạo và bắt nạt tôi. Mấy con khỉ cái nhìn tôi rồi cười rúc rích. Loài khỉ rất nhậy cảm đối với những khác biệt nhỏ nhất. Chúng thấy cách hành xử của tôi khôi hài, đôi khi khiến chúng bực mình, cáu kỉnh. Sống ở đấy còn vất vả hơn, cuối cùng tôi bỏ đi sống tự lập. Nói cách khác, tôi trở thành con khỉ lang thang."

"Chắc hẳn ngươi cô độc lắm."

"Đúng như thế. Chẳng ai che chở cho tôi, tôi phải đi ăn xin và sống lây lất. Nhưng điều tệ hại nhất đó là không có ai để trò chuyện. Không nói được với đồng loại, không cả với con người. Bị cô lập như vậy thật là bi đát. Có rất nhiều du khách ở

Takasakiyama, nhưng tôi không thể bắt chuyện với bất cứ ai tình cờ gặp. Làm như vậy đi, rồi sẽ lãnh hậu quả thảm khốc. Kết quả là tôi thôi, không ở đây cũng chẳng ở kia, không thuộc xã hội loài người cũng chẳng thuộc thế giới loài khỉ. Chỉ là một thực thể hiện hữu thảm thương."

"Mà ngươi cũng chẳng còn được thưởng thức Bruckner."

"Đúng vậy. Giờ nghe nhạc không còn là một phần đời tôi nữa rồi," khỉ Shinagawa nói, xong chiêu thêm một ngụm bia. Tôi quan sát mặt mũi nó, bình thường đã đỏ rồi, giờ không thấy đỏ thêm. Chắc tay này tửu lượng cao. Hay là với bọn khỉ, nhìn mặt chúng không thể biết chúng say hay tỉnh.

"Còn một chuyện làm tôi thật sự ray rứt đó là mối quan hệ với kẻ khác phái."

"À," tôi nói. "Quan hệ với kẻ khác phái, ý ngươi muốn nói -?

"Ngắn gọn là tôi không cảm thấy tí tẹo nào ham muốn đối với những con khỉ cái. Có rất nhiều cơ hội được kề cận chúng nhưng tôi không thấy thích thú gì cả."

"Vậy bọn khỉ cái không hấp dẫn ngươi, dù bản thân ngươi là khỉ?"

"Vâng. Chính xác như thế. Cũng hơi khó xử, nhưng thành thật mà nói tôi chỉ có thể yêu những *người* phụ nữ."

Tôi ngồi im lặng, rót thêm bia vào ly của mình, mở gói bánh gạo ra hốt một bụm. "Ta nghĩ vấn đề này có thể dẫn đến nhiều rắc rối."

"Đúng thật, có rắc rối. Dẫu gì tôi cũng là khỉ mà, mong làm sao được cái chuyện các người phụ nữ sẽ đáp lại tình tôi. Ngoài ra còn trái với nguyên lý di truyền nữa."

Tôi chờ nó nói tiếp. Con khỉ gãi mạnh sau tai rồi nói tiếp.

"Thành ra tôi phải tìm cho mình một phương thức khác để đáp ứng cho bản thân những khao khát không được thỏa mãn."

" 'Một phương thức khác', ý ngươi muốn nói gì?"

Con khỉ cau mày. Màu đỏ trên mặt nó như trở nên sậm hơn.

"Ngài sẽ không tin đâu," con khỉ nói. "Ngài hẳn sẽ không tin lời tôi, tôi có thể chắc như thế. Nhưng, từ lúc nào không biết, tôi đã bắt đầu đánh cắp tên của những người phụ nữ mà tôi nặng tình si."

"Đánh cắp tên của họ ư?"

"Đúng thế. Tôi không biết vì sao, nhưng có vẻ bẩm sinh tôi đã có biệt tài đó. Nếu thích, tôi có thể đánh cắp tên của ai đó rồi biến nó thành của riêng."

Tôi thấy rối tinh rối mù.

"Không chắc ta hiểu được ý ngươi," tôi nói. "Khi nói ngươi lấy cắp tên của họ, cũng có nghĩa họ hoàn toàn mất đi tên của mình sao?"

"Không. Họ không hoàn toàn mất đi tên của mình. Tôi chỉ lấy đi một phần, một mảnh của cái tên đó. Khi bị mất đi cái phần đó, tên của họ sẽ kém giá trị đi, ít quan trọng hơn trước. Giống như khi nắng chiếu lên người thì cái bóng ta ngã trên mặt đất bị nhạt đi nhiều. Mà cũng tùy, có người còn không nhận ra sự mất mát. Họ chỉ cảm thấy có chút gì đó hình như không còn nữa, thế thôi.”

“Nhưng cũng có người cảm nhận được, đúng không? Họ ý thức được về cái phần đã bị đánh cắp?”

“Phải, tất nhiên là có. Đôi khi họ thấy không nhớ được tên của mình. Thật là bất tiện, thật là phiền phức, ngài có thể hình dung ra tình huống đó mà. Và dù đó là tên gì đi nữa, có khi họ cũng chẳng thể nhận ra. Trong vài trường hợp, họ gần như bị khủng hoảng danh tính. Là do lỗi của tôi đã đánh cắp tên của họ. Tôi lấy làm tiếc về chuyện này, lương tâm luôn bị đè nặng bởi tội lỗi. Biết là sai, nhưng không dừng lại được. Không phải tôi phân trần biện hộ cho hành động của mình, nhưng cái chất dẫn truyền nội tiết tố dopamine của tôi sai khiến tôi làm như thế. Y như có giọng nói mách bảo ‘*Nào, ra tay đi, lấy cắp cái tên đó đi. Đâu có bất hợp pháp hay là gì đâu mà sợ.*”

Tôi ngồi khoanh tay, quan sát con khỉ. Nội tiết tố ư? Cuối cùng tôi bật thốt. “Vậy mấy cái tên mà ngươi đánh cắp chỉ là tên của những người phụ nữ hoặc là vì ngươi yêu họ hoặc là vì nhục dục. Ta hiểu vậy có đúng không?”

“Chính xác. Tôi không chọn hú họa tên của bất cứ ai.” “Ngươi lấy cắp được bao nhiêu tên rồi?”

Với vẻ mặt nghiêm trọng, con khỉ đếm trên đầu ngón tay. Vừa đếm, nó vừa lầm bầm. Ngẩng mặt lên nó nói." Tổng cộng 7. Tôi đã lấy đi tên của bảy người phụ nữ."

Ai có thể đánh giá vậy là nhiều hay là không nhiều?

"Người làm việc đó như thế nào?" tôi hỏi. "Cho ta biết có được không?"

"Thường là do sức mạnh ý chí. Khả năng tập trung, năng lượng tâm linh. Thế cũng chưa đủ. Tôi cần thứ gì có tên của người phụ nữ ghi trên đó. Lý tưởng là giấy căn cước. Bằng lái, thẻ sinh viên, thẻ bảo hiểm, sổ thông hành. Đại loại vậy. Bảng tên cũng được. Dù gì tôi cũng phải thực sự cầm trong tay một trong những thứ này. Do đó mà chỉ còn nước đánh cắp thôi. Tôi khá là giỏi trong việc lẽn vào phòng người ta khi họ đi vắng, lục lọi tìm thứ gì có tên của họ ghi trên đó rồi lấy đi."

"Ra là ngươi dùng cái vật có tên của người phụ nữ trên đó, rồi bằng sức mạnh ý chí, lấy cắp cái tên?"

"Đúng thế. Tôi nhìn chăm chú thật lâu cái vật có tên nàng được ghi trên đó, gom hết mọi cảm xúc, tạc dạ ghi lòng cái tên của người tôi yêu. Phải mất rất nhiều thời gian, kiệt quệ cả tinh thần lẫn thể xác. Tôi hoàn toàn đắm chìm trong đó và rồi, một phần của người phụ nữ trở thành một phần của tôi. Lúc ấy tất cả yêu thương và khao khát vốn trước đó không có lối thoát cuối cùng được thỏa mãn một cách an toàn."

"Không có chút chi dính líu đến thể xác?"

Con khỉ gật đầu cả quyết. "Tôi biết mình chỉ là một con khỉ thấp hèn, nhưng tôi không bao giờ làm điều gì sai quấy. Chỉ biến cái tên của người phụ nữ tôi yêu thành một phần của mình – vậy là quá hả hê cho tôi rồi. Đồng ý là hơi bệnh hoạn về tính dục, nhưng là một hành động trong sáng, thuần khiết. Đơn giản là tôi có được tình yêu lớn dành cho cái tên bí mật nằm bên trong tôi. Như một làn gió nhẹ thoảng trên đồng cỏ.”

“Hmm,” tôi nói, cảm thấy rất ấn tượng. “Ta nghĩ ngươi có thể đặt tên cho cái dạng tình tột bậc ấy là tình yêu lãng mạn.”

“Đồng ý. Nhưng đó cũng là một dạng cô đơn cùng cực. Giống như hai bề mặt của đồng tiền. Hai thái cực kết dính vào nhau, vô phương tách lìa.”

Cuộc trò chuyện của chúng tôi dừng ở đấy. Con khỉ và tôi im lặng uống bia, nhấm nháp bánh gạo nếp trộn đậu phộng và khô mực.

“Gần đây ngươi có chôm được tên của ai không?” tôi hỏi.

Con khỉ lắc đầu. Nó túm lấy một nhúm lông trên cánh tay, làm như để cầm chắc nó thực sự là khỉ. “Không, gần đây tôi chẳng lấy cắp tên nào. Sau khi đến thị trấn này, tôi quyết định bỏ cái thói hư tật xấu đó. Nhờ vậy mà tìm được bình an tâm hồn cho cái thân phận khỉ nhỏ bé này. Tôi ôm giữ trong lòng những cái tên của bảy người phụ nữ và sống đời lặng lẽ.”

“Rất vui nghe ngươi thổ lộ như thế,” tôi nói.

“Tôi biết mình có hơi mạo muội, nhưng trộm nghĩ không biết ngài có sẵn lòng cho tôi được phép bày tỏ quan điểm của tôi về tình yêu chăng.”

"Tất nhiên là ta sẵn lòng," tôi nói.

Con khỉ chớp mắt lia lịa. Hai hàng mi rậm của nó cụp lên cụp xuống như lá cây cọ trước gió. Nó hít một hơi sâu, kiểu vận động viên nhảy xa lấy hơi trước khi phóng tới.

"Tôi cho rằng tình yêu là một loại nhiên liệu không thể thiếu giúp ta sống tiếp. Rồi đến một ngày tình yêu đó sẽ lụi tàn. Hoặc nó chẳng làm thêm được trò trống gì. Nhưng dù tình có nhạt phai, dù nó không được đáp lại, người ta vẫn níu lấy hồi ức về cái việc đã từng yêu ai đó, hay đã đem lòng yêu ai đó. Đấy chính là cội nguồn của tình nồng. Không có nguồn nhiệt đó, trái tim con người – và cả con khỉ - sẽ biến thành mảnh đất hoang lạnh lẽo, cằn cỗi. Một mảnh đất không có lấy chút ánh mặt trời, nơi những loài hoa an bình, những loài cây hi vọng không còn cơ hội sinh sôi nảy nở. Tim tôi đây, nơi tôi trân quý tên của bảy người phụ nữ tôi đã yêu." Con khỉ đặt tay nó lên bộ ngực lông lá. "Tôi sẽ dùng những kỷ niệm đó như nguồn nhiên liệu của riêng mình để đốt cháy những đêm co ro, để tự sưởi ấm, vì tôi sẽ sống trọn đời người với những gì còn lại."

Con khỉ lại cười, và lắc đầu nhè nhẹ dăm ba lần.

"Nói như vậy nghe cũng kỳ quái phải không?" nó nói. "Đời *người*. Mà tôi là khỉ chứ đâu có phải *người*, hi hi!" Khi chúng tôi dứt hai chai bia thì đã mười một giờ rưỡi. "Tôi phải đi đây," con khỉ nói. "Tôi cảm thấy mình như vì vui quá mà đâm ra huyên thuyên. Cho tôi xin lỗi."

'Không có gì, ta thấy câu chuyện rất thú vị," tôi nói. Tuy nhiên "thú vị" có vẻ không phải là một chữ đúng. Ý tôi là, nhậu bia và trò chuyện với một con khỉ là một kinh nghiệm ngàn năm một thuở. Ngoài ra, con khỉ này lại mê nhạc Bruckner và ăn cắp tên của phụ nữ vì bị thèm muốn thể xác (hoặc tình yêu) thôi thúc. Một điều khó tin nhất mà tôi được nghe qua. Nhưng tôi không muốn quấy động cảm xúc của nó thêm, vì vậy mà tôi chọn chữ "thú vị", dễ nghe và vô thưởng vô phạt.

Khi chúng tôi chào tạm biệt, tôi đưa cho con khỉ một tờ mười ngàn Yen tiền phục vụ. "Chút đỉnh thôi," tôi nói, nhưng dùng nó mua cho mình cái chi ngon ngon mà ăn."

Ban đầu con khỉ không chịu nhận, nhưng tôi nài nỉ và cuối cùng nó cũng lấy. Nó gấp tờ tiền giấy lại cẩn thận đút vào túi quần bó.

"Ngài thật tử tế," nó nói. "Ngài đã ngồi nghe câu chuyện trời ơi đất hỡi phi lý của tôi, đãi tôi bia, giờ lại còn làm thêm cử chỉ đẹp. Tôi mang ơn ngài không biết bao nhiêu mà kể."

Con khỉ đặt hai chai bia rỗng và mấy cái ly lên khay rồi mang nó ra khỏi phòng.

Sáng hôm sau tôi trả phòng và quay về Tokyo. Ở quầy tiếp tân trong tiền sảnh, không thấy ông già dễ sợ có đầu trọc mày trụi, cũng không thấy con mèo già bị vấn đề ở mũi. Thay vào đó là một bà trung niên mập mạp mặt mày quạu quọ, và khi tôi tỏ ý muốn thanh toán tiền cho hai chai bia tối qua, bà ta dứt khoát nói hóa đơn của tôi không có ghi phải trả thêm thứ gì cả. Bà ta khăng khăng "Ở đây chúng tôi chỉ có bia lon mua từ máy bán hàng. Chúng tôi không bao giờ phục vụ bia chai."

Tôi lại băn khoăn bối rối. Cảm tưởng như thực tại và phi thực tại đang từng mảnh ngẫu nhiên đổi chỗ. Nhưng rõ ràng là tôi đã cạn hai chai bia Sapporo với con khỉ và đã ngồi nghe câu chuyện đời của nó.

Tôi suýt mang vụ con khỉ ra nói với bà trung niên, nhưng rồi quyết định thôi. Có lẽ con khỉ không có thật, và tất cả chỉ là ảo giác, kết quả từ việc trí não bị dầm quá lâu trong nước suối nóng. Hoặc những gì tôi thấy chỉ là một giấc mơ kỳ lạ rất hiện thực. Nếu tôi bộc bạch "Ở đây quý vị có thuê một con khỉ già biết nói tiếng người, đúng không?" mọi thứ sẽ thành cà khịa, và kịch bản tồi tệ nhất có thể xảy ra là bà ta tưởng tôi điên. Cũng có thể con khỉ là một nhân viên ngoài biên chế, nên quán trọ không công khai ghi trong sổ sách vì sợ đánh động nhân viên thu thuế và sở y tế.

Ngồi xe lửa trên đường về nhà, tôi ôn lại trong trí những gì con khỉ đã kể. Tôi cố nhớ hết sức để ghi lại từng chi tiết, trong quyển sổ tay thường dùng cho công việc, nghĩ biết đâu mình sẽ viết lại toàn bộ câu chuyện từ đầu tới cuối khi về lại Tokyo.

Nếu con khỉ là có thật – tuy đó là cái cách duy nhất tôi nghĩ về nó – tôi cũng không lấy làm chắc mình nên chấp nhận bao nhiêu trong những gì nó kể qua mấy ly bia. Thật khó mà phê phán câu chuyện của nó một cách công bằng. Có thể nào người ta lấy cắp tên của các phụ nữ rồi biến chúng thành của riêng? Chỉ mỗi mình con khỉ Shinagawa có khả năng độc nhất vô nhị đó hay sao? Có lẽ nó là một kẻ mắc bệnh ba hoa. Biết đâu được? Thật tình thì tôi chưa bao giờ nghe nói đến trường hợp khỉ mắc bệnh nói dối, nhưng, nếu một con khỉ có thể nói tiếng người thành thạo như nó, thì trở thành một kẻ quen nói dối cũng là điều không phải là không thể.

Phỏng vấn nhiều người là một phần trong công việc của tôi, vì thế tôi rất giỏi đánh hơi kẻ nào đáng tin, kẻ nào không. Nghe ai nói chuyện một lúc ta bắt ngay được những gợi ý, những tín hiệu và trực giác báo cho ta biết người này đáng tin hay không. Do đó tôi không hề có cảm giác những gì con khỉ Shinagawa kể cho tôi nghe chỉ là chuyện bịa, ánh mắt của nó, cách nó diễn đạt, cách nó thỉnh thoảng tư lự, những ngắt đoạn, cử chỉ, lúc nó không tìm được đúng từ nó muốn – không có gì là giả tạo hay cường điệu. Và trên tất cả những thứ đó, hoàn toàn là sự chân thành, thậm chí đau đớn, trong những lời tự bạch của nó.

Chuyến độc hành thoải mái kết thúc, tôi trở lại cái nhịp quay cuồng của thành phố. Ngay cả khi không phải làm gì nhiều liên quan đến công việc, do ngày càng cao tuổi, tôi thấy mình bận rộn hơn bao giờ hết. Thời gian có vẻ như đi nhanh hơn. Rốt cuộc tôi không hề kể với ai về con khỉ Shinagawa, cũng chẳng viết về nó. Cố mà chi, khi chẳng ai thèm tin mình? Trừ phi tôi trưng ra chứng cứ - có nghĩa là bằng cớ cho thấy con khỉ có thật – không thôi thiên hạ sẽ nói "tay này lại phịa chuyện nữa rồi." Dẫu tôi có viết dưới hình thức tiểu thuyết đi chăng nữa, câu chuyện sẽ thiếu mất tiêu điểm rõ ràng. Chưa chi tôi đã tưởng tượng anh chàng biên tập của tôi lúng ta lúng túng nói, "Vì anh là tác giả nên tôi cũng ngại hỏi, nhưng chủ đề của câu chuyện này là gì vậy?"

Chủ đề ư? Không thể nói là có chủ đề. Chỉ là một con khỉ già biết nói tiếng người, làm công việc chà lưng cho khách trong nước suối nóng ở một thị trấn thuộc tỉnh Gunma, một con khỉ khoái uống bia lạnh, yêu những người phụ nữ và lấy cắp tên của họ. Chủ đề là gì trong câu chuyện này? Hay đâu là bài học đạo đức?

Rồi thời gian trôi và ký ức về thị trấn suối nước nóng bắt đầu nhạt nhòa đi. Cho dù kỷ niệm có sống động đến mấy cũng phải chào thua thời gian thôi.

Bây giờ sau năm năm, tôi quyết định viết lại câu chuyện, dựa trên những chi tiết tôi nguệch ngoạc ghi lại dạo ấy. Chỉ vì có chuyện vừa xảy ra khiến tôi suy nghĩ. Nếu không có sự việc đó, có lẽ tôi đã không viết nó ra làm gì.

Tôi có một cái hẹn liên quan đến công việc, ở quán cà-phê trong sảnh khách sạn Akasaka. Người tôi hẹn gặp là biên tập viên của một tạp chí du lịch. Một phụ nữ quyến rũ, tuổi trạc 30, dáng người nhỏ nhắn, tóc dài, nước da đẹp, đôi mắt say đắm. Nàng là một biên tập viên có năng lực. Vẫn còn độc thân. Chúng tôi đã làm việc chung vài lần, rất ăn ý với nhau. Sau khi xong việc, chúng tôi ngồi lại một lát tán gẫu bên tách cà-phê.

Điện thoại cầm tay của nàng reo và nàng nhìn tôi có ý xin lỗi. Tôi ra dấu cho nàng cứ nhận cuộc gọi. Nàng kiểm tra số gọi đến và trả lời. Có vẻ như cuộc thoại có liên quan đến thứ gì đó nàng đã đặt trước. Tiệm ăn, khách sạn, chuyến bay. Đại loại mấy chuyện đó. Nàng trò chuyện một lúc, kiểm tra sổ tay công việc, xong nhìn tôi bối rối.

"Xin lỗi," cô ta nhỏ giọng nói với tôi, tay che điện thoại. "Hỏi anh cái này kỳ quá, tôi biết, nhưng tên tôi là gì vậy?"

Tôi thở gấp, cố nói đầy đủ tên họ nàng bằng giọng tự nhiên hết sức có thể được. Nàng gật đầu, chuyển lại thông tin cho người ở đầu dây bên kia. Xong nàng cúp máy và xin lỗi tôi lần nữa.

"Rất tiếc về chuyện khi nãy. Đột nhiên tôi chẳng nhớ tên mình nữa. Thật bối rối hết sức."

"Thỉnh thoảng cô có bị vậy không," tôi hỏi.

Có vẻ do dự, nhưng rồi nàng gật đầu. "Có ạ, dạo này tôi bị như vậy hoài. Tự nhiên không còn nhớ tên của mình nữa. Y như bị ngất hay gì."

"Cô có quên gì khác nữa không? Như sinh nhật hay số điện thoại của mình hoặc số PIN."

Nàng lắc đầu cả quyết. "Không, không hề. Tôi vốn là người có trí nhớ tốt. Thuộc lòng sinh nhật của bạn bè. Không hề quên tên của bất cứ ai dù chỉ một lần. Vậy mà có khi tôi lại không nhớ tên của mình. Nghĩ mãi không ra. Sau vài phút thì nhớ lại, nhưng vài phút đó thật là khó chịu, nó làm tôi hoảng kinh. Như thế tôi chẳng còn là mình nữa.

Anh có nghĩ đó là những dấu hiệu ban đầu của bệnh lú lẫn không?"

Tôi thở dài. "Về phương diện y học, tôi không biết, nhưng cô bất thình lình quên tên mình từ khi nào?"

Nàng nheo mắt tư lự. "Khoảng nửa năm trước, tôi nghĩ thế. Lần đầu tiên tôi quên là trong chuyến đi ngắm hoa đào nở."

"Hỏi cái này cũng hơi kỳ, nhưng cô có mất gì trong chuyến đi lần đó không? Chứng minh thư, bằng lái, thông hành, thẻ bảo hiểm?"

Nàng mím môi, trầm tư một lúc rồi đáp. "Giờ anh hỏi tôi mới nhớ, lần đó tôi mất bằng lái xe. Lúc ấy vào giờ ăn trưa và tôi đang ngồi ở một băng ghế trong công viên nghỉ giải lao, tôi đặt xách tay của mình sát bên người, trên băng ghế. Đang tô lại son môi tay cầm hộp phấn có gương nhỏ, khi ngoái lại thì cái xách tay đã biến mất. Thật không thể hiểu nổi. Chỉ ngó lơ có một giây thôi, không hề cảm thấy ai đến gần, cũng không nghe tiếng bước chân. Nhìn xung quanh thấy chỉ mỗi mình mình. Một công viên thật tĩnh lặng, có ai đến lấy cắp cái túi xách là tôi biết liền."

Tôi chờ nàng nói tiếp.

"Nhưng như vậy chưa phải là lạ. Chiều cùng ngày cảnh sát gọi cho tôi. Nói xách tay của tôi đã được tìm thấy. Nó được đặt trước cửa một trạm cảnh sát nhỏ gần công viên. Tiền bạc, thẻ tín dụng, thẻ A.T.M, điện thoại vẫn còn nguyên trong đó.

Chỉ có mất bằng lái xe thôi. Viên cảnh sát rất ngạc nhiên. Ai mà lại không lấy tiền mặt, chỉ lấy bằng lái, rồi còn để cái túi xách ngay bên ngoài trạm cảnh sát nữa chứ?"

Tôi lặng lẽ thở dài, nhưng không nói gì.

"Lúc ấy vào cuối tháng ba, tôi đi ngay đến Sở Đăng Bộ Xe ở Samezu và xin họ cấp cho bằng lái mới. Toàn bộ câu chuyện thật là kỳ lạ, nhưng may, không có thiệt hại thất thoát gì."

"Samezu ở Shinagawa phải không?"

"Đúng rồi. Ở Higashioi. Công ty của tôi ở Takana-wa, nên chỉ một cuốc taxi là đến đấy nhanh thôi," nàng nói. Xong nhìn tôi hoang mang. "Anh nghĩ cái việc tôi quên tên của mình và mất bằng lái xe có liên quan với nhau ư?"

Tôi vội lắc đầu. Không thể nào mang câu chuyện con khỉ Shinagawa ra kể lại ở đây.

"Không, tôi nghĩ không có liên quan," tôi nói. "Chỉ là nó chợt nẩy ra trong đầu vì có dính líu đến tên của cô."

Nàng tỏ vẻ không được thuyết phục lắm. Tôi biết là liều lĩnh, nhưng tôi còn phải hỏi một câu quan trọng.

"Mà này, gần đây cô có thấy con khỉ nào không?" "Khỉ ư?" nàng hỏi. "Ý anh là ...động vật?"

"Vâng, khỉ bằng xương bằng thịt, khỉ sống ấy," tôi nói.

Nàng lắc đầu. "Nhiều năm rồi tôi chẳng thấy con khỉ nào cả, trong sở thú hay bất cứ đâu."

Con khỉ Shinagawa đang tái xuất và giở lại trò cũ? Hay một con khỉ khác bắt chước nó phạm cùng một thứ tội (một khỉ bản sao), hay là gì khác, khác với khỉ, đang làm chuyện đó?

Tôi thực sự không muốn nghĩ con khỉ Shinagawa đang quay lại với trò đánh cắp tên. Nó đã nói với tôi, khá là khí khái rằng, có bảy tên phụ nữ trong lòng nó là đã phủ phê lắm rồi, và nó sung sướng trải qua phần đời còn lại lặng lẽ trong cái thị trấn suối nước nóng nhỏ bé đó. Nó khẳng định như thế. Nhưng có lẽ nó mang trong người cố tật tâm lý mãn tính, chỉ cần yếu tố này thôi đã đủ để mất kiểm soát. Cũng có lẽ cái bệnh của nó, thứ nội tiết tố hưng phấn đang giục giã nó *"ra tay đi!"* Thôi thúc này đã mang nó trở về những ám ảnh cũ ở Shinagawa, khiến nó quay lại với những thói quen tai hại trước đây.

Chắc có lúc tôi sẽ thử làm giống nó xem sao. Vào những đêm mất ngủ, ý tưởng đó chợt lóe lên trong đầu. Tôi sẽ chôm chứng minh thư hoặc bảng tên của người phụ nữ tôi yêu, dán mắt vào nó như một tia laser, kéo tên nàng vào trong tâm can mình, sở hữu một phần con người nàng, dành riêng cho mình thôi. Lúc ấy sẽ cảm thấy như thế nào nhỉ?

Không. Không bao giờ có chuyện đó xảy ra. Tôi chưa bao giờ làm được thứ chi khéo léo với hai bàn tay của mình, và sẽ chẳng bao giờ đánh cắp cái gì của người khác. Dẫu cho "cái gì" đó không có hình dạng vật chất, mà nếu đánh cắp nó cũng chẳng bị cho là phạm pháp.

Tình yêu tột đỉnh. Cô đơn cùng cực. Từ dạo đó trở đi, mỗi lần nghe Bruckner tôi lại suy gẫm về cuộc đời của con khỉ Shinagawa. Tôi hình dung con khỉ già trong cái thị trấn nhỏ có suối nước nóng, trong căn gác xép ở quán trọ tồi tàn, đêm đêm ngủ trên tấm nệm mỏng dính. Tôi cũng nghĩ đến mấy món nhắm - bánh gạo trộn đậu phộng *kakipi* và khô mực – mà chúng tôi đã ngồi tựa lưng vào tường, chén anh chén chú nhấm nháp cùng nhau.

Tôi không gặp lại cô biên tập viên sau lần đó, vì thế không biết số phận của nàng sau đó ra sao. Mong là không có gì khốn đốn. Không thể đổ tội cho nàng, nàng không có lỗi gì. Tôi cảm thấy ái ngại hết sức, nhưng vẫn không đủ can đảm để kể cho nàng nghe về con khỉ Shinagawa.

Từ "Confessions of a Shinagawa Monkey**" (2020), bản tiếng Anh của **Philip Gabriel***

Tôi đã kinh qua nhiều điều kỳ lạ trong đời mình

Tập truyện ngắn mới của Murakami có tên **Nhân Vật Đại Danh Từ Ngôi Thứ Nhất Số Ít.**

Những câu chuyện trong tác phẩm mới của ông có tính chất phân dạng - ta đang đọc một câu chuyện được kể bởi một người đàn ông trung niên trong đó người Nhật trung niên này lại kể cho ta nghe một câu chuyện nữa (và đôi khi câu chuyện này lại khiến ông ta kể thêm những câu chuyện khác). Ta bị cuốn vào vòng xoáy, rồi chẳng bao lâu rơi tòm vào thế giới kỳ lạ ấy, nơi có rất nhiều câu chuyện kể, một thế giới đầy những thứ ông ta ưa thích (nhạc jazz, bóng chày, ban Tứ Quái The Beatles, ngạc nhiên là lần này lại có ít mèo hơn), nhưng là một thế giới kỳ quặc, hiện hữu ở góc độ khó giải thích so với thực tại.

Trong một cuộc phỏng vấn qua điện thư, Murakami cho tôi biết: "Trong quyển sách này, tôi muốn theo tuyến kể chuyện của 'nhân vật đại danh từ ngôi thứ nhất số ít', nhưng tôi không thích kể lại những kinh nghiệm theo cái cách đúng như chúng xảy ra, vì thế tôi định dạng lại những kinh nghiệm đó và tiểu thuyết hóa chúng đến mức, trong một vài tình huống, người đọc không thể nhận ra chúng đã được dựa theo hình mẫu nào. Qua các bước này, tôi có được hiểu biết sâu hơn về ý nghĩa của kinh nghiệm. Viết tiểu thuyết là một phần trong quá trình làm sáng tỏ những gì nằm bên trong ta.”

“Có một truyền thống lâu đời trong văn chương hiện đại Nhật về thể loại tự truyện, được gọi là tiểu-thuyết-xưng-tôi, cho rằng sự chân thành nằm trong cách viết về đời mình một cách trung thực và cởi mở, là một hình thức tự thú. Tôi không đồng ý với ý kiến này và muốn có cách viết dùng ‘đại từ ngôi thứ nhất số ít’ của riêng tôi.”

*Ông hiếm khi đặt tên cho nhân vật kể chuyện – nhưng rồi ông **làm thơ về trận bóng chày trong truyện “Đội Bóng Yakult Swallows”. Đâu là mối tương quan giữa Haruki Murakami và cái người mà tôi** đang trò chuyện với?*

“Điều này mâu thuẫn với trả lời của tôi dành cho câu hỏi trước đó của cô, nhưng những gì tôi viết trong một câu chuyện nào đó là những gì đã xảy ra đúng như thế với chính tôi. Tôi nghĩ cô có thể coi đó như một tiểu luận hơn là một truyện ngắn.

Tuy nhiên chi tiết về việc xuất bản tập thơ Đội Bóng Chày **Yakult Swallows** là hoàn toàn hư cấu. Tôi chưa bao giờ viết những bài thơ loại đó. Chỉ là phịa thôi. Do vậy, vì câu chuyện có yếu tố hư cấu, ít nhất, nó giữ lại được tính chất tiểu thuyết cho tác phẩm. Nhưng mà...liệu những gì tôi đang giải thích đây có đúng như vậy chăng?

Đây là một trong những thách thức mà nhà văn dành cho độc giả, làm thế nào để họ khám phá được ranh giới giữa hiện thực và hư cấu."

Có tên (hoặc không có tên) là điểm xuyên suốt trong tập truyện ngắn này, nhưng rồi đùng một cái lại có tên của một con khỉ chuyên đánh cắp tên. Cảm tưởng như chính con khỉ là điểm mấu chốt của quyển sách. Xin cho biết thêm về nhân vật này và nó từ đâu mà ra.

"Khoảng 15 năm trước tôi có viết một truyện ngắn có tựa *"Con Khỉ Shinagawa"*, kể về một con khỉ bị ám ảnh bởi thôi thúc phải đánh cắp tên của những người phụ nữ nó yêu. Con khỉ sống trong một ống cống ngầm của tỉnh Shinagawa, Tokyo (một thế giới dưới lòng đất). Ở phần kết, nó bị con người bắt và thả sâu tít trong núi.

Từ đó con khỉ cứ đeo đẳng mãi trong trí tôi khiến tôi tự hỏi chuyện gì xảy ra với nó sau đó, thế là lần này tôi viết phần tiếp theo. Trong suốt 15 năm, con khỉ trốn biệt trong tôi (một thế giới sâu hút bên dưới) và chờ đợi đúng thời điểm để tái xuất hiện.

Con khỉ tượng trưng cho cái gì, đối với tôi điều này hãy còn mơ hồ. Nó chắc chắn hiện hữu trong tôi, và bấy lâu nay không ngớt thúc giục tôi viết về nó."

Ông cài vào truyện những khoảnh khắc siêu thực, đặc biệt là ở phần kết (dù vậy vẫn không phá hỏng câu chuyện), bằng cái cách khiến cho người ta sững sờ chết đứng;

nhân vật kể chuyện của ông cứ miên man kể mà không đưa ra kết cuộc nào cả. Thế ông mong độc giả của ông sẽ nghĩ như thế nào về con khỉ và ông già bí ẩn trong công viên? Và vì sao ông cho là quan trọng phải thả lửng lơ như thế trên trang sách?

"Tôi không nghĩ truyện tôi viết có yếu tố siêu thực. Vấn đề là, tôi càng cố viết cho thật và càng cố diễn đạt chính xác những gì nằm trong cốt lõi của sự việc, thì câu chuyện lại càng lạc hướng, rẽ sang lối khác. Tôi không hề cố ý dàn dựng cho chúng xảy ra như thế, nhưng rồi kiểu phát triển đó lại tự nhiên nẩy sinh, như một kết quả không thể tránh.

Khi tôi suy nghĩ về chuyện này, do tôi đã kinh qua nhiều điều kỳ lạ trong cuộc đời nên tôi cho là chính sự kỳ lạ mang lại ý nghĩa cho các câu chuyện kể. Tôi không tìm cách phân tích lý giải về sự kỳ lạ đó. Tiểu thuyết không làm công việc phân tích. Điều duy nhất tôi có thể làm là biến những kinh nghiệm của mình thành tiểu thuyết, cố hết sức làm cho chúng hiện thực được chừng nào hay chừng ấy."

Tôi để ý thấy rất nhiều trong những truyện của ông có ngưỡng kích thích sít sao về thời gian và không gian – chót vót trên đỉnh núi, cheo leo giữa trời và đất, nhá nhem buổi chạng vạng, dùng dằng thời điểm giao mùa, đặc biệt là mùa thu. Yếu tố này mang lại hiệu quả gì cho câu chuyện?

"Câu hỏi thật thú vị. Khi tôi thực sự tập trung trong lúc viết, tôi có cảm tưởng như mình dịch chuyển từ thế giới này sang thế giới khác, rồi lại quay về thế giới này. Kiểu như đi tới đi lui ấy. Tôi đến đấy rồi lại về đây. Đi rất quan trọng, nhưng về lại càng thiết yếu hơn. Vì đi mà không về được thì kinh quá!

Vào đầu thế kỷ thứ 9, có một vị quý tộc ở Kyo-to tên Ono no Takamura. Người ta đồn rằng ban ngày ông ta làm việc trong hoàng cung, ban đêm thì xuống địa ngục (thế giới dưới lòng đất) làm thư ký cho lãnh chúa Enma Daio. Hàng ngày ông ta đi tới đi lui giữa hai thế giới qua một cái giếng cổ, hiện nay vẫn còn ở Kyoto. Tôi rất thích câu chuyện này. Mặc dù tôi không nghĩ là mình thích leo lên leo xuống cái giếng đó mà chi."

Từ bản tiếng Anh "I've Had All Sorts Of Strange Experiences In My Life", **Petra Mayer** *thực hiện*, 06.04.2021

ANTON TCHÉKHOV

Anton PalovichTchékhov *(1860-1904), sinh quán ở Taganrog, một tỉnh thuộc thành phố St. Petersbourg, Nga; tốt nghiệp Y Khoa, nhưng thay vì hành nghề y ông đã dành nhiều thời gian cho sáng tác văn học. Tchékhov qua đời khi chỉ mới 44 tuổi, để lại cho nhân gian nhiều tác phẩm giá trị: thơ, truyện ngắn, truyện vừa, kịch – qua đó ông mô tả tinh vi và chính xác cuộc đời các nông dân, trí thức, tư thương, giáo sĩ, phụ nữ, trẻ em trên cái phông xã hội Nga cuối thế kỷ XIX.*

Tchékhov là nhà văn xuất sắc cuối cùng của chủ nghĩa hiện thực phê phán và là người canh tân sân khấu Nga ở thế kỷ XIX. Ông còn là tác giả viết truyện không có câu chuyện.

TÁC HẠI CỦA THUỐC LÁ
kịch độc thoại một màn

Tác Hại Của Thuốc Lá (*Les Méfaits Du Tabac,* *bản tiếng Pháp do Elsa Triolet dịch từ tiếng Nga) là vở kịch độc thoại một màn lấy bục diễn thuyết ở một câu lạc bộ tỉnh nhỏ làm bối cảnh, được sáng tác 1902, chỉ 2 năm trước khi ông qua đời.*

Nhân vật: Ivan Ivanovitch Nioukhine - có vợ là hiệu trưởng trường nhạc và chủ một nhà trọ nữ.

NIOUKHINE, *tóc mai dài, không râu mép, quần áo sờn cũ, trịnh trọng bước vào khán phòng, cúi chào và chỉnh lại áo gi-lê.*

Kính thưa các Quý Bà... và một vài Quý Ông... (*vuốt tóc mai*). Người ta muốn vợ tôi bảo tôi thực hiện một buổi diễn thuyết về đề tài gì đó nhằm mục đích phúc lợi. Diễn thuyết thì diễn thuyết, không sao. Có điều tôi không phải giáo sư, lại càng không dính líu chi đến khoa học, tuy nhiên đã 30 năm nay phải nói là tôi đã làm việc không ngơi nghỉ đến độ hao mòn cả sức lực, vắt cạn cả tâm trí cho những vấn đề mang tính chất cực kỳ khoa học, tôi tư duy và tôi viết, hãy tưởng tượng đi, những bài báo khoa học, có nghĩa là đúng ra thì không thực sự khoa học cho lắm, nhưng xin quý vị bỏ qua cho vấn đề thuật ngữ, cái mà người ta gọi là khoa học đó. Dạo này, ngoài những chủ đề khác, tôi đã viết một bài dài có tựa là "Hiểm họa từ một số côn trùng." Mấy đứa con gái của tôi thích bài viết đó lắm, đặc biệt là phần phân tích về sâu bọ, nhưng tôi, sau khi đọc lại đã xé bỏ nó đi. Dù gì thì ta cũng chẳng thể dùng thuốc trừ sâu để tiêu diệt những gì ta đã viết ra. Ở nhà chúng tôi, rận rệp tá lả chui cả vào trong dương cầm... Hôm nay, đề tài của bài thuyết trình sẽ là cái hại mà thuốc lá tác động lên con người. Tôi thì tôi hút thuốc đấy, nhưng vợ tôi bảo thuyết trình về tác hại của thuốc lá, vậy thì càng có nhiều thứ để thảo luận chứ sao! Vấn đề thuốc lá, đối với tôi không thành vấn đề; về phần quý ông bà, xin quý ông bà nghiêm chỉnh lắng nghe bài diễn thuyết, không thì tôi cũng chẳng biết sao mà nói. Những ai sợ hoặc ghét phải tham dự một đề tài khoa học khô khan thì không nhất thiết phải nghe và có thể ra về (*chỉnh áo gi-lê*). Tôi xin nói riêng với các y bác sĩ có mặt ngày hôm nay và thỉnh cầu sự quan tâm của quý ông bởi vì rất có thể quý ông sẽ thu thập được nhiều thông tin hữu ích, thuốc lá, ngoài những tác hại của nó, cũng được sử dụng cả trong y khoa mà. Lấy thí dụ một con ruồi bị nhốt trong hộp thuốc lá, nó sẽ cho ta thấy những biểu hiện thần kinh hoảng loạn. Thuốc lá, nguyên là một loại thực vật.... Khi tôi diễn thuyết tôi có thói quen máy con mắt bên phải, xin đừng để ý, chỉ là do xúc động đấy thôi. Nói chung tôi là một người dễ mất bình tĩnh, và mắt tôi đã bắt đầu giật vào ngày 13 tháng 9 năm 1889, cái ngày mà vợ tôi hạ sinh đứa con gái thứ tư, Varvara. Nhưng mà (*nhìn đồng hồ đeo tay*) vì còn quá ít thời gian, chúng ta không nên đi xa chủ đề của bài thuyết trình. Tôi xin lưu ý quý vị là vợ tôi điều hành một trường nhạc và một nhà trọ nữ, cũng không hẳn là một nhà trọ nhưng gần gần như thế. Giữa chúng tôi với nhau, vợ tôi thường than khóc kể khổ, thực ra bả có dành dụm được một số tiền khoảng bốn năm chục ngàn *rúp* gì đó, trong khi tôi chẳng có xu teng – thế...Tôi làm thủ quỹ cho nhà trọ, mua thực phẩm, giám sát người ăn người làm, trông coi sổ sách, bắt chí rận rệp, dắt chó của bả đi dạo, bắt chuột...Tối hôm qua tôi cân bột và bơ để làm món bánh kếp. Nói ngắn gọn là hôm nay, khi bánh kếp đâu đó đã sẵn sàng vợ tôi xuống bếp thông báo có 3 người ở nhà trọ bị đau a-mi-đan không ăn món đó được. Thế là dư một mớ bánh. Vậy phải làm sao đây? Ban đầu vợ tôi ra lệnh mang cất dưới tầng hầm, rồi sau một hồi đắn đo suy nghĩ bả đổi ý và nói: "Ăn dộng cho hết đi, đồ cái thứ vô tích sự!" Khi có tâm trạng không vui, bả coi tôi như một thằng hậu đậu, một quái vật hoặc một con quỷ. Gì thì gì, chứ tôi ma quỷ ở chỗ nào chứ? Bả lúc nào cũng bực bội tức tối. Còn mấy cái bánh kếp, tôi đâu có ăn, tôi nuốt trộng không cần nhai, tại vì lúc nào tôi cũng đói meo. Như hôm qua đó, bả không cho tôi ăn tối: "Không có lý do gì phải nuôi cái thứ đồ vô dụng..." Nhưng mà (*nhìn đồng hồ đeo tay*) nãy giờ mình tán phét, tán phét và hơi lạc đề rồi. Vậy thôi mình tiếp tục. Quý vị chắc chắn thích nghe một chuyện tình, một bản giao hưởng, hoặc một vở ca kịch... (*cất giọng hát.*) "*Giữa chốn binh đao, chúng ta không hề nao nao...*" Tôi cũng chẳng nhớ cái này ở đâu phọt ra nữa... À mà này, tôi quên nói với quý vị là ở trường nhạc của vợ tôi, ngoài ng-hĩa vụ phải làm việc nhà, tôi còn phụ trách dạy toán, hóa, địa, sử, nhạc lý, văn...vân vân. Còn múa hát vẽ vời thì bả mướn thêm một người chứ không thôi thì tôi phải đảm nhiệm luôn. Trường nhạc của chúng tôi tọa lạc ở số 13, hẻm Năm Con Chó, nhà chúng tôi có 13 cửa sổ...còn muốn gì nữa chứ. Thế đó. Muốn có thêm thông tin xin liên lạc với vợ tôi lúc nào cũng có mặt ở nhà bất kể giờ giấc, về chương trình học, nếu quý vị muốn biết, người quản gia có thể cung cấp mỗi bản giá 30 *kopeks*. (*móc từ trong túi ra vài tờ chương trình.*) Tôi cũng có thể phân phối cho quý vị với giá 30 *kopeks* một bản! Không ai cần sao? (*Im lặng.*) Không ai à? Thôi được, 20 *kopeks* một bản! (*Im lặng.*) Thôi, không sao. Nhà chúng tôi ở số 13 hẻm Năm Con Chó. Xin ghi nhớ. Thế đó, tôi chẳng làm được việc gì ra hồn, già rồi, lại ngốc nghếch... Giờ thì tôi đang diễn thuyết, và tôi có vẻ hài lòng với công việc này, trong khi thực ra thì tôi chỉ muốn hét lên, hoặc biến đi bất cứ chỗ nào khác không phải chỗ này. Rất cần một người nào đó để trút hết tâm can... để khóc...Sao, quý vị nói còn mấy đứa con gái của tôi đâu ư? Khi nói về chúng tôi chỉ muốn rũ ra cười thôi...Vợ tôi đẻ 7 đứa con gái...À không, xin lỗi, 6, nếu tôi không lầm... (*linh hoạt hẳn.*) Bảy chứ! Cô cả, Anna, 27 tuổi, cô út 17. Kính thưa Quý Ông.... Quý bà.... (*Sau khi nhìn về phía cửa.*) Tôi khổ lắm, tôi chẳng khác gì một thằng đần, một kẻ thiểu năng, vậy mà trước mặt quý vị lại là một người cha hạnh phúc nhất trên đời. Lẽ ra là phải như thế, chứ sao nữa, Ước chi quý vị biết! Tôi đã sống với vợ tôi 33 năm, phải nói là những năm hạnh phúc nhất đời, không hẳn là hạnh phúc nhất, tôi nói chung chung vậy thôi. Những năm đó đã biến mất như một khoảnh khắc hạnh phúc duy nhất và ngắn ngủi, khoảnh khắc đó đã bị quỷ tha ma bắt đi rồi. *(Liếc nhìn về phía cửa.)* Nhưng tôi tin là bả chưa đến, bả chưa có mặt, và tôi có thể thổ lộ tất tần tật…Tôi rất kinh hãi ánh nhìn của bả. Vâng, tôi có thể nói như thế này: mấy đứa con gái của tôi ế chồng vì chúng quá nhút nhát, vì bọn đàn ông con trai chẳng bao giờ thấy mặt chúng. Vợ tôi không muốn tổ chức những buổi dạ tiệc, không bao giờ mời ai đến dùng bữa, đó là một người đàn bà keo kiệt, bẩn tính và hung dữ, tại vậy mà chẳng ai lui tới nhà chúng tôi cả, nhưng tôi sắp tiết lộ với quý vị một bí mật…*(tiến gần xuống cử tọa.)* Có thể gặp mấy đứa con gái của vợ tôi vào những dịp lễ lớn hàng năm ở nhà của dì chúng nó, Nathalia Sémionova, bả bị tê thấp, thường mặc một cái áo đầm màu vàng có họa tiết màu đen trông xa như bị lũ gián bu vậy. Ở nhà bà này người ta có thể tha hồ… *(làm động tác nâng ly.)* Xin thưa với quý vị rằng tôi chỉ cần một ly nhỏ là quắc cần câu, và thứ đó nó làm tôi ấm lòng gì đâu, nó cũng làm cho tôi buồn không bút mực nào tả xiết; rồi thình lình vô cớ mà tuổi xuân ta bỗng trào dâng khiến ta muốn bôn ba đào tẩu, a…, ước chi quý ông bà biết được khao khát đó! *(Sôi nổi.)* Bỏ trốn, bỏ lại sau lưng mọi thứ, *nhất khứ bất phục hoàn…* nhưng đi đâu? Đâu cũng được miễn sao thoát khỏi cuộc sống nhớp nhúa này, cuộc sống mạt rệp đã khiến tôi trở thành một lão già ngu ngốc thảm thương, thoát khỏi bà vợ keo kiệt, dốt nát, thô lỗ, hung ác, ác, ác, thoát khỏi người đàn bà đã làm tôi khốn khổ suốt 33 năm, thoát khỏi nhạc nhiếc, bếp biếc, và tiền bạc của bả, thoát khỏi tất cả những phi lý thô tục này…để rồi dừng chân đâu đó thật xa, xa thật xa, giữa một cánh đồng, đứng bất động như một cái cây, một cái cột, một thằng bù nhìn giữa vườn rau, bên dưới bầu trời mênh mông, và suốt đêm ngắm vầng trăng lưỡi liềm tuốt trên xa kia, yên ắng và tĩnh lặng, và quên, quên hết.... Ôi! Tôi khao khát biết bao được quên tất cả!...Tôi mong muốn biết bao xé banh mớ quần áo bẩn thỉu trên người mà tôi đã mặc trong ngày cưới, tính đến nay đã 30 năm...*(cởi áo)* thứ mà tôi đã luôn luôn mặc mỗi khi tôi diễn thuyết cho mục đích phúc lợi... Này, cho mày biết! (*Dẫm chân lên áo*) này, áo này! Tôi già cũ, tồi tàn như chính chiếc áo sờn lưng này đây... *(Phơi lưng ra trước cử tọa,)* Tôi không cần gì cả! Tôi vượt lên trên những thứ đó, tôi thanh khiết hơn nhiều, đã có một thời tôi trẻ trung và sáng chói, tôi học đại học, tôi mơ mộng và đối xử với bản thân như một con người... Giờ đây tôi chẳng cần gì nữa! Chẳng cần gì khác ngoài ao ước được nghỉ ngơi, chỉ nghỉ ngơi thôi. *(Liếc nhìn ra cửa và nhanh nhẩu mặc lại* áo.) Lúc này đây, kia rồi vợ tôi đang bước vào cửa....Bà ấy đây rồi, và bà ấy đang chờ tôi... *(Xem đồng hồ đeo tay.)* Đã hết giờ... Nếu bà ấy có chất vấn gì quý vị, xin làm ơn nói rằng buổi thuyết trình đã được thực hiện... rằng cái thứ đồ bất tài vô dụng, là tôi đó, đã làm tròn nhiệm vụ. (Đưa *mắt nhìn về phía cửa, hắng giọng.)* Bà ấy đang nhìn về phía này... (*Cao giọng.*) Vì thuốc lá vô cùng độc hại có thể dẫn đến những hậu quả khủng khiếp, như tôi vừa trình bày với quý vị, chúng ta không nên viện cớ này cớ nọ để phì phèo, tôi hi vọng bài thuyết trình về "tác hại của thuốc lá" mà tôi vừa cống hiến sẽ ít nhiều hữu ích cho quý vị hiện diện. Xin dứt lời. *Dixi et animam levavi(*)!*

Cúi chào và trịnh trọng bước xuống.

MÀN HẠ

Từ bản tiếng Pháp **Les Méfaits Du Tabac của **Elsa Triolet**, Collection FOLIO2, Editions Gallimard, 2017.*

<u>Chú thích của người dịch</u>:

(*) **Dixi et animam levavi** (La-tinh): *I have spoken and relieved my soul/Đã nói và đã nhẹ lòng.*

GUILLAUME MUSSO

Guillaume Musso, tiểu thuyết gia người Pháp, sinh năm 1974 tại Antibes – Pháp, tốt nghiệp Kinh Tế Học, hiện là nhà giáo, tác giả của hàng tá tác phẩm được dịch sang 34 thứ tiếng, với 11 triệu bản bán ra trên khắp thế giới. Từ 2008, Musso là một trong ba tác giả có sách bán chạy nhất nước Pháp, chỉ đứng sau Stephenie Meyer. Riêng ở Việt Nam, đã có hơn 10 đầu sách của Guillaume Musso được dịch ra tiếng Việt.

Sau một tai nạn giao thông Guillaume Musso đặc biệt quan tâm đến trải nghiệm cận kề cái chết và chọn đó làm chủ đề cho quyển tiểu thuyết *Et Après/Af-*

terwards/**Rồi Sau Đó** (2004) chuyện kể về một người đàn ông tìm lại sự sống sau khi đã chạm vào cõi vĩnh hằng. ***Et Après*** được chuyển thành phim (2009) do Gilles Bourdos đạo diễn với diễn xuất của Romain Duris, John Malkovich và Evangeline Lilly.

Fantôme *nằm trong tuyển tập truyện ngắn 13 **À Table** do Pocket xuất bản năm 2014.*

CHUYỆN MA

1.

Lennox
Các khu vực thuộc Seattle Thứ bảy 13 tháng 12

Tôi tên Constance Lagrange, 37 tuổi. Cách đây 5 tháng vào đúng sinh nhật của mình tôi nhận được 3 tin, hai tin tốt và một tin xấu.

Tin tốt trước đã. Vừa đến sở Cảnh sát, sáng ngày 25 tháng 7, xếp tôi, sĩ quan chỉ huy Sorbier, thông báo tôi được thăng cấp đại úy cảnh sát trong đội truy nã tội phạm quốc gia.

Vào buổi trưa tôi nhận được một cú điện thoại từ nhân viên ngân hàng cho biết đơn xin vay tiền của tôi đã được chấp thuận, điều này cho phép tôi thực hiện ước mơ sở hữu một căn nhà nhỏ thuộc khu Mouzaia, Paris. Tôi nhớ rõ cái ngày may mắn đó của mình và cứ lâng lâng bay bổng cho đến hết buổi chiều. Cho đến khi bác sĩ gia đình thông báo kết quả cắt lớp sinh thiết hồi tuần trước cho thấy tôi có một khối u trong não.

Gió thổi làm rung rinh cửa kính phòng. Tôi tự hỏi mình đang làm cái quái gì ở đây, đơn thân độc mã, cách nhà 8.000 cây số, trong một bệnh viện Mỹ có tuổi đời bằng ông Bành Tổ, vây quanh là rừng rậm ngột ngạt. Trong một phút yếu lòng, tôi đã bị thuyết phục bởi hai người bạn vốn là dân New York khuyên tôi nên đến tư vấn một bác sĩ chuyên khoa ung thư danh tiếng đang làm việc trong bệnh viện này.

Cứ như thể làm theo lời họ thì thay đổi được cục diện...

Tôi bị một khối u thần kinh cấp IV. Thứ tồi tệ nhất trong các loại ung bướu. Hung hãn, thâm nhập, không thể giải phẫu.

Hồi tháng tám, người ta cho tôi 4 tháng hi vọng. Giờ đang giữa tháng 12, tôi đã lố qua được vài tuần. Không có quyền ca cẩm chi nữa.

Đến nơi từ tối hôm qua. Chuyến bay làm mệt đuối. Tôi khó nhọc lết đến cửa sổ và đẩy khung trượt để hít thở một tí không khí mát mẻ. Từ nơi này, tầng thứ tư, tôi gần như có thể nhìn rõ cấu trúc toàn thể của tòa nhà: đồ sộ kiểu gô-tích bằng gạch nung đỏ, sừng sững những mái nhà hình mũi tên nhọn. Theo tài liệu thông tin, bệnh viện được xây năm 1870. Vây quanh là những bãi cỏ mênh mông, trông giống một khách sạn cũ với hai cánh ốp hai bên khu trung tâm hành chính.

Tôi nhắm mắt lại. Tôi sợ. Tôi không muốn chết.

- Bữa ăn trưa của cô đây, cô nương!

Cô y tá có giọng nói thân thiện. Một phụ nữ tròn trịa, mặt mày vui vẻ, hông to bành, chỉ cao bằng 3 trái táo chồng lên - trông hệt búp-bê Nga.

- Tôi là Molly Battagliola, y tá trực, cô ta vừa tự giới thiệu vừa nâng hai cánh tay phốp pháp lên, bê đặt trước mặt tôi một mâm thức ăn.

- Constance Lagrange.

- *Bon appétit*! Chúc ngon miệng, cô ta văng cho tôi mấy từ tiếng Pháp. Chút xíu nữa tôi trở lại.

Tôi nhìn bữa ăn của mình một cách tởm lợm: một khứa cá lềnh bềnh trong nước dùng, một mớ rau khó định danh ngập trong dầu trộn màu xam xám, vài cái bánh xốp mềm nhũn, một miếng phó-mát trắng có dính trên đó một sợi lông đen.

Đành *vậy thôi, đâu có phải Alain Passard* đứng *bếp* đâu...

Tôi lại nhắm mắt nữa, thấy hụt cả hơi. Tôi nghĩ đến cái bướu đang ăn tươi nuốt sống não của mình, nghĩ đến vùng tăng sinh vi khuẩn đang xâm lược phần bên trái của não thùy. Cái chết đang lảng vảng đến gần, còn tôi thì không có chọn lựa nào khác.

- Đừng có rớ tới mấy thứ đó, cô gái tội nghiệp kia ơi. Coi chừng bị ngộ độc đó!

Tôi quay đầu về phía giọng nói đang hướng vào tôi. Nó phát ra từ một thanh niên miệng cười tươi tắn, mặc áo choàng trắng hở nút cho thấy chiếc áo thun hiệu Pearl Jam bên trong. Anh ta mang giày thể thao hiệu Nike Air đã mòn cũ và một cái quần jean bạc màu lủng lỗ, giống thứ tôi đã nhố nhăng mặc thời trung học.

- Bác sĩ Montgomery, vừa tự giới thiệu anh ta vừa nhìn mớ thuốc chất đống hằng hà sa số trong cái tủ cạnh giường.

Tôi quan sát cận cảnh. Những đường nét thanh tú đến khó tin, đôi mắt màu xanh ve chai sáng quắc, râu quai hàm lún phún và mái tóc cắt theo kiểu Kurt Cobain.

- Bác sĩ gì trẻ vậy?

- Tôi 28 tuổi! Cùng tuổi với cô, đúng không?

Tôi lắc đầu.

- Thôi đi, giỡn hoài...

- Tôi không phải người chăm sóc cô, bác sĩ Goodrich phụ trách ca này, nhưng mãi đến thứ hai ông ta mới có mặt.

- Thì tôi cũng lấy làm đau khổ biết vậy.

- Trong khi chờ đợi, liệu tôi có thể giúp được gì...

- Anh làm cho tôi một miếng sườn bò tái với khoai tây nghiền được không?

- Nếu cô muốn, nhưng nó sẽ không ngon hơn so với căn- tin bệnh viện đâu.

Anh ta nhìn đồng hồ treo tường, do dự một lát rồi nói:

- Vụ sườn bò thì hơi phức tạp, nhưng tôi có thể mang về cho cô bánh mì kẹp thịt băm. Cũng là giờ nghỉ giải lao của tôi, vả lại có một quán thức ăn nhanh chỉ cách đấy chưa đầy 15 phút. Nếu cô thấy hấp dẫn...

- Còn hơn là ba cái thứ gớm ghiếc này, vừa nói tôi vừa đẩy chiếc bàn có bánh xe ra xa. Xin lấy cho tôi một Big Mac kẹp phó-mát.

- Được thôi!

- Thêm một lon Coca dành cho người ăn kiêng. Với một phần khoai tây chiên khủng. Với một hộp thịt gà chiên nữa!!!

- Rồi. Xong ngay.

Mặt anh ta rạng rỡ, cười khoe cả răng. Tay này làm tôi vui ghê. Lần đầu tiên kể từ khi nhận tin báo cho biết mình mắc bệnh, tôi mới tìm lại được người đàn bà trong tôi.

- Tôi sẽ mang các thứ về cho cô trong nửa tiếng nữa, anh ta hứa hẹn. Mình sẽ ăn trưa chung.

Khi anh ta đã rời phòng, tôi chạy rượt theo ngoài hành lang:

- Á, đừng quên sốt cà chua nhe!

Với vài sải chân, tôi quay trở lại giường nằm thuỗn ra. Bề nào cũng tiêu đời, nhưng tôi chợt cảm thấy vui như một con chim sẻ. Tôi muốn làm vừa lòng anh chàng này. Muốn sống. Sống thêm một tẹo nữa.

Tôi ngoác mồm ra ngáp, khép mắt vài giây và thả người cho liu riu trong khi chờ đợi người bạn mới đi săn về.

2.

Tôi choàng dậy từ giấc ngủ chập chờn. Căn phòng chìm trong bóng tối. Trời đang lạnh giá. Ai đó đã tắt hết đèn, và mưa trộn với tuyết đang bám càng lúc càng dầy trên cửa kính. Tôi ngồi dậy, nhìn đồng hồ treo tường. Đã quá 2 giờ chiều. Mình vừa đánh một giấc 2 tiếng đồng hồ!!!

Chết thật....

Tôi nhấn chuông gọi cô y tá trực.

- Công nương ngủ trưa dậy rồi à? Molly Battagliola vừa hỏi vừa bật lại các ngọn đèn quỳnh quang.

Tấm thân tròn trịa di chuyển tới lui quanh giường. Cô ta giúp tôi dựng mấy cái gối lên và rầy rà như mắng trẻ:

- Công nương không thèm rớ tới cái mâm. Làm sao mà lấy lại sức được nếu cứ...

- Cô thấy bác sĩ Montgomery có ghé qua chỗ tôi không?

- Bác sĩ Montgomery?

Ngớ người ra đến vài giây cô ta mới nói:

- Không có bác sĩ Montgomery nào trong bệnh viện này cả, cô em xinh đẹp ơi. Có bác sĩ Blackwell trực hôm nay thôi. Ông ta có ghé qua thăm bệnh, nhưng cô nương đang ngủ.

Tôi ngoan cố:

- Tôi đang nói với cô về một anh chàng điển trai mặc quần jean, áo thun và mang giày thể thao.

Một bộ râu 3 ngày chưa cạo, với đôi mắt xanh làm rụng rời...

Cô y tá sững người. Đến lớp mỡ trên mặt cũng trở nên bất động. Một tia hốt hoảng lóe lên trong mắt.

- Cô nương đang nói về... về Damian...

- Damian nào?

Cô ta nuốt nước miếng:

- Damian Montgomery. Một bác sĩ trẻ đã từng làm việc ở đây, nhưng anh ta... anh ta chết rồi.

- Chết rồi? Khi nào?

- Hơn hai mươi năm trước!

- Thôi đi Molly, cô giỡn hoài! Tôi vừa gặp anh ta đây, mới 2 tiếng trước.

Thất kinh, cô ta giơ hai cánh tay lên trời:

- Công chúa mất trí rồi. Để tôi đi gọi bác sĩ Blackwell và...

- Cô không phải gọi ai cả! Thay vì thế, chuyển giùm tôi cái máy tính. Đàng kia kìa, trong túi xách đó.

Cô ta thở dài nhưng ngoan ngoãn đưa cho tôi máy tính. Tôi mở máy và nối kết với hệ thống wifi của bệnh viện. Tôi cũng tiếp tục đặt câu hỏi với cô y tá về ngày tháng của sự việc, tên của nhật báo địa phương...Tay tôi chạy băng băng trên phím, cuối cùng với vài cái nhấp chuột một bản tin hiện ra trên màn hình:

Một bác sĩ của Bệnh Viện Quốc Gia qua đời vì sử dụng ma túy quá liều.

(Thời báo Lennox – thứ ba 18 tháng năm 1993)

Damian Montgomery, bác sĩ trẻ chuyên khoa ung thư của bệnh viện Quốc Gia Lennox, sáng hôm qua được phát hiện đã chết tại tư gia với một ống tiêm trên cánh tay.

Qua nhận xét sơ bộ, đương sự đã về nhà đêm hôm trước. Chắc chắn đã sử dụng quá liều thức uống có chất cồn và ma túy.

Cảnh sát lục soát căn hộ tìm thấy một số lượng lớn dược liệu có thể đã bị lấy cắp từ nơi làm việc.

Tại bệnh viện Lennox, mọi người đều sửng sốt. "Đồng nghiệp của chúng tôi luôn gương mẫu trong công việc", Mark Hoggart, giám đốc bệnh viện phát biểu. [...]

Tôi đưa mắt từ bài viết sang bức ảnh minh họa mẩu tin. Không còn nghi ngờ gì nữa. Chính anh chàng: cũng cái nhìn mãnh liệt, cũng những nét thanh tú, cũng nụ cười rạng rỡ.

Tôi cảm thấy nghẹn ở cổ họng, bụng cồn cào, tim đập thình thịch.

Quỷ thần ơi, chuyện gì vậy? Tôi đâu có nằm mơ!

Tôi dụi mắt. Bệnh đã bắt đầu bằng các đợt nôn mửa, những cơn đau đầu dữ dội, mất tập trung, chóng mặt, quên trước quên sau, nhưng chưa bao giờ mê sảng. Chưa bao giờ tôi bị hoang tưởng.

Tôi lau mồ hôi lấm tấm trên trán, rồi phóc một cái nhảy ra khỏi giường, cởi áo bệnh viện và khoác vào bộ "đồng phục" cớm: quần jean cũ sờn, áo thun, áo khoác da lưu niên, giày cao cổ. Cô y tá cố can ngăn không cho tôi manh động.

- Đừng vô lý thế, công chúa, cô nương không thể...

- Đây là bệnh viện, có phải nhà tù đâu! Tôi vừa ném trả vừa rời phòng.

3.

Tôi theo cầu thang lát đá cẩm thạch men xuống tầng trệt. Cởi bỏ được cái áo bệnh viện, tôi cảm thấy khá hơn. Lại được tự do, lại sinh động, lại tích cực. Giữa hai tầng lầu, tôi dừng lại chỗ lõm trong tường nơi có máng một bình chữa cháy cỡ lớn. Ghim trên tường là bảng hướng dẫn sơ tán bệnh viện trong trường hợp hỏa hoạn và một sơ đồ chi tiết về tòa nhà. Tôi lột toẹt tờ giấy nhựa, cho vào túi.

Tôi lang thang trong khu hành chính. Cảm tưởng như đang ở Pháp: có vẻ như cuối tuần phần lớn các bộ phận đều đóng cửa. Tôi đẩy cửa văn phòng giám đốc nhưng rồi đổi ý.

Gây chú ý mà chi, chỉ tổ làm cho người ta coi mình như một con điên...

Tôi bước ra công viên, cài kín dây kéo áo khoác. Vài bông tuyết bay vòng vèo trong gió. Không có ai xung quanh ngoại trừ hai ông làm vườn đang đốt một đống lá khô đàng xa. Họ vẫn để chìa khóa cắm vào ổ chiếc xe *van* đậu ở lối ra vào. Tôi lẻn tới, mở hé cửa hông. Chiếc xe chở đầy dụng cụ làm vườn. Tôi nhón lấy một cái xẻng bằng thép cán dài có cạnh vuông.

Sẽ đắc *dụng khi cần.*

Tôi nhẹ nhàng đóng cửa xe lại. Để hỗ trợ cho kế hoạch, tôi đánh một vòng tòa nhà, dò theo tấm sơ đồ mò đến tận cánh tây nơi có phòng lưu trữ hồ sơ bệnh lý. Có một cửa sổ thấp hơn những cái khác. Tôi cài lưỡi xẻng nhọn và sắc vào giữa hai cánh cửa, nạy thật mạnh cho đến khi nó bật ra đoạn chui tọt vào trong.

Đó là một gian mênh mông trông giống một thư viện cũ sì đã nhiều năm không ai đặt chân đến. Hàng trăm tài liệu bám bụi chất đống trên những dãy kệ bằng kim loại. Tôi dùng đèn pin từ điện thoại di động len lỏi trong mê đạo chen chúc những kệ là kệ và cố tìm hiểu hệ thống sắp xếp hồ sơ. Phải mất 10 phút mới có thể chạm tay đến hồ sơ liên quan đến Damian Montgomery. Tôi mở ra, lật lật, lướt mắt nhanh qua các tài liệu khác nhau ghi lại quá trình bản thân tay bác sĩ trẻ tuổi: Đại học y khoa Washington, thường trú Seattle, thực tập trong các bệnh viện ở Portland và Vancouver... Ở mỗi giai đoạn đều có thư giới thiệu, đúng ra là thư khen ngợi, biểu dương "tinh thần xốc vác" của chàng tuổi trẻ, "tận tụy với bệnh nhân", "bén nhạy trong chẩn đoán". Damian đã làm việc 2 năm ở bệnh viện Lennox, khoa ung thư. Vẫn những đánh giá tích cực: "bác sĩ xuất sắc", "có năng lực", "có trực giác tốt"...

Trên một phiếu hành chính bằng giấy bìa cứng, các thành viên trong bệnh viện được yêu cầu ghi tên người thân để liên lạc trong trường hợp khẩn cấp. Damian đã ghi số điện thoại và địa chỉ của cha mẹ cũng như của một cô nào đó tên Esther Kovacs.

Bạn gái?

Tôi gấp cái phiếu lại, đút vào túi. Tờ giấy sau cùng là đơn xin nghỉ phép, ghi tháng tư 1993 với xác nhận của giám đốc bệnh viện cho phép Damian Montgomery nghỉ 2 tuần tính từ 17 đến 31 tháng 5. Kể từ Giáng sinh năm ngoái anh chàng chưa xin nghỉ phép ngày nào.

Tôi đóng tập hồ sơ trên bìa có ảnh Damian: vẫn khuôn mặt khôi ngô thân thiện, vẫn đôi mắt tinh nghịch.

Kết tay này quá chừng.

Cảnh sát như tôi thì đến đây coi như không cần gì thêm để bắt đầu cuộc điều tra. Tôi nhớ bài báo có đề cập đến ngày đương sự qua đời: ma túy quá liều, tối chủ nhật 16 tháng 5. Đúng 2 tuần trước kỳ nghỉ. Tôi cố gắng tái dựng chuỗi dữ kiện: kiệt sức do áp lực công việc, buông thả, khoái chí trước viễn cảnh rốt cuộc được nghỉ phép; để ăn mừng, bèn làm một chầu nhậu nhẹt hút chích. Tôi đã làm việc 4 năm ở Stups, gặp nhiều ca lạm dụng ma túy, biết rõ tác dụng chết người của nó: nghẹt đường hô hấp, hôn mê, tắc thở toàn diện. Damian hẳn đã cai nghiện được một thời gian. Trong trường hợp tái nghiện, thậm chí một liều lượng nhỏ cũng có thể dẫn đến tử vong.

Tôi đặt tập hồ sơ lại chỗ cũ và tiếp tục đi lang thang qua các lối quanh co giữa những dãy kệ có dán nhãn: năm 1995, 1994, 1993...

Tôi dừng lại trước một ngăn kệ.

Cái này đâu có làm cho mình trẻ lại đâu ta...

Vào năm 1993 tôi 19 tuổi, học năm đầu tiên khoa luật ở Nice. Ký ức về cái năm ấy được hồi sinh. Giải Nobel hòa bình trao cho Mandela, Bill Clinton nhậm chức tổng thống, cái bắt tay lịch sử giữa Arafat và Rabin, bản gốc quyển tiểu thuyết *Buổi Chiều Xanh Biếc* của William Boyd mà Sébastien đã tặng làm quà, phim *Bài Học Dương Cầm*, *Unplugged* của ban nhạc Nirvana, ca khúc *Everybody hurts* của R.E.M mà tôi thưởng thức qua tai nghe của cái Discman.

Đã 20 năm, tưởng chừng như mới hôm qua.

Tôi chớp mắt. Không được xao lãng. Phải tập trung vào cuộc điều tra. Giữa mớ hồ sơ, tôi phát hiện một tập sách được cột lại đẹp đẽ. Tưởng quyển sách hóa ra lại là sổ ghi chép của giám đốc bệnh viện thời bấy giờ, một ông Mark Hoggart nào đó. Bên trong, cô thư ký, bằng nét chữ học trò nắn nót đã ghi lại những cuộc hẹn của ông ấy cùng những buổi khám bệnh ngoại trú. Khi lật quyển sổ đến thời điểm Damian qua đời, có một chi tiết ghi ngày 17 tháng 5 khiến tôi chú ý:

7.30 – hẹn với bác sĩ Montgomery

Có gì đó không ổn ở điểm này: vì lý do gì Damian đã xin một cái hẹn vào đúng ngày đầu tiên của kỳ nghỉ phép? Giờ hẹn rõ ràng là khác thường. Từ trước đến nay tôi chưa thấy có một cuộc hẹn nào sáng sớm tưng bừng như vậy. Mark Hoggart luôn bắt đầu ngày vào lúc 8 giờ sáng. Cái hẹn này hẳn đã được quyết định trong lúc khẩn cấp. Nhưng theo ý của ai? Chính Hoggart triệu tập hay Damian xin được gặp mặt xếp?

Điểm *khởi* đầu *cho một hướng* đều *tra?*

Tôi rời phòng lưu trữ bằng lối đã vào khi nãy. Trời lạnh hơn. Tuyết tiếp tục rơi, bay vòng vèo và bắt đầu đóng dầy trên mặt đất. Khi trở lại cổng, tôi băng ngang qua chỗ đậu xe dành cho nhân sự bệnh viện, một bãi đất trải sỏi màu be. May quá, tôi thấy Molly Battagliola, cô y tá ưa thích của tôi, đang đứng dựa vào ca-pô một chiếc Volvo cũ, miệng phì phèo thuốc lá.

- Xe của cô hả?

- Phải, cục cưng của tôi đó: chạy được 500.000 cây số rồi mà vẫn còn ngon.

Tôi chỉ điếu thuốc lá:

- Cho tôi một điếu được không?

- Có mà mơ, cô nương ơi...

- Đi mà, Molly. Tôi có phải con nít đâu.

Cô ta ngước mắt lên trời rồi đưa cho tôi gói thuốc lá cùng một tập giấy vấn.

- Battagliola, nghe như gốc Ý? Cô ta gật đầu:

- Sicile, họ của ông xã, tập hai.

- Cô làm việc ở đây lâu chưa?

Cô ta nhả ra một cuộn khói, hơi lạnh làm cho nó sựng lại vài giây trước khi tan nhòa đi.

- Tôi loanh quanh qua nhiều bệnh viện trong vùng từ 1980 đến 1990 sau đó theo chồng sang Châu Âu. Chỉ mới quay lại Lennox hai năm nay thôi.

- Cô biết nhiều về bác sĩ Montgomery không?

- Cô nương cứng đầu thật đó. Tôi nói đúng không? Nói vậy nhưng cô ta lục lọi trí nhớ.

- Có nhiều chuyện để nói, nhưng tôi nhớ anh ta là một thanh niên dễ thương. Một bác sĩ được đánh giá cao trong chuyên môn, rất đáng kính đối với tập thể y tá chúng tôi.

Tôi thè lưỡi liếm rìa giấy vấn để dán điếu thuốc lại.

- Cô có nghi ngờ anh ta nghiện ma túy không?

- Không hề, cô ta vừa nói vừa đưa cho tôi cái bật lửa. Đôi khi anh ta còn khiến tôi liên tưởng đến một tay choai choai: chơi đàn trong mấy quán rượu với một ban nhạc rock, hay hờn dỗi, nhưng luôn luôn nghiêm chỉnh trong công việc.

Tôi châm điếu thuốc xong rút ra từ trong túi cái phiếu bằng bìa cứng mà tôi đã chôm trong hồ sơ Damian ở phòng lưu trữ:

- Esther Kovacs là bạn gái của anh ấy phải không?

- Ủa mà cô nương moi được thứ này ở đâu ra vậy? Tôi né trả lời câu hỏi:

- Phải bạn gái của anh ấy không? Molly gật đầu:

- Phải. Tôi cho là hai người đã chung sống với nhau. Esther là con gái duy nhất của Victor Kovacs, giám đốc Cửa Hàng Tổng Hợp trên đường Quatre-Vents. Dạo ấy cô nàng hát cho ban nhạc rock nổi tiếng: Broken Coffee Machine.

Cô ta rít một hơi thuốc cuối trước khi dí nát đuôi thuốc dưới mũi giày.

- Vào đầu thập niên 1990, trong khu vực người ta theo phong trào *grunge* – kiểu lôi thôi có phong cách ấy mà. Đứa con trai nào cũng làm như thể mình là Kurt Cobain còn con gái thì Courtney Love.

- Esther sống trong vùng này?

- Cô ấy quán xuyến lại công việc kinh doanh của cha mẹ.

- Molly, tôi muốn nhờ cô một việc: cô cho tôi mượn cái xe của cô vài tiếng đồng hồ được không?

- Không được, không có chuyện đó đâu cô nương!

- Đi mà. Tôi lạy cô!

- Không! Tôi không muốn gặp rắc rối. Tôi cần có công ăn việc làm. Với lại làm vậy là tắc trách. Tôi đã đọc hồ sơ bệnh lý của cô nương rồi: không được lái xe khi bị u não. Cô thừa biết là rất nguy hiểm.

Tôi tiến đến cạnh Molly, đặt tay lên vai cô ta:

- Molly, hôm nay tôi khỏe mà. Nhìn tôi xem: mạnh như thần! Mãi đến thứ hai mới có xét nghiệm này nọ. Tôi sẽ mang xe về cho cô sau 2 tiếng đồng hồ, đổ xăng đầy bình luôn.

Lại lắc đầu. Tôi phải mất công thương lượng thêm 5 phút nữa để cô ấy đồng ý đưa cho tôi chìa khóa chiếc xe.

- Hứa với tôi là cô nương sẽ gọi cho tôi khi có bất cứ thứ chi trục trặc dù nhỏ. Có hứa không? Cô ta vừa nhì nhằng vừa khăng khăng buộc tôi phải lưu số của cô vào điện thoại di động.

- Rồi. Hứa mà!

- Mang theo cái xẻng này phòng khi tuyết đóng quá dày.

4.

Tôi nhìn cái bệnh viện teo nhỏ dần trong kính chiếu hậu. Càng đi xa ra, tôi càng thấy tòa nhà với hai cánh kiểu gô-tích trông hệt một con dơi. Ý nghĩ này khiến tôi lạnh cả xương sống. Để giữ ấm, tôi bật hệ thống sưởi, bật cả radio và rà tìm đài cho đến khi rơi trúng chương trình nhạc soul.

Tôi đã không nói dối Molly. Thậm chí nếu tôi biết mạng tôi chẳng còn bao lâu, tôi vẫn cứ vui vẻ, được chừng nào hay chừng nấy. Bệnh của tôi tiến triển theo cái cách khiến tôi nhiều khi chưng hửng. Có những buổi sáng tôi thức dậy tê dại cả nửa người, thị lực mù mờ, vô phương phối hợp các động tác. Một cơn như vậy kéo dài đến mấy ngày. Rồi sự tê co bớt căng cứng và lui dần đi, cho tôi một ngày thoải mái nhẹ nhõm như hôm nay.

Trong xe không có thiết bị định vị. Tôi bật điện thoại di động và gõ địa chỉ mà cô y tá đã cho. Chẳng bao lâu sau tôi ra khỏi khu rừng và gặp đường cao tốc 900 dẫn về thành phố.

Chưa đầy 20 phút sau, tôi cho xe vào bãi đậu của Cửa Hàng Tổng Hợp trên đường Quatre-Vents. Một thiếu niên đang đứng chống cùi chỏ vào một cột bơm xăng chờ khách. Tôi đưa cậu ta chìa khóa xe và yêu cầu đổ đầy bình, sau đó đẩy cửa vào cửa hàng. Nếu bề ngoài tòa nhà trông giống một nhà gỗ nghỉ mát được thiết kế xoay theo chiều dọc, bên trong lại là một tiệm thực phẩm hiện đại. Bụng tôi sôi lục bục. Đói như chó sói. Ở một trong những tủ giữ lạnh tôi sục tìm một miếng bánh mì kẹp thịt hun khói *pastrami* và một chai bia Budweizer. Tôi trả tiền ở quầy thu ngân rồi ngồi xuống một chiếc ghế đẩu. Sau cái quầy bằng gỗ thô sần sùi, tôi thấy ngay nhân vật mình đang tìm. Nếu đánh giá qua bộ quần áo trên người, Esther Kovacs thuộc loại bảo thủ còn mắc cứng đâu đó giữa thập niên 1990: áo sơ-mi sọc ca-rô xanh đỏ, quần sọt vải jean rách te tua, vớ dài loại lưới mờ màu tím hiệu Dr Martens.

Tôi hỏi mua một gói thuốc lá. Lúc trả tiền, tôi đưa ra thẻ cảnh sát và đánh liều một ăn một thua:

- Bà Kovacs, tôi là Constance Lagrange, cảnh sát Pháp. Tôi đang điều tra về cái chết của Damian Montgomery.

Người phụ nữ nhìn tôi không chút gây hấn:

- Ba mẹ anh ấy yêu cầu cô làm chuyện này phải không? Đoán cô ta nghĩ mình là thám tử tư, tôi chụp lấy kẽ hở:

- Đúng vậy.

- Sam và Lilly không bao giờ thừa nhận cái chết của đứa con trai duy nhất. Họ không tin Damian chết vì sử dụng ma túy quá liều.

- Thế còn bà? Bà có tin không?

Bà ta lắc đầu.

- Tôi cũng không tin. Damian không phải thánh. Anh ấy rượu chè, hút xách, nhưng không bao giờ rớ tới ma túy. Nhất là heroin.

- Dạo đó bà chung sống với ông ấy?

- Đúng ra thì anh ấy ở nhà tôi, nhưng mỗi cuối tuần đều về Portland để được ba mẹ cưng chiều.

- Cái đêm ông ấy qua đời bà không có mặt ở đó? Bà ta nheo mắt lại và dụi dụi hai mí.

- Sau khi trải qua ngày chủ nhật ở nhà ba mẹ, anh ấy quay lại Seattle bằng chuyến xe lửa đêm. Còn tôi thì cuối tuần đó ở Sacramento. Một trong những cô bạn thời đại học mở tiệc giã từ thời con gái để đi lấy chồng. Mãi đến sáng hôm sau tôi mới về tới căn hộ và chính tôi đã phát giác ra cái xác của anh ấy.

- Lúc bà tìm thấy ông ta, cái xác trông ra sao?

- Nằm dài trên sàn nhà với một ống tiêm ghim nơi cánh tay.

- Có giải phẫu tử thi không?

- Không. Cảnh sát tịch thu được một ít hero-in trong phòng ngủ, với một số dược liệu mà họ cho là lấy cắp ở bệnh viện: thuốc chống trầm cảm, thuốc chống co mạch hệ giao cảm, thuốc an thần... Từng đó đủ để họ đi đến kết luận. Họ thậm chí còn không thèm nghe tôi nói về vụ trộm.

- Vụ trộm nào?

- Ổ cứng trong máy tính của Damian và tất cả những đĩa mềm đều mất sạch.

- Ông ấy dùng loại máy gì vậy?

- Một cái Atari 1940 ST. Anh ấy chủ yếu dùng nó như thiết bị ghi âm tại nhà, cắm vô ghi-ta và thu những ca khúc do mình sáng tác.

Atari... Mình cũng có một cái Atari. Quà Giáng sinh 1989 của ba mẹ tặng cho hai anh em. Cả hai đã trải qua hàng trăm tiếng đồng hồ chơi Captain Blood, Buggy Boy, Dungein Master, Le Manoir de Mortevielle, Barbarians, Arkanoid...

- Tôi không hiểu, tôi nói. Trong trường hợp có trộm, cảnh sát hẳn phải điều tra. Và tại sao người ta không giải phẫu tử thi?

Bà ta nhìn né tránh, thở dài rồi cúi đầu.

- Là tại vì có một dạo chính tôi chơi heroin và ai cũng biết. Cảnh sát hiếm khi tin lời mấy kẻ nghiện ngập...

- Đúng như thế, cái này thì tôi có thể xác nhận. Số ma túy mà cảnh sát tìm thấy là của bà?

- Không phải! Nhờ Damian tôi đã cai được hơn một năm! Nhưng mọi người cứ nghĩ là tôi vẫn còn dây dưa với thói cũ.

Tôi tợp một ngụm bia.

- Có gì trên ổ đĩa cứng?

- Các ca khúc sáng tác, giáo trình y khoa, khóa luận nội trú....

- Bà vẫn còn giữ cái máy tính đó chứ?

- Có điên không? Tôi đã bán cái Avari ở chợ đồ cũ ít nhất là 15 năm rồi.

5.

Trở ra xe. Liếc nhìn giờ trên bảng điều khiển trong xe thấy gần 4 giờ chiều. Tôi đã hứa trả xe cho Molly, nhưng tôi là cớm mà, cớm thì đâu có giữ lời hứa. Cớm thì phải đi đến cùng cuộc điều tra. Tôi khởi động xe và phóng nhanh. Tuyết đã ngớt và nhiệt độ chưa đủ thấp để làm cho đường sá váng băng. Tôi phải chụp lấy tình thế thuận lợi này để dọt đến Portland.

Tôi kiểm tra pin của điện thoại di động: sắp tiêu tùng. Phải vớt vát chút pin ít ỏi còn lại để nhập vào ứng dụng định vị địa chỉ nhà ba mẹ của Damian, hi vọng trong thời gian qua họ chưa dọn đi mất. Tôi tính toán lộ trình rồi cắm cái di động vào để giữ điện thoại cho rảnh tay lái. Tôi gọi Molly để trấn an cô ấy và giải thích mình cần chiếc xe thêm một ít thời gian nữa. Sau khi càm ràm một hơi, cô chúc lành cho tôi và cho biết một trong các đồng nghiệp sẽ đưa cô ấy về giùm sau giờ làm việc. Bằng tin nhắn, cô ấy cho tôi địa chỉ chỗ ở của mình đồng thời van nài tôi mang chiếc Volvo về trong buổi tối.

Hai tiếng rưỡi đồng hồ lái xe đến Portland bay vèo như gió. Bệnh tình của tôi có vẻ như chỉ còn là một kỷ niệm xấu. Tôi nghe nhạc, vừa hát inh ỏi vừa rít thuốc lá, lại vừa vắt óc suy nghĩ.

Tôi cố gắng gắn kết những mảnh rời của cuộc điều tra. Trong sâu thẳm tôi hoàn toàn không tin có chuyện mất mấy cái đĩa mềm. Con người ta thường mang trong người một phần tối ám bị giấu nhẹm đi vì không dám để lộ ra cái xấu xa. Dù gì đi nữa, với vẻ ngoài thánh thiện, Damian có lẽ thường xuyên lén hít vài hơi ma túy dắm dắm dúi dúi nơi làm việc. Có lẽ giám đốc bệnh viện đã rõ thủ đoạn của anh chàng và đang chuẩn bị tố giác. Tại vậy nên mới có cái hẹn vào lúc sáng sớm hôm ấy. Viễn cảnh về một vụ bê bối chắc hẳn đã làm Damian suy sụp đến mức tự tiêm cho mình một liều thuốc quá tay.

Hồ Lane. Con đường hai bên ken san sát những ngôi nhà giống nhau có bãi cỏ xung quanh với cơ man là hoa. Trời đã sụp tối. Tôi đậu xe sát lề, nhìn tên ghi trên thùng thư trước căn nhà số 18 và thở phào nhẹ nhõm. Đúng là cơ ngơi của gia đình Montgomery, nhưng đèn tắt tối thui. Tôi nhấn chuông. Một lần rồi hai lần. Không thấy ai ra mở cửa. Không nghe chó sủa. Không một bóng láng giềng. Trước khi để cho bị phát hiện, tôi đánh một vòng căn nhà rồi leo qua rào.

Không phải loại nhà có hệ thống báo động.

Như để tạo điều kiện dễ dàng cho cuộc điều tra, tự nhiên có sẵn một cái thang kê dựa vào tường. Tôi dựng nó lại ngay ngắn xong leo lên từng nấc cho đến ngang tầm cửa sổ cánh sập của tầng một. Một cú thúc cùi chỏ làm kính bể văng tá lả. Tôi đẩy khung trượt, chuồi người vào trong. Ánh trăng nhợt nhạt từ ngọn đèn ngoài đường vừa đủ sáng cho tôi quan sát địa hình. Tôi đang đứng trong phòng của hai cụ thân sinh. Gần như mò mẫm, tôi lần ra được hành lang, rồi như thể đã từng đến đây, hai chân đưa dẫn tôi vào một căn phòng...

Chẳng khác chi một viện bảo tàng.

Cách sắp xếp và trang trí căn phòng trước đây của Damian vẫn còn được giữ lại nguyên si. Một cách thành kính, trân trọng. Đúng là thế giới của một thanh niên mới lớn đầu thập niên 1990. Trong góc, một cây ghi-ta điện, một giàn loa siêu trầm chuyên trị bùm-bùm-bùm, một hệ thống âm thanh hi-fi. Trên kệ hàng trăm cái CD chồng chất lên nhau. Trên tường áp- phích các ban nhạc rock (*Sound Garden, Alice in Chain...*), bích chương quảng cáo phim *Sự Im Lặng Của Bầy Cừu*, một bức hình chụp cú úp rổ ngoạn mục của Michael Jordan, một bức khác chụp nàng Pamela Anderson gợi cảm.

Đã *có một thời...*

Bà mẹ của Damian chắc hẳn vẫn còn sống trong ảo tưởng đứa con trai yêu dấu của mình chỉ đi đâu đó vài ngày và cuối tuần sẽ lại bê quần áo dơ về giặt thôi.

Tôi ngồi xuống một chiếc ghế có gắn bánh xe. Trước mặt tôi là một bảng công tác lớn, một máy tính và một màn hình. Tôi đánh liều bật đại ngọn đèn trên bàn viết và cố gắng tìm hiểu. Tại sao lại có một máy tính thứ hai? Cùng hiệu, nhưng không cùng kiểu dáng. Esther có đề cập đến một cái 1040 ST. Còn cái này thuộc đời 520 ST, một phiên bản có công năng yếu hơn và xưa hơn.

Rõ ràng Damian có 2 máy: một để ở nhà ba mẹ và một chắc mới mua đây. Trên bàn có hộp đựng các đĩa mềm. Tôi thử khởi động máy. Có tiếng rung nhè nhẹ, tiếng kêu rè rè, rồi...cạch, đứt bóng.

Khỉ thật...

Tôi nhắm mắt lại, cố gắng phân định cái lô-gích trong tất cả những điều này. Damian có hai máy tính, một để dùng ở nhà anh ấy, và cái ở nhà ba mẹ là để lưu các sáng tác vào đĩa mềm. Vào đúng ngày mình qua đời, Damian đã đến đây, trong căn phòng này. Hãy hình dung anh bắt đầu làm một cái gì đó. Một bản thảo tài liệu mà sau đó anh đã mang về Seattle, thí dụ thế.

Tôi mở ngăn kéo trên cùng. Nếu là mình, tôi sẽ cất trong ngăn kéo này những thứ dính líu đến công việc đang làm. Thật là một đống lộn xộn những bút viết, kéo, đồ kẹp giấy, tạp chí, nhưng chủ yếu là hàng tá trang rời: các bản sao ghi chú chi chít bằng bút Stabilo.

Tôi biết mình vừa tìm được thứ gì đó, cảm thấy adrenaline trào lên. Một loại heroin rất phê của chính tôi.

Tôi tom góp các tài liệu. Tiếng Anh của tôi cũng kha khá, nhưng vẫn phải đánh vật với các thuật ngữ y học. Một lát sau thì tôi hiểu đó là bản sao hồ sơ bệnh lý của hai bệnh nhân ở State Hospital. Người thứ nhất, Charles Snow, 68 tuổi, qua đời tháng tư 1993 do viêm phổi. Người thứ nhì, Allan Lewis, 71 tuổi, qua đời do đột quỵ tháng giêng 1992. Các bệnh nhân này rơi vào ngày trực của Damian nhưng không trực tiếp nhập viện vào bộ phận anh phụ trách.

Mỗi trang giấy đều được ghi chú bằng bút mực. Tôi cố gắng giải mã nét chữ lít nhít như chân ruồi của Damian, dừng lại ở những cụm từ gạch dưới trong ca bệnh thứ nhất: "chết có nghi vấn", "tiêm Digoxine liều cao gây ngưng tim". Với ca thứ nhì: "tiêm Épinéphrine liều cao, bệnh nhân chết không bình thường". Trong cả 2 trường hợp, có một cái tên lặp đi lặp lại, được gạch dưới một cách giận dữ:

"Y tá Katherine KOELER"

6.

- Katherine Koeler hả? Có, tôi có biết cô này. Đó là một trong những y tá thâm niên nhất của bệnh viện.

22 giờ 30. Quấn người trong cái chăn bông, tôi ngồi trên ghế dài trong phòng khách căn hộ của Molly Battagliola. Toàn thân tê cóng. Trên đường về

lại Seattle, tuyết rơi dày đặc, máy sưởi của chiếc xe cũ bị hỏng nhả ra một luồng khí lạnh buốt. May quá, người bạn mới của tôi không trách cứ gì nhiều. Cô ta thậm chí còn pha cho tôi một ly chocolat nóng kèm theo mấy viên kẹo dẻo *mini-marshmallow* thả lềnh bềnh trên mặt.

Tôi bày các bản sao ra mặt bàn thấp và giải thích với Molly:

- Tôi biết tại sao Damian Montgomery bị đầu độc. Anh ấy đã lật mặt "thần chết": Katherine Koeler, y tá của bệnh viện, người đã tiêm thuốc quá liều cho các bệnh nhân để gây ngưng tim!

Molly chăm chú nhìn các dòng chữ ghi chú.

- Cô nương có chắc chắn về điều mình vừa khẳng định không?

- Tôi thậm chí còn chắc cú là, nếu tiếp tục lục lọi sẽ còn moi ra thêm nhiều cái chết đáng ngờ khác. Và nếu cô nói với tôi bà này vẫn còn đang làm việc ở đây, y thị sẽ bị trừng trị đích đáng. Phải báo cảnh sát ngay thôi.

- Có thể cô nương có lý. Tôi phải ra chỉnh cái máy sưởi trong xe, sau đó mình cùng đến cảnh sát trưởng.

Cô ta xỏ tay vào cái áo khoác lông tơ rồi bước ra ngoài trời tuyết.

Tôi nhổm dậy, cột lại dây giày cao cổ và tợp một ngụm cacao. Ly sữa cầm tay, tôi đứng hơ ấm trước ngọn lửa đang nổ lách tách trong lò sưởi.

Trên bệ lò sưởi có một bức ảnh cưới của Molly. Những bức khác dường như mới được chụp gần đây, khoảng bốn năm năm.

Bối cảnh có vẻ như ở Hi Lạp hay là cực Nam nước Ý gì đó. Một câu nói chợt hiện lên trong trí. Cái câu mà tôi đã không lấy gì làm chú ý: "Battagliola là họ gốc Sicile; họ của ông chồng thứ nhì của tôi."

Đã hai mươi năm Molly không còn mang họ cũ nữa. Thế rồi một thứ thật rõ nét hiện lên trong trí. Bảng tên gắn vào áo blouse của cô ta lúc tôi mới gặp: **K.M. Battagliola**

Mắt tôi khựng lại nơi một khung kính treo gần đó, bằng cấp y tá khiến tôi kinh hoàng vỡ lẽ:

Trường đào tạo y tá trực thuộc Đại Học Washington trao bằng cấp và danh hiệu y tá quốc gia cho cô Katherine Molly Koeler.

Tôi chết đứng.

Có tiếng mở cửa sau lưng.

Tôi quay người lại. Molly chỉ cách tôi chưa đầy một mét. Không thể nào nhận ra được nữa những đường nét trên mặt cô ta, chúng bị biến dạng vì điên tiết, vì giận dữ, vì thù hận.

Cô ta cầm trên tay cái xẻng làm vườn lấy từ trong cốp xe Volvo, thẳng cánh giơ lên cao cái vật bằng thép cạnh vuông có cán dài. Phần sắc nhọn đầu xẻng bổ xuống sọ tôi một cú trời giáng.

**Từ nguyên tác tiếng Pháp*
*FANTÔME (2014) của **Guillaume Musso***

AGNÈS LEDIG

Agnès LEDIG *sinh năm 1973 tại Alsace, Pháp, lập gia đình với một nhà nông vùng Normandie, hiện sống với chồng và 3 con. Cô bắt đầu viết văn năm 2005, khởi sự bằng những bài viết thật cảm động về những thao thức của người mẹ là chính cô, trong thời gian chăm sóc con trai Nathanael bị bệnh bạch cầu.*

Marie d'en Haut *(2011) của nhà văn nữ vùng Alsace đã đoạt giải Roman Femme Actuelle, với 15.000 ấn bản được phát hành. Phim cùng tên dựa theo quyển tiểu thuyết, do Sandrine Bonnaire đạo diễn, sẽ sớm ra mắt khán giả. Cô cũng đoạt giải Maison de la Presse với Juste Avant Le Bonheur (2013).*

Un petit morceau de pain/Con Con Một Mẩu Bánh Mì *nằm trong tuyển tập truyện ngắn **13 à table** do Pocket xuất bản năm 2014.*

CON CON
MỘT MẨU BÁNH MÌ

- Mẹ, con đói!

- Vậy ăn cái tay của con đi, nhớ để dành tay kia mai ăn nha.

Thằng nhỏ vừa nắm tay mẹ vừa nhìn ổ bánh mì trông giòn rụm thò ra ngoài cái giỏ mà mẹ đang xách bên tay kia. Nó đói, trong khi ổ bánh mì thì sờ sờ ra đó, nhưng thật là kẹt: mẹ khi nào cũng bám chặt vào những nguyên tắc, như kẻ chết đuối bấu lấy miếng gỗ cứu mạng. Buông ra là chết chìm.

Sáng nào cũng vậy, cứ đi học về Nicolas lại đói bụng do đã chạy bạt mạng trong giờ ra chơi và đã động não quá nhiều trong giờ học. *Sinh hoạt thể chất tốt cho sức khỏe* chỉ là một trong vô vàn nguyên tắc. Nhưng mười lăm phút đi bộ về nhà đâu có giải quyết được cơn đói. Rồi còn nguyên tắc *5 loại rau quả mỗi ngày*, nguyên tắc *béo-mặn-ngọt*. Trong xe điện thì *phải nhường chỗ cho người già và phụ nữ mang thai*, đi bộ cũng vậy, phải nhường.

Mẹ Nicolas không phải bà chằn lửa ác độc, trái lại, cô tự xoay xở hết mức có thể, chỉ vậy thôi. Đơn thân nuôi con đâu phải là việc dễ dàng. Chẳng phải vấn đề tài chính. Nathalie thừa hưởng căn hộ từ bà ngoại thằng nhỏ, làm việc đầu tắt mặt tối để kiếm sống, không cần xa xỉ sang trọng hay quá trớn. Chỉ cần cho ra cái thể thống con người thôi... Khi ba thằng nhỏ tháo lui không báo trước – mà cho dù có báo trước đi chăng nữa gã cũng sẽ chẳng chia sẻ chút trách nhiệm nào, vì gã đâu muốn có thằng nhỏ - cô đã cố giữ gìn chỗ ở của ngoại, giữ gìn công ăn việc làm, cố thủ cái khu vực hai mẹ con đang sinh sống, giữ cả hai cẳng chân như những cái rễ bám để khỏi nghiêng ngã trước phong ba bão táp. Nhưng hơn tất cả những thứ đó, cô còn khư khư ôm lấy hình ảnh người mẹ hoàn hảo làm đích ngắm. Từ lúc thằng nhỏ mới chào đời, cô tắm tưới cho nó cơ man nguyên tắc, mà cô cho là giải pháp tuyệt hảo để giúp cho nó mọc thẳng. Nếu mọc thẳng, nó sẽ vươn cao. Ao ước điều tốt nhất cho con mình là việc bình thường thôi. Đúng không?

Sáng hôm ấy, Nicolas không hề muốn vươn cao, đơn giản chỉ vì nó đói. Đói kinh khủng. Vì nó bị giật mất phần ăn dặm. Mấy đứa lớn ở lớp CM1 từ vài tuần nay đã phát hiện nó luôn khi có đồ ăn ngon trong cặp, chúng cũng biết rõ nó không phải loại đánh nhau trong sân trường để bo bo giữ lấy miếng ăn. Hơn nữa hồi sáng sớm nó đã không kịp ăn điểm tâm. Điện cúp đêm hôm trước là một thảm họa: hệ thống báo thức không hoạt động, không có chén ngũ cốc thường lệ. Mẹ thậm chí còn không có thì giờ nhét vô cặp nó vài cái bánh quy vì sợ trễ giờ học. Tuyệt đối không được trễ.

Nguyên tắc *miếng ván của người chết* đuối mà. Trên hè phố mẹ vừa chen vượt mặt những người đi đường vừa lôi nó theo, nó không còn bước nữa mà bay, tóc tai bù xù trong gió, trên má còn hằn nếp gấp của gối nằm, cặp sách tòn teng nơi cánh tay bay theo nó như dải băng biểu ngữ sau đuôi một chiếc máy bay quảng cáo.

Trên hè phố, trước tiệm bán thịt nơi mẹ xếp hàng mua thức ăn cho bữa trưa, nó càng đói dữ, nó vừa đứng chờ vừa hình dung ra nhiều kịch bản, với cái giỏ đang xách hộ cho mẹ có ổ bánh mì ngay đó, chỉ cần một cái với tay. Nó đã nghĩ đến việc lén rứt một miếng. Không thôi thì đi vào cửa hàng thịt đứng sát bên cạnh mẹ rồi nhìn không chớp mắt ông bán thịt bằng ánh mắt van nài cho tới khi ông ấy đưa cho một thẻo xúc xích. Nhưng mẹ không muốn nó ăn trước khi ngồi vào bàn, làm vậy mất ngon miệng đi. Vậy đó, không thể khác được.

Mọc thẳng để vươn cao.

Nó đành cố gắng nghĩ đến thứ khác. Trước tiệm thịt quay gần đó, mấy con gà tỏa mùi thơm ngon ác ôn, một con chó ngồi kiên trì, không ý thức hai dòng nước miếng đang chực chảy ra hai bên mép. Đứa nhỏ cũng trong tình cảnh y hệt, chỉ là ở tầm cao hơn con chó thôi.

Nó thà nhịn đói cố xua cho qua đi cơn dằn vặt, còn hơn là làm mẹ thất vọng. Vả lại, miếng ván cứu mạng đang trấn ngang đó, dù nó có muốn hay không.

- Vì sao cháu khóc?

Người đàn ông khom người xuống ngang chiều cao đứa nhỏ. Ông ta không trẻ không già, tóc đen dày lấm tấm bạc, râu lún phún ôm quanh khung vuông của xương quai hàm, mắt màu xanh thẳm, Nicolas để ý ngay lập tức hàm răng cực trắng vì ông ta cười toét cả miệng. Đặc biệt ông ta có một ổ bánh mì que cặp dưới nách, chỉ cách mũi thằng nhỏ 20 phân. Khổ vậy đó.

- Tại cháu đói.

- Vậy tại sao cháu không ăn một chút bánh mì của cháu đi?

- Tại vì cháu không được phép làm thế.

- Không phải bánh mì của cháu sao?

- Của cháu, nhưng mẹ không muốn đâu.

- Tại sao mẹ lại không muốn khi mà cháu đang đói?

- Tại vì mẹ nói không nên ăn ngoài bữa chính.

- Thì cũng đã gần đến giờ ăn. 12 giờ trưa rồi. Mẹ cháu đâu?

- Ở cửa hàng thịt. Có nhiều người xếp hàng quá nên mẹ bảo cháu đợi ở ngoài.

- Cháu nghĩ xem mẹ nhìn thấy hai chú cháu mình không?

- Không, chi vậy chú?

- Tại vì chú sắp cùng ăn với cháu một miếng bánh mì. Chú cũng hơi đói. Chú ghét đói bụng lắm. Cảm tưởng như có cóc nhái lôm côm trong bụng.

- Cháu thì cảm tưởng như có giun đất ngo ngoe trong bụng.

- Vậy thì cho mấy con giun của cháu ăn đi, chú lo cho bọn cóc nhái của chú.

Ông ta đưa cho thằng nhỏ mẩu bánh mì rứt ra từ ổ bánh kẹp dưới nách, rồi bẻ thêm một miếng cho riêng mình. Hai người cùng cười, chẳng nói chẳng rằng, họ cùng nhai, trân trọng phục vụ cho mấy sinh vật đang làm reo trong bao tử ... Xong ông ta bước đi, vừa đi vừa nháy mắt với thằng nhỏ, bỏ nó đứng lại đó, miệng vẫn còn nhồm nhoàm miếng bánh cuối, một cách sung sướng, đúng lúc mẹ nó trở lại tay cầm hai miếng thịt bò băm. Nicolas ngưng nhai. Nó cố nuốt phần ruột bánh còn lại nhưng miếng bánh to quá, có nguy cơ làm nghẹn. Nó đành hi vọng miếng bánh sẽ dần tan trong nước bọt, sau đó sẽ nhẹ nhàng trôi xuống cổ họng. Chỉ cần nó đừng mở miệng nói gì cho đến khi về đến nhà là được.

Không ai biết gì, không ai thấy gì.

Nhưng mẹ nó thấy, mẹ nó biết, và ngay lập tức hỏi nó đang ăn gì. Khi Nicolas trả lời "dạ bánh mì", cô liền nhìn ổ baguette. Đầu ổ bánh vẫn còn y nguyên. Cô trở đầu kia để xem xét, nghĩ thằng nhỏ đủ ma mãnh để che giấu tội lỗi. Thế rồi mắt trợn ngược, cô nhìn thằng con trai.

- Con kiếm đâu ra bánh mì mà ăn?

- Có ông kia cho ạ.

- Ông nào?

- Con cũng chẳng biết nữa.

Thằng nhỏ vừa trèo 3 tầng lầu của tòa nhà vừa ôn lại nguyên tắc miếng gỗ cứu mạng *"không được nói chuyện với người lạ"*. Ở mỗi điểm chiếu nghỉ, thiếu phụ dừng lại để thở, tư lự, ngước mắt lên trời rồi hì hục leo tiếp cầu thang.

Bữa ăn và bàn ăn được sửa soạn trong im lặng. Nicolas nhào vào đĩa thức ăn. Nó chẳng hiểu tại sao nhiều phút qua rồi mà đĩa của mẹ vẫn chưa được đụng đến.

- Sao mẹ không ăn?

- Mẹ không đói.

- Mẹ không khỏe?

Ba chữ "mẹ không khỏe" đủ làm tràn ly những gì nãy giờ cô cố nén lại.

Không, không khỏe. Bởi vì kẻ lạ mặt cho thằng nhỏ miếng bánh mì rất có thể đã dắt nó đi mất, bắt cóc nó, bán nó cho bọn buôn trẻ con ở Châu Á, hoặc xâm hại nó rồi vứt nó ở một hẻm nhỏ tối tăm cách đây vài chục mét. Tất cả những thứ này có thể đã xảy ra chỉ vì cô bận bịu với hai miếng thịt bò, chỉ vì cô cười nói nhã nhặn với ông hàng thịt đang gói hàng cho cô trong miếng giấy sáp.

- Không được nói chuyện với người lạ! Cuối cùng giữa hai lần sịt mũi cô buộc miệng thốt ra, vì có thể rất nguy hiểm con biết không?

- Nhưng ông ấy tử tế lắm.

- Vậy mới nói.

- Vậy con không được nói chuyện với người xấu vì họ xấu xa, cũng không được nói chuyện với người tốt vì họ tốt bụng?

- Được chứ, nếu có mẹ ở đó.

- Nhưng mà lúc ấy con đang ở sát bên cạnh mẹ mà!

- Mẹ không thấy... Cô bắt đầu khóc.

Cuối cùng thằng nhỏ quàng tay quanh cổ mẹ và thì thầm vào lỗ tai bảo mẹ đừng buồn, vì nó vẫn còn đây, nó hứa sẽ không nói chuyện với bất cứ ai nữa, và nói thêm:

- Nếu mẹ không đói, mẹ cho con phần thịt và phần bánh bột gnocchi của mẹ nha?

- Ừ, ăn đi, ăn cho thỏa cơn đói của con đi, như vậy con mới không ăn bánh mì của người khác.

Những giọt nước mắt mệt mỏi, sợ hãi, tội lỗi, và cả xấu hổ nữa. A, hình ảnh người mẹ hoàn hảo đẹp biết bao, rồi chỉ vì một chút khinh suất, một thoáng mất cảnh giác mà tượng đài sụp đổ.

Cô vừa lau nước mắt vừa nép người trong vòng tay của Nicolas, thằng nhỏ cảm thấy sung sướng, tự nhủ lúc này mà mình có xin xem một phim hoạt hình chắc chẳng phải là điều quá đáng. Nó đã không hề cảm thấy nguy hiểm rình rập khi nhận lấy mẩu bánh mì của người lạ, nhưng mẹ nó thì hoàn toàn suy sụp vì cho rằng nó đã sai lầm. Liệu có khi nào mà...một người mẹ có thể sai lầm không nhỉ?

Họ đi bộ mười lăm phút theo chiều ngược lại với lộ trình ban trưa, trong im lặng, không giỏ xách, không có ổ bánh mì thò ra, không đói bụng. Chỉ có lời mẹ hứa về một miếng bánh nhân sô-cô-la vào lúc 4 giờ chiều để bù cho buổi sáng không được ăn uống, và về phía mẹ, để bù lại cho sợ hãi, tội lỗi và xấu hổ.

Cuối cùng thằng nhỏ trải qua cả buổi chiều để suy nghĩ và để tiêu hóa các thứ đã ăn. Phần ăn đúp gồm thịt bò với bánh bột khiến bụng nó ọc ạch. Những giọt nước mắt của mẹ cũng làm lòng nó nặng trĩu. Nó không biết trong hai thứ này, cái nào dễ tiêu hóa hơn. Bảy tuổi thì đã là người lớn, không nên làm mẹ mình khóc. Nhưng nó cũng nhớ lại người đàn ông lúc trưa. Đáng tiếc là nó không được phép nói chuyện với người tốt khi mà họ vô cùng tốt.

Miếng bánh sao to thế. Mẹ đã chọn cỡ lớn, có đến ba phần sô- cô-la. Kem đường chảy dính cả tay. Một mình nó mà tiêu thụ đến một ngàn sáu trăm ca-lo-ri. Nhưng Nicolas hiện vẫn còn đang loay hoay tiêu hóa mà. Chẳng biết là mớ tinh bột hay chính niềm đau trẻ thơ làm nó anh ách. Bánh sô-cô-la thôi để ăn sau đi.

- Con có chắc không đó? Lần đầu tiên con được quyền ăn trước khi về đến nhà, con có biết không?

- Con biết, nhưng con không đói.

- Tùy con thôi. Vậy cho mẹ cắn một miếng bánh của con có được không?

Nghe vậy Nicolas mới sực nhớ ngày hôm nay từ trưa đến giờ mẹ chưa ăn gì. Chuyện này quả thật đại sự trong cuộc đời "ăn uống" của nó.

Trên đường về nhà, hai mẹ con ngồi chơi một lát trên băng ghế trong công viên Monceau. Nathalie ăn bánh kem sô-cô-la trong khi Nicolas vừa kể về buổi chiều của nó vừa ngó đám chim bồ câu tụ tập trước mặt, chúng đang sục sạo tìm vụn bánh trên lối đi lát sỏi. Hốt hoảng bởi sự xuất hiện của một ông chạy bộ, lũ chim vụt bay tán loạn. Khi Nicolas ngẩng lên nhìn kẻ phá rối, lúc bấy giờ đang nhẹ nhàng bước đến gần, nó bắt gặp ánh mắt của người đàn ông đã cho nó mẩu bánh mì.

- Ồ, chào cậu bé. Giờ thấy đỡ hơn chưa? Ông ta vừa hỏi vừa gập người xuống ngang tầm hai mẹ con, hai bàn tay chống cao phía trên đầu gối để lấy lại hơi.

Nathalie đặt miếng bánh đang ăn dở vào trong bao giấy và dùng sống bàn tay kín đáo chùi đi kem đường dính trên miệng. Cô muốn hỏi Nicolas người đàn ông này là ai nhưng miệng hãy còn nhồm nhoàm...

- Dạ đỡ hơn rồi ạ. Đây là mẹ cháu, thằng nhỏ vừa nói vừa dùng ngón cái chỉ vào cô ấy.

- Chào bà!

Cô nuốt nhanh miếng bánh trong miệng trước khi đáp lễ.

- Giờ thì tôi biết rõ tại sao cu cậu này đói vì hiện bà đang dành của nó suất ăn xế.

Nathalie nghiêm sắc mặt, mắt tròn mắt dẹt trước câu nhận định, miếng bánh vẫn còn mắc nghẹn trong thực quản.

- Ông là ai mà dám nói...?

- Tôi đùa thôi, ông ta vừa nói vừa cười tủm tỉm.

- Mẹ, chú này lúc trưa cho con miếng bánh mì đó.

- Thì ra là ông? Ông lấy quyền gì bắt chuyện với trẻ con ngoài hè phố hả? Ông không biết xấu hổ chắc?

- Không.

- Ông phải biết xấu hổ chứ.

- Vẫn không.

- A, vì sao thế?

- Vì tôi đâu có làm gì bậy.

- Nhưng ông có thể đã...

- Nếu tôi là một gã mắc bệnh nhân cách kìa, mà tôi thì không mắc cái chứng đó. Tôi có bánh mì, còn cu cậu thì đói nên tôi rứt cho một miếng, không thấy sai chỗ nào.

- Tôi dạy nó không được ăn trước bữa ăn chính.

- Kể cả nó đói đến phát khóc?

- Nó khóc?

- Cái chất lỏng trong veo chảy ra từ hai khóe mắt là cái mà tôi gọi là nước mắt.

- Con đói đến vậy hả? Cô quay sang hỏi thằng nhỏ.

- Dạ, nó vừa thì thầm vừa nhìn xuống mũi giày của mình và con chim bồ câu đang mon men đến gần cách đó khoảng mười phân.

- Vậy tại sao con không nói?

- Con có nói mà.

- Trưa nào mà con chả nói con đói.

- Thì tại buổi sáng đó mình đâu có kịp ăn điểm tâm.

- Thế còn phần ăn dặm của con đâu?

- Mấy đứa lớn giựt mất, trong sân chơi.

Nathalie ngớ người ra một lúc đầy hoang mang. Rồi cô ngước mắt nhìn lên trời cố gắng ghìm lại cái thứ chất lỏng trong veo từ mắt mình. Vô ích.

Người đàn ông ngồi xuống một đầu băng ghế, cẩn thận giữ khoảng cách an toàn để không tạo cảm giác mình đang sỗ sàng. Ông ta ý thức về sự quá lố của mình. Quần đùi thể thao ngắn ngủn để lộ ra hai đầu gối trắng trẻo và thanh tú, áo thun đẫm mồ hôi cho thấy rõ nét phần cơ thể hình chữ V, tóc dán sát da đầu, vài lọn vắt ngang vầng trán thông minh. Và mùi hôi…. Cái mùi…thậm chí vẫn ngửi thấy bất chấp khoảng cách an toàn.

- Tôi nghĩ mọi chuyện đâu có gì trầm trọng, ông ta nói bằng giọng trầm.

- Trầm trọng chứ sao lại không, bà mẹ trẻ vừa nói vừa úp mặt vào lòng bàn tay.

- Mẹ, đâu có trầm trọng, mẹ thấy đó, con đâu có bị gì.

- Bà thấy không, cu cậu bình an vô sự. Nó đâu có chết vì đói lả, tôi đâu có bắt cóc nó. Thậm chí nó còn cho phép bà ăn bánh sô-cô-la của nó nữa. Ý là tôi hi vọng nó đã.... cho phép bà.... Nathalie cười lục khục trong cổ họng trong khi nước mắt vẫn đầm đìa.

- Đúng, tôi có xin phép nó.

- Bà đàng hoàng quá đi mất. Sáng thì thằng nhỏ bị đoạt mất phần ăn dặm, rồi chiều bị mẹ lấy đi suốt 4 giờ. Tên tôi là Alain, ông ta vừa nói thêm vừa chìa bàn tay ra.

Thằng nhóc đó là tôi đây. Đã hai mươi ba năm trôi qua. Lúc ấy tôi bảy tuổi. Tuổi hay lý sự cùn. Dù gì đó là cái tuổi mà người ta bắt đầu hiểu một vài vấn đề của sự đời. Tôi vẫn còn nhớ ngày hôm ấy như thể mới hôm qua vì nó đã làm thay đổi cuộc đời tôi. Phải nói chính mẩu bánh mì con con đã xác định hướng đi cho bản thân tôi. Bởi vì trên cái băng ghế, trước sự dễ thương của người đàn ông, và bất chấp mồ hôi nặng mùi của ông ta, mẹ đã nhận lời mời ăn tối ở nhà hàng ngay ngày hôm ấy, gọi là để sắp xếp lại cho có trật tự việc ăn uống có phần xáo trộn của hai mẹ con. Chỉ bởi ánh nhìn sâu thẳm, mẹ tôi đã buông xuôi cái nguyên tắc mà có lẽ vào một ngày khác bà sẽ từ chối. Phản ứng sinh học đóng vai trò gì lúc ấy mãi mãi vẫn là điều bí ẩn đối với tôi, nhưng nó đã có tác dụng, và kết quả mới là điều đáng kể.

Chúng tôi ăn tối ở một tiệm nhỏ nằm ngay trên con đường thuộc khu nhà chúng tôi ở. Ông ta đã tắm rửa và đã thơm tho. Mẹ cũng thơm tho. Mẹ xức nước hoa loại chỉ dành cho các dịp lễ lạt quan trọng. Căn hộ của ông ta chỉ cách chỗ chúng tôi 50 mét, trong tòa nhà gần đấy phía bên kia đường. Nghiêng người qua cửa sổ nhà tôi là có thể nhìn thấy nhà ông ấy ngay. Chỉ nội trong buổi tối đó hai người đã chia sẻ với nhau một số vấn đề cốt lõi quan trọng, mặc dù cũng có chỏi nhau ở một số lĩnh vực khác. Trong cuộc đàm đạo, họ bỏ quên tôi, còn tôi thì mê tít thò lò món khoai chiên đặc sản của tiệm ăn đến nỗi nhúng khoai dầm dề vào hỗn hợp mayonais-sốt cà chua mà tôi thỏa thuê lấy một lượng lớn tích trong đĩa thức ăn. Điều chưa bao giờ xảy ra trong đời. Mẹ thường không muốn vậy. Hoặc mayonais, hoặc sốt cà chua, không bao giờ trộn lộn cả hai. Cuộc thảo luận của họ dù gì đã choán mất khoảng thời gian đầu của bữa ăn. Tôi ngây thơ nghĩ rằng lần này được mời thì mình có quyền làm những thứ mà bạn bè đã kể khi bọn chúng nó đi ăn MacDo ở tiệm ăn góc phố.

- Không, Nicolas, con chọn một trong hai thôi, mẹ đã nói với con rồi mà.

- Tại sao cô không muốn thằng nhỏ trộn hai thứ với nhau?

- Tại vì như vậy thì nhiều quá. Với lại, trong đời sống phải học cách chọn lựa.

- Có khi nào cô nếm thử hỗn hợp đó coi nó ra sao không?

- Không.

- Vì sao?

- Vì tôi không cho phép tôi làm điều mà tôi cấm không cho con trai tôi làm.

- Ra là vì danh dự của cô thôi. Nhưng tại sao lại cấm chứ?

- Tôi đã nói rồi, vì nhiều quá.

- Rồi sao?

- Rồi nó bỏ mứa chứ sao?

- Bỏ mứa thì sao?

Ông ta truy mẹ tôi mất một lúc. Tôi thậm chí còn đếm xem có mấy lần "rồi sao" mà ông ta cứ lây nhây cho đến lúc mẹ tôi chịu thua. Cuối cùng mẹ vừa bật đèn xanh cho tôi vừa cười méo mó như thể việc thừa nhận mình sai khiến mẹ đau khổ lắm vậy. Sau đó Alain còn xúi mẹ chấm thử vào món cấm. Mẹ thích!

Tôi nghĩ thế là mẹ đã buông miếng ván cứu mạng, mà rõ ràng là đâu có chết chìm. Cuộc đời tôi đã thay đổi chỉ bởi một mẩu bánh mì, còn cuộc đời mẹ thay đổi chỉ bởi món nước chấm trộn lộn cà chua và mayo. Định mệnh đôi khi chỉ đến từ những điều bé tẹo.

Định mệnh cũng gắn người đàn ông đó vào đời sống của hai mẹ con. Một chiếc bè cứu sinh cho mẹ và một người cha cho tôi. Với cách giáo dục đơn giản nhưng uyển chuyển, và rất nhiều cuộc thảo luận giữa hai người về những gì tốt lành hoặc không tốt lành cho tôi. *"Dạy cho nó phân định phải quấy thay vì dạy cho nó cảnh giác với mọi thứ"* là cái câu tôi thường nghe nhất. Mẹ rất sợ tôi gặp phải điều không hay.

Tôi mọc thẳng. Cao bao nhiêu không quan trọng. Miễn sao tầm nhìn có thể cho thấy điều tốt đẹp dù leo được đến nấc thang thứ mấy. Ăn thua là cái người ta có thể nhìn thấy thôi. Ở nấc thấp nhất thì vẫn có thể ngắm trời xanh bằng cách ngẩng đầu lên.

Kể từ ngày đó tôi nhận thấy mẹ dãn người ra. Những ngày sau mẹ chống chế lấy lệ vì vẫn còn nhìn thấy miếng ván cứu mạng nổi lềnh bềnh gần đó. Dù vậy mẹ đã mặc xác nó, tự dang ra xa, thật là can đảm.

Thái độ chống chế kéo dài khoảng vài tuần do mẹ không muốn tỏ ra mình là người đàn bà dễ dãi, nhưng tôi thấy mẹ vừa đóng cửa vừa cười tủm tỉm khi người đàn ông đó đến tặng một bó hoa (có cả món bánh viennois cho tôi), hoặc khi điện thoại nháy nháy báo có tin nhắn mới.

Trong các cuộc dạo chơi quanh Paris chỉ có tôi và người đàn ông ấy, ông ta đã giúp tôi khám phá cơ man là thứ, còn mẹ thì có thời giờ cho chính mình nhiều hơn, điều mà đã 7 năm rồi mẹ không có.

Ngoài ra người đàn ông này đủ khôn ngoan để cho phép chính mình tương đối hoá mọi sự, để không phải trầm trọng đối với những vấn đề tự nó đã trầm trọng, để đặt lên hàng đầu những thứ phù phiếm khi ông ta kèng cựa so đo trước những niềm vui nho nhỏ. Đối với mẹ tôi, công việc luôn là chuyện hệ trọng, mẹ không bao giờ nghĩ những thứ phù phiếm đáng để dây dưa. Nhưng rồi kiên trì và hào hiệp, bằng sự khôn ngoan, người đàn ông đó đã tác động lên mẹ tôi.

Ông ta cũng chăm sóc mẹ. Tất nhiên đây là thứ quan trọng nhất. Mẹ không còn cảm thấy đơn thân đối phó mọi sự. Không còn một mình, vậy thôi. Mẹ học bơi thậm chí trong dòng nước chảy xiết. Rồi học thả tay con trai để nó tự bơi, thậm chí không cần vươn cao miễn sao nó đi thẳng. Mà thậm chí cũng chẳng cần đi thẳng, miễn sao bước đi được là tốt rồi.

Nhờ một mẩu bánh mì bé tẹo và nhờ những tình cờ của cuộc đời.

Nếu ngày hôm ấy tôi không đói cồn cào đến phát khóc trước cửa hàng thịt vì chuông báo thức đã chết ngắc, và nếu người đàn ông đó không dừng chân mà chỉ muốn đi tiếp lộ trình của mình một cách yên ả không vướng bận tình cảm, và nếu chúng tôi không gặp lại ông ta trong buổi tối cùng ngày, và nếu, nếu...thì cuộc đời tôi đã khác, có thể tốt hơn, có thể tệ hơn nhưng chính trong cái đời tôi đang sống đây, mẩu bánh mì đã có một hương vị đặc biệt. Người đàn ông đó cũng thế, chính ông ta đã phết lên trái tim tôi một lớp mứt của lòng độ lượng.

Kể từ ngày đó tôi thường hồi tưởng lại lần gặp gỡ đầu tiên giữa chúng tôi. Trong cuộc sống khi tôi có cái mà người khác không có, tôi bèn nghĩ ra cách có thể chia sẻ để kẻ đó không còn phải thống khổ, ở nghĩa đen lẫn nghĩa bóng.

Sáng hôm ấy tôi ra khỏi nhà đi chạy bộ mà để bụng đói. Buồn cười là khi cố cưỡng lại một điều gì, tôi không quan tâm đến chi khác ngoại trừ lý do vì sao mình cưỡng lại nó và nghĩ đến giải pháp tối thượng để quên nó đi. Chạy. Nhanh. Bền bĩ. Chỉ nghĩ đến hơi thở và chiều dài của mỗi sải chân. Sao cho thật hiệu quả. Tốt hơn là không nên nhồi vào bao tử một số nhiệt lượng.

Tôi mang tâm trạng của một gã ba mươi nhìn thấy bạn bè đã xây dựng gia đình và trở thành cha mẹ với rất nhiều hạnh phúc, cùng cái nỗi niềm chưa tìm được người tâm đầu ý hợp để có thể làm giống như vậy. Vài kinh nghiệm với phụ nữ trong quá khứ đã kết thúc thê thảm khi tôi hiểu ra rằng cái người mà tôi cố gắng chia sẻ một chút gì đó của cuộc sống lại không thể chia sẻ với tôi nhiều thứ khác. Nhất là những giá trị thời thơ ấu vốn đã in đậm dấu ấn trong tôi. Những giá trị này quá sâu sắc và gắn bó đến nỗi tôi khó thể rời bỏ để nhượng bộ.

Sau khi chạy được một tiếng, tôi lả đi, thật sự mệt lả, đến nỗi cảm thấy như có một màn voan trắng trùm lấy mặt. Không phải là một màn mỏng mà là một tấm vải trắng trong đó tôi êm ái ngã vào.

Tôi tỉnh lại đau buốt một bên má, trước mắt là một khuôn mặt phụ nữ dần dần hiện rõ nét. Tấm vải trắng lại phủ trùm lên, nhưng rồi bên má còn lại bỗng đau điếng khiến tôi tỉnh hẳn. Không hiểu sao một cô gái xinh đẹp lại có thể tát vào má mình như vậy, mà nào mình có làm gì để bị đối xử tàn tệ? Cô gái giúp tôi ngóc đầu lên, xong lấy cái áo khoác của cô ta gấp tư lại rồi lót bên dưới gáy tôi.

- Thấy đỡ hơn không?

- Bộ nghiêm trọng lắm hử?

- Có vẻ như thế.

- Vì sao vậy?

- Anh ngã trong lúc đang chạy bộ. Lay tỉnh anh nãy giờ bắt mệt.

- Hai má tôi đau quá.

- Có lẽ tôi đã hơi mạnh tay. Xin lỗi.

- Vì sao tôi ngã chứ?

- Tôi đâu có biết. Sáng nay anh có ăn gì chưa?

- Tôi cũng không biết nữa.

- A, vậy thì bị hạ đường huyết rồi. Nhìn thì biết, anh hẳn đã chạy được một lúc lâu.

Tôi dần nhận thức được cái hình ảnh bằng xương bằng thịt của người phụ nữ đang cầm lấy bàn tay mình. Ngay lúc đó tôi chỉ muốn độn thổ hoặc choàng dậy bỏ chạy nhưng không còn hơi sức. Tôi nhìn thấy chính mình hai mươi năm trước khi người-đàn-ông-có-ổ-bánh-mì dừng lại chỗ băng ghế, mồ hôi dầm dề, người tỏa ra mùi hôi nồng nặc. Dù gì, phần tiếp theo của câu chuyện đó ai cũng biết nó như thế nào rồi...

Còn vụ này thì......

- Anh sống xa đây không?

- Không, cách đây 2 con đường thôi.

- Anh ngồi dậy được không?

- Đầu tôi quay mòng mòng.

Tôi không biết cơn chóng mặt là hệ quả của tụt đường huyết, của sự hỗ thẹn liên quan đến tình trạng thể chất của mình trước mặt cô gái, hay đơn giản chỉ vì đôi mắt của cô ấy.

Có thể là do cả ba thứ đó. Chắc thế.

Và rồi cô ấy sờ vào hai đầu gối tôi để xem mấy vết trầy rướm máu có sâu không.

- Anh có hơi bị chảy máu, nhưng không sao.

- Tôi muốn ngồi dậy nhưng không còn chút sức lực nào.

- Anh có bị tiểu đường đến bị như vậy bao giờ không?

- Không. Giờ thì tôi sực nhớ ra là sáng nay tôi đã rời nhà mà không ăn gì.

- Sao ngốc thế?

- Ngốc thật. Nhưng tôi cố ý nhịn đói.

- Rồi sao?

- Chẳng sao cả. Ngốc thế thôi. Xin lỗi đã gây bất tiện. Tôi nghĩ cái áo khoác của cô chắc tiêu đời.

- Anh đang nằm giữa đường trong công viên Monceau lúc 8 giờ sáng chủ nhật sau khi ngã bất tỉnh mà còn tâm trí để nghĩ đến cái áo khoác của tôi?

- Tôi thấy kỳ cục yếu đuối quá. Chỉ muốn gỡ lại bằng một chút lịch sự thôi.

- Thì rõ là cái áo khoác. Mà thậm chí nó có bị gì đi nữa thì có chi quan trọng đâu.

- Vậy tối nay cô đi ăn tối với tôi nhé?

- Không bị mất phương hướng nhỉ.

- Bị mất phương hướng chứ, la bàn của tôi đang quay tứ tung.

- Vậy thì chỉnh nó lại đi rồi ta bàn bạc lại. Có vẻ như anh đang ở tình trạng bị tác dụng phụ đến nỗi không biết mình đang nói gì.

- À ra vậy.

- Có thể lắm chứ!

- Cô nghĩ vậy à?

- Không. Nhưng tôi sẽ không nhận lời ngay tắp lự! Tôi có những nguyên tắc của tôi, thưa Ngài, cô gái vừa thêm hai chữ *thưa Ngài* vừa cười châm biếm.

- Vậy là đồng ý đi ăn tối?

Tôi thấy cô ấy kéo cái túi xách từ phía sau lưng, rút ra trong đó một ổ bánh mì que, bẻ một miếng rõ to, vừa mỉm cười vừa đưa nó cho tôi.

- Tôi nghĩ trước tiên anh cần có sức để ngồi dậy. Nếu anh làm được, coi như tôi nhận lời mời của anh tối nay.

Tôi cầm lấy mẩu bánh mì, vừa cắn vừa nhắm tịt mắt lại, thưởng thức cái mùi thơm phức tỏa ra từ phần ăn chia sẻ, hồi tưởng lại thời thơ ấu, nhìn thấy lần nữa từng chi tiết nhỏ cảnh tượng trước cửa hàng thịt và ánh mắt xanh thẳm của người đàn ông đưa cho tôi mẩu bánh ngày hôm ấy. Tôi hiểu rằng định mệnh đã lại an bài một thế hệ sau đó, một tác động sinh học bồng bềnh lan tỏa quanh người. Nằm trên con đường lát sỏi, tôi nhận ra mình đang ở nấc thang chót bẹt nhưng vẫn nhìn về phía trời xanh, lòng thầm ao ước nàng sẽ trở thành người phụ nữ của đời mình.

Chỉ vì một mẩu bánh mì con con.

Từ nguyên tác tiếng Pháp

Un Petit Morceau De Pain *(2014) của **Agnès LEDIG***

PAOLO GIORDANO

Paolo Giordano là nhà vật lý, nhà văn trẻ người Ý, sinh tại Torino năm 1982. Anh tốt nghiệp chuyên ngành vật lý lý thuyết. Với tiểu thuyết đầu tay "**Nỗi cô đơn của các số nguyên tố**", Paolo Giordano đã giành giải thưởng Strega dành cho tác phẩm văn học Ý xuất sắc nhất năm 2008.

NGUYÊN LÝ ARCHIMÈDE

Il pricipio di Archimede/Nguyên lý Archimède là một trong 47 chương của La solitudine dei numeri primi/Nỗi cô đơn của các số nguyên tố, tiểu thuyết đầu tay của **Paolo Giordano.** *Quyển tiểu thuyết đã được chuyển thành phim năm 2010 - The solitude of prime numbers - đạo diễn: Saverio Costanzo, biên kịch: Paolo Giordano.*

Khi cặp sinh đôi hãy còn bé tẹo và khi Michela làm mấy trò ngốc nghếch như tự gieo mình xuống cầu thang trong cái xe tập đi của nó, hoặc nhét hạt đậu bo (petit pois) vô mũi đến phải đi cấp cứu để người ta dùng kẹp đặc biệt gắp ra, thì bố của hai đứa bé quay sang Mattia, đứa đầu tiên chui ra khỏi bụng mẹ, nói với nó là tử cung của mẹ tụi bây đã không đủ lớn cho hai đứa.

- Bố rất muốn biết hai anh em đã làm trò gì trong bụng mẹ, ông nói. Theo ý bố, con đã đá em gái con tơi bời khiến nó hỏng hóc.

Nói xong ông phá ra cười, mặc dù chuyện đó chẳng buồn cười chút nào. Ông nhấc bổng Michela lên rồi giụi hàm râu quai nón của mình vào đôi má mềm mụp của bé.

Mattia đứng dưới thấp nhìn lên. Thằng bé cũng cười ha ha và để những lời của bố thấm vô người, không thực sự hiểu ý nghĩa của chúng. Nó để cho những lời đó lắng xuống rất sâu trong lòng làm thành một lớp dầy và nhầy, giống lớp cặn của rượu được ủ lâu ngày.

Tiếng cười giòn của bố cuối cùng biến thành một nụ cười méo mó khi ông nhận ra đến 27 tháng tuổi mà bé Michela không nói được tiếng nào. Dù là *mẹ, i, ngủ* hay *u* hay *a*. Âm thanh phát ra không cấu thành tiếng, được cất lên từ một góc lẻ loi hoang vu nào đó đến nỗi làm Mattia mỗi lần nghĩ đến là lạnh xương sống.

Khi Michela được năm tuổi rưỡi thì một chuyên viên chỉnh âm mang cặp mắt kính dầy cộm đưa cho con bé một hộp gỗ có bốn chỗ lõm hình ngôi sao, hình tròn, hình vuông, hình tam giác và những mảnh rời với hình dạng và màu sắc tương ứng để lắp vào chỗ lõm.

Michela quan sát cái hộp, vẻ ngạc nhiên.

- Ngôi sao lắp vào đâu, Michela? Chuyên viên chỉnh âm hỏi. Con bé chỉ giương mắt ngó mà không hề mó tay đến trò chơi. Cô chuyên viên đưa cho nó ngôi sao.

- Cái này đặt vào chỗ nào, Michela?

Michela nhìn vu vơ. Nó cho một trong năm đỉnh nhọn màu vàng vào miệng cắn. Chuyên viên chỉnh âm lấy tay nó ra khỏi miệng và lập lại câu hỏi.

- Michela, nghe lời cô đi con, trời đất ơi! Bố càu nhàu, nhấp nha nhấp nhổm trên chỗ ngồi ông đã được chỉ định.

- Ông Balossino, làm ơn làm phước đi, người phụ nữ nhã nhặn nói. Đối với trẻ con phải cho chúng thời gian chứ.

Michela không có gì phải vội. Một phút trôi qua. Bỗng nó phát ra một tiếng la chói lói, có thể nói đó là một tiếng kêu vui mừng hoặc tuyệt vọng cũng được, rồi với tất cả sự tự tin, em ấn ngôi sao vào chỗ lõm hình vuông.

Bạn bè của Mattia có nhiệm vụ nhắc cho cậu bé nhớ, phòng khi nó quên, rằng em gái nó có vấn đề: chẳng hạn như sau khi cô giáo thông báo với Simona Volterra tháng này em ngồi cạnh Michela nhé, thì bạn này phản đối liền em không muốn ngồi gần con-nhỏ-đó.

Mattia chờ cho Simona và cô giáo dằng co với nhau một lúc rồi mới thưa với cô, để em ngồi cạnh Michela. Điều này khiến mọi người đều nhẹ nhõm: con-nhỏ-đó, Simona, cô giáo. Tất cả, ngoại trừ Mattia.

Trong lớp, cặp sinh đôi ngồi ở bàn đầu, suốt ngày Michela chỉ có tô màu và tô màu, bạ màu gì tô màu ấy, tèm lem tuốt luốt. Trẻ con có da màu xanh nước biển, bầu trời màu đỏ, cây cối màu vàng. Con bé ấn bút chì theo kiểu người ta sử dụng cây dần thịt, đâm mạnh xuống giấy đến nỗi lủng thấu một lúc ba tờ.

Ngồi cạnh em, Mattia học đọc và viết. Nó biết làm cả bốn phép tính và là đứa đầu tiên trong lớp biết làm toán chia có số dư. Nếu óc của em nó trục trặc một cách bí ẩn, thì óc của nó – cũng bí ẩn không kém – lại là một bộ máy hoàn hảo.

Có lần Michela ngọ nguậy trên ghế rồi vỗ đập mãnh liệt hai cánh tay, giống y một con sâu bướm bị mắc lưới. Mắt con bé tối sầm lại và cô giáo, hoảng loạn còn hơn cả Michela, quan sát con bé với chút hi vọng mơ hồ là con-nhỏ-đó có ngày rồi sẽ bay lên. Phía sau, một số học sinh cười khúc khích, mấy đứa khác nói suỵt, suỵt.

Thế là Mattia nhấc ghế của nó lên để tránh gây tiếng va ken két trên sàn nhà, xong đặt xuống sau lưng Michela lúc bấy giờ đang ngúc ngoắc đầu liên tục từ bên này sang bên kia, hai cánh tay vỗ đập dữ dội đến mức thằng bé lo chúng có thể sút ra.

Nó cầm lấy hai bàn tay của Michela rồi nhẹ nhàng khép hai cánh tay lên ngực em gái.

- Rồi nhé, giờ em không còn cánh nữa nhé, nó thì thầm vô lỗ tai em.

Vài giây sau Michela thôi run rẩy. Nó dán mắt một lúc lâu vào một điểm vô hình rồi lại bắt đầu hành hạ mấy bức vẽ của mình như chưa hề có gì xảy ra trước đó. Mattia trở lại chỗ ngồi, đầu cúi thấp, còn cô giáo tiếp tục bài giảng.

Cặp sinh đôi giờ đã học lớp hai mà chưa bao giờ được bạn mời đến nhà ăn xế lần nào. Để khỏa lấp điều này, mẹ chúng quyết định nhân dịp sinh nhật tụi nó sẽ tổ chức một buổi. Tại bàn ăn ông Balossino đã bác bỏ đề nghị, ông nói anh van em Adele, như vầy đã là vất vả lắm rồi. Mattia thở phào hú vía, trong thời gian đó Michela đã làm rơi nĩa của nó lần thứ mười. Từ đấy không ai bàn lại chuyện này nữa.

Một buổi sáng tháng giêng, Ricardo Pelotti, một cậu bé tóc đỏ, môi mỏ phụng phịu, đến gần Mattia.

- Mẹ tớ nói cậu có thể đến dự sinh nhật tớ, nó thì thào, mắt ngó lơ về phía tấm bảng đen.

- Cả bạn kia nữa, nó vừa nói thêm vừa chỉ vào Michela lúc ấy đang chăm chỉ vuốt lấy vuốt để mặt bàn bằng kính làm như thế đó là tấm trải giường.

Do xúc động mạnh, mặt Mattia tê rần lên như có kiến bò dưới da, nhưng Ricardo, bối rối sau khi phải làm một việc khó khăn, đã bỏ đi mất.

Phấn chấn, mẹ của hai đứa nhỏ nắm lấy cơ hội đưa chúng ra tiệm Benetton để mua quần áo mới. Ba mẹ con rảo qua ba gian hàng đồ chơi. Adele đắn đo.

- Nhóc Ricardo thích gì nhỉ? Con nghĩ xem nó khoái cái này không? Bà vừa hỏi Mattia vừa cân phân trọng lượng hộp hình ghép 1500 miếng.

- Làm sao con biết được?

- Bạn của con mà. Hẳn con phải biết nó thích đồ chơi gì. Mattia nghĩ Ricardo không phải bạn nó nhưng không biết làm sao để giải thích với mẹ. Nó bèn nhún vai.

Cuối cùng Adele chọn một bộ Lego con tàu vũ trụ, món to nhất và đắt nhất của gian hàng.

- Mẹ. Nhiều quá mẹ.

- Không đâu. Tụi con có đến hai đứa. Mà tụi con cũng đâu muốn mình trông kỳ cục quá.

Mattia biết rằng có hay không có hộp đồ chơi Lego thì tụi nó cũng trông có vẻ kỳ cục. Với Michela, làm sao mà không trông có vẻ kỳ cục chứ. Nó cũng biết Ricardo mời anh em nó đến nhà chẳng qua chỉ vì bị bố mẹ bắt phải làm thế. Thế nào Michela cũng sẽ đeo dính anh, làm đổ nước cam lên quần áo, xong bắt đầu khóc nhề nhệ như con bé vẫn thường làm mỗi khi thấy mệt.

Thế là thằng bé nghĩ tốt hơn bản thân nó nên ở nhà. Hoặc tốt hơn nữa là Michela nên ở nhà.

- Mẹ, nó dè dặt mớm lời.

Adele đang lục tìm ví tiền trong giỏ xách.

- Gì con?

Mattia hít một hơi thật sâu.

- Có thật Michela cần phải đến dự không mẹ?

Adele khựng lại và nhìn thẳng vào mắt con trai. Cô thâu ngân vừa thờ ơ quan sát cảnh tượng vừa chờ được trả tiền, bàn tay mở xòe đặt trên tấm thảm cuốn. Lúc ấy Michela đang xáo các gói kẹo trên kệ bày hàng mẫu.

Má Mattia nóng bừng lên sẵn sàng đón lấy một cái tát nhưng điều đó đã không xảy ra.

- Tất nhiên, mẹ nó nói với giọng cố kìm chế, và như thế vấn đề coi như đã được giải quyết.

Hai anh em có thể tự đến nhà Ricardo chỉ cách đó mười phút đi bộ. Đúng 3 giờ chiều Adele đẩy hai đứa ra khỏi nhà.

- Nhanh lên, sắp trễ rồi. Tụi con đừng quên cám ơn bố mẹ Ricardo nhé.

Rồi quay sang Mattia.

- Để ý em con đó. Con biết là nó không thể ăn bậy bạ được. Mattia vâng dạ. Adele hôn lên má hai đứa, nhất là Michela. Bà sửa lại tóc tai của con bé dưới mũ trùm đầu và nói tụi con đi chơi vui nhé.

Trong khi bước đi, ý nghĩ của Mattia đong đưa theo tiếng lào xào của những miếng Lego nhúc nhích trong hộp như một ngọn thủy triều nhỏ vỗ vào thành giấy cứng của hộp đồ chơi. Sau lưng nó vài thước, Michela ngó chừng cố không để cho mình cách anh Mattia quá xa, nó kéo lê chân trên mớ lá chết dán sát mặt đường. Trời tĩnh và lạnh.

Thế nào con bé cũng sẽ làm rớt tá lả món khoai tây rán, Mattia nghĩ.

Rồi nó sẽ đoạt lấy trái banh và không chịu trả lại.

- Em đi nhanh lên một chút có được không? Mattia hỏi em lúc ấy đang ngồi xổm trên lề đường dùng ngón tay hành hạ một con sâu đất.

Michela ngó anh trai như thể lâu ngày không gặp. Nó cười với anh rồi vội chạy về phía Mattia, kẹp chặt con giun giữa hai ngón cái và trỏ.

- Thấy gớm quá. Quẳng nó đi! Mattia vừa ra lệnh cho em vừa né ra xa.

Michela xem xét con giun thêm một lúc, dáng vẻ như đang tự hỏi làm cách nào mà con giun lại nằm giữa hai ngón tay của nó. Nó thả con giun xuống đất xong cố gắng chạy lon ton theo anh lúc bấy giờ đã đi tuốt phía xa.

Thế nào con bé cũng sẽ giật lấy quả bóng và không chịu chuyền đi, giống như ở trường, Mattia nghĩ.

Cậu bé ngoái nhìn em gái, cũng đôi mắt giống nó, cũng cùng màu tóc như nó, với một bộ não chỉ để vứt đi, lần đầu tiên trong đời nó cảm thấy ghét em nó ghê gớm. Nó cầm lấy bàn tay con bé để dẫn qua đường vì ở đoạn này xe cộ chạy bán mạng. Chính lúc đó một ý tưởng len vào đầu nó.

Nó thả bàn tay mang găng len của con bé ra nhưng liền tự nhủ không được làm thế.

Lát sau, trong khi hai đứa đang đi dọc theo công viên, Mattia đổi ý và nghĩ chắc sẽ không ai biết được kế hoạch của nó.

Chỉ cần một hoặc hai tiếng. Chỉ lần này thôi. Nó nghĩ.

Thế là nó đổi hướng, kéo Michele vào công viên. Không ai có can đảm đi dạo ở đây trong thời tiết giá rét như vậy. Hai đứa trẻ đến một khu vực nhiều cây, có cả ba bàn gỗ và một vỉ nướng thịt ngoài trời. Hồi còn học mẫu giáo, tụi nó đã được đi cùng với lớp đến đây ăn trưa, cũng chỗ này cô bảo mẫu đã bảo tụi nó nhặt lá khô làm thành các thứ quà kinh khủng để tặng cho ông bà chúng nhân dịp Giáng sinh.

- Nghe anh nói đây, Michi. Có nghe anh nói không hả? Mattia bảo.

Với Michela phải luôn luôn kiểm tra xem kênh giao tiếp của nó đang tắt hay mở. Mattia chờ cho đến khi con bé ra dấu bằng một cái gật đầu.

- Nè, anh sẽ đi một lúc nhe? Không lâu đâu, chừng nửa tiếng thôi, nó giải thích với em.

Nói thật với con bé có ích gì: đối với Michela, nửa tiếng hay trọn một ngày thì cũng vậy. Bà bác sĩ đã khẳng định rằng phát triển nhận thức về không gian và thời gian của Michela dừng lại ở khu vực tiền ý thức, và Mattia thừa hiểu điều đó có nghĩa gì.

- Em ngồi đây chờ anh nha, Mattia bảo em.

Michela nhìn anh chăm chú và nghiêm trang, cô bé không trả lời, đơn giản vì không thể. Nó không lộ vẻ gì đã hiểu, nhưng ánh mắt rực lên một lúc. Suốt cuộc đời mình Mattia sẽ bị ám ảnh bởi đôi mắt ấy như cách người ta bị ám ảnh bởi nỗi sợ hãi.

Mattia đi thụt lùi để chắc ăn con bé không chạy theo nó. Chỉ tôm tép mới đi cái kiểu như thế rồi cuối cùng sẽ va vào thứ gì đó, có lần mẹ mắng.

Nó đi được khoảng mười lăm bước thì Michela đã quay nhìn chỗ khác vì bận bứt cái nút từ áo khoác.

Thằng bé quay đầu và vụt chạy, tay cầm chặt cái túi trong có hộp quà. Trong hộp, hơn hai trăm hình khối bằng nhựa va đập nhau như thể muốn nói lên điều gì đó.

- Chào Mattia, mẹ Ricardo đón thằng bé ở cửa. Em gái của cháu đâu?

- Dạ nó bị sốt. Sốt nhẹ thôi.

- Ồ, tiếc nhỉ! Bà nói, giọng không có vẻ gì là tiếc. Bà tránh sang bên chừa chỗ cho Mattia bước vào.

- Ricky, bạn Mattia của con đến kìa. Đến chào bạn đi, bà ta gọi to về phía hành lang.

Ricardo Pelotti nhào ra, vẫn mang bộ mặt thiếu thiện cảm như thường lệ. Nó quan sát Mattia vài giây rồi đưa mắt tìm dấu vết của con bé thiểu năng. Nhẹ nhõm, nó nói: chào.

Mattia giơ cái túi đựng quà ra trước mặt mẹ Ricardo.

- Cháu để cái này ở đâu ạ? Nó hỏi.

- Gì thế? Ricardo chất vấn với giọng ngờ vực.

- Đồ chơi Lego.

- A....

Ricardo túm lấy cái túi rồi biến mất trong hành lang.

- Cháu theo nó đi, bà mẹ vừa nói vừa đẩy Mattia. Tiệc bày ở trong ấy.

Phòng khách nhà Pelotti treo đầy lồng đèn và bong bóng. Trên cái bàn trải giấy đỏ là những tô lớn đựng bắp rang và khoai tây rán, một khay bánh pizza đã được cắt thành từng ô vuông và một dãy chai lọ đủ màu.

Mattia bước vào nhưng khi còn cách bọn trẻ hai mét thì nó đứng lại, y như một vệ tinh không muốn chiếm quá nhiều chỗ trong bầu trời. Chẳng ai để ý đến nó.

Khi căn phòng đã đầy người, một cậu trai khoảng 20 tuổi đeo mũi đỏ bằng nhựa, đội mũ hề, điều động mọi người chơi bịt mắt bắt dê và trò vẽ đuôi lừa – người chơi trò này phải gắn đuôi vào hình một con lừa đã được vẽ sẵn trên giấy trong khi mắt bị bịt kín. Mattia chiếm giải nhất, đơn giản chỉ vì nó nhìn thấy qua dải băng bịt mắt. Bọn trẻ la ó tẩy chay trò gian lận, Mattia cảm thấy xấu hổ khi cho phần thưởng bánh kẹo vào túi.

Khi trời sụp tối, cậu thanh niên mặc trang phục hề tắt hết đèn đóm để kể chuyện kinh dị, bọn trẻ được bảo ngồi thành vòng tròn, còn cậu ta cầm một cây đèn pin đặt dưới cằm.

Mattia nghĩ câu chuyện chẳng có gì ghê nhưng khuôn mặt được chiếu sáng bằng cách thức như thế thì đúng là dễ sợ. Ánh sáng từ dưới hắt lên làm mặt anh đỏ lừ và tạo nên những mảng lồi lõm rất kinh. Để không phải nhìn, Mattia quay đầu về hướng cửa sổ, và nó chợt nhớ đến Michela. Không phải nó quên bằng con bé, nhưng lúc ấy nó bỗng hình dung em nó giữa các lùm cây đang tự làm ấm bằng cách xoa xoa má với đôi tay mang găng trắng.

Nó đứng phắt dậy vừa khi mẹ của Ricardo bước vào căn phòng tối với bánh sinh nhật trên có cắm nến, đúng lúc cả đám đang vỗ tay tán thưởng câu chuyện đồng thời hoan hô món tráng miệng.

- Cháu phải đi ạ, nó vội thưa.

- Bây giờ á? Còn cái bánh nữa đây nhé.

- Dạ ngay bây giờ. Cháu phải đi.

Mẹ của Ricardo nhìn thằng bé, ánh nến từ cái bánh hắt lên mặt bà tạo ra những hốc tối trông thật đáng sợ. Đám khách mời im thin thít.

- Thôi được, bà mẹ Ricardo nói với giọng hơi do dự. Ricky, đưa bạn ra cửa đi con.

- Nhưng con còn phải thổi nến, nhân vật chính của bữa tiệc phản đối.

- Mẹ bảo làm thì làm đi, vừa ra lệnh bà vừa đăm đăm nhìn Mattia.

- Mầy đúng là cục phân, Mattia!

Một đứa phá ra cười. Mattia theo Ricardo ra cửa, rút lấy áo ấm máng bên dưới một lô quần áo của những đứa khác, nói cám ơn và chào. Ricardo không thèm trả lời, đóng cửa lại và vội vàng trở vào phòng khách.

Trong sân nhà Ricardo, Mattia ngoái nhìn một lúc cái cửa sổ sáng đèn. Âm thanh huyên náo của bọn trẻ vang ra từ cửa sổ đến tận tai nó, lùng bùng, nghe giống như tiếng rì rầm của chương trình truyền hình ở phòng khách nhà nó, khi bố mẹ đã bắt hai anh em vào giường. Lúc cánh cổng đóng lại nghe đánh cách sau lưng, nó phóng đi.

Mattia vào công viên, đi loanh quanh khoảng mươi bước. Ở khu vực này đèn đóm không đủ sáng để nhận ra lối đi có trải sỏi. Tại tán cây nơi nó đã bỏ lại Michela, các cành cây trơ trụi in đậm nét lên nền trời đen. Nhìn chúng Mattia tin chắc một cách khó giải thích là em nó không còn ở đấy nữa.

Nó dừng lại hai ba mét cách cái băng ghế mà vài tiếng đồng hồ trước Michela đã ngồi bận bịu bứt nút chiếc áo khoác. Nó đứng bất động, lắng nghe, nín thở, làm như bất cứ lúc nào con bé cũng có thể xuất hiện từ phía sau một cái cây, kêu lên cúc cu, rồi chân thấp chân cao xiêu vẹo chạy về phía anh.

Mattia gọi Michi, cảm thấy sợ chính cái giọng của mình. Nó lập lại tên Michi với âm lượng thấp hơn. Tiến đến cái bàn gỗ nó đặt tay lên băng ghế chỗ Michela đã ngồi. Băng ghế cũng lạnh ngắt như bất cứ thứ gì khác.

Chắc con bé chán quá nên bỏ về rồi, Mattia nghĩ.

Nhưng nó đâu có biết đường đi. Mà nó cũng không biết băng qua đường một mình.

Mattia nhìn công viên chìm khuất trong bóng tối sau lưng. Nó thậm chí không biết công viên rộng đến đâu, thâm tâm không muốn dấn vô sâu hơn nhưng không còn chọn lựa nào khác.

Thằng bé đi nhón gót để không gây ra tiếng xào xạc dưới đế giày, đầu quay sang phía này phía khác hi vọng sẽ gây ngạc nhiên cho Michela hẳn đang ngồi xổm đâu đó phía sau một gốc cây rình bắt một con bọ hung hay một con gì đó.

Băng qua khu đu quay, Mattia cố gắng nhớ lại màu sắc của chiếc cầu tuột trong ánh nắng một chiều chủ nhật, cái lần mẹ nhượng bộ trước tiếng la thét của Michela, cho phép con bé chơi mặc dù Michela quá lớn so với cái món đó.

Thằng bé men dọc theo bờ rào đến tận nhà vệ sinh công cộng nhưng không có can đảm bước vô. Nó tìm lại được con đường nhỏ ở cái đoạn không còn là con đường nữa mà chỉ là một lối mòn được hình thành bởi bước chân tới lui của những người đi dạo. Nó đi theo lối đó cho đến khi mất dấu. Thế là nó vừa khóc vừa ho.

Em ngốc quá Michela, Mattia thì thầm. Ngốc ng-hếch và bã đậu. Mẹ đã giải thích với em cả ngàn lần khi nào đi lạc thì phải ở yên một chỗ...Mà em có hiểu gì đâu chứ...Chẳng hiểu gì sất.

Nó trèo lên một bờ dốc và phát hiện một dòng sông cắt ngang công viên. Bố đã từng nói tên con sông nhưng nó nhớ mãi không ra. Nước sông phản chiếu một tí ánh sáng không biết từ đâu hắt tới, lung linh trong đôi mắt ướt của thằng bé.

Mattia tiến sát bờ sông, nghĩ hẳn Michela đang quanh quẩn đâu đó. Con bé thích nước. Mẹ kể khi anh em nó còn bé và khi mẹ tắm cho Michela, con bé la hét như một con điên vì không chịu ra khỏi bồn tắm, dù lúc ấy chính Mattia đã thấy lạnh cóng rồi. Có một chủ nhật bố dẫn hai đứa ra bờ sông, đúng là chỗ này đây, và dạy cho tụi nó cách ném hòn sỏi dẹt sao cho nẩy trên mặt nước. Ông giải thích phải kéo khuỷu tay như thế nào để quyết định chiều xoay của hòn sỏi, Michela đã chúi nhủi về phía trước và rơi tõm xuống nước, may mà bố níu kịp cánh tay. Ông giáng cho con bé một cái tát khiến con nhỏ khóc sướt mướt; lần đó cả ba người về nhà ai cũng mồm miệng ngậm tăm, mặt mày sưng sỉa.

Hình ảnh Michela dùng một cành cây để chơi vọc với cái bóng phản chiếu của mình rồi rơi đánh tủm xuống nước như một bịch khoai thoáng qua óc nó, bạo liệt như một cú điện giật.

Mệt mỏi, thằng bé ngồi xuống cách bờ sông khoảng nửa thước. Nó ngoái lại phía sau và nghĩ bóng tối hẳn sẽ còn ở đấy rất nhiều giờ nữa.

Mattia dán mắt vào mặt nước đen sóng sánh ánh sáng, một lần nữa cố nhớ tên dòng sông nhưng rồi lại chịu thua. Nó sục hai bàn tay xuống lớp đất lạnh. Bờ sông ẩm ướt làm cho đất mềm đi. Nó mò thấy một mảnh chai, tàn tích một cuộc vui về đêm của ai đó. Khi đâm mảnh chai vỡ vào lòng bàn tay, nó chẳng thấy đau, thậm chí còn không nhận ra là mình không đau. Rồi nó nhổ mảnh chai ra để lại đâm sâu hơn vào da thịt, mắt vẫn không rời dòng sông. Mattia chờ cho Michela, vào một lúc bất kỳ sẽ trồi lên mặt nước, nó tự hỏi vì sao có những thứ nổi lên được còn những thứ khác thì không.

Từ bản tiếng Pháp của **Nathalie Bauer - **Le principe d'Archimède** - một chương trong La solitude des nombres premiers, Editions du Seuil 2009.*

FRANCK THILLIEZ

*Franck **THILLIEZ** sinh năm 1973 tại Annecy, kỷ sư tin học, hiện sống tại Mazingarbe (Pas-de-Calais, Pháp). Sau thành công từ **Chambre des Morts** với giải Prix Des Lecteurs (2006) và giải SNCF Du Polar Francais (2007), Franck Thilliez ngưng công việc chuyên môn của mình ở Sollac Dunkerque để dành trọn thời gian cho sáng tác. Chambre des Morts đã được Alfred Lot giới thiệu với khán giả điện ảnh tháng 11 năm 2007. Một tác phẩm khác của ông, **La Forêt Des Ombres**, cũng đang được Julien Leclercq chuyển thể thành phim.*

Franck Thilliez hồn nhiên cho biết tác phẩm của mình có loáng thoáng chút ảnh hưởng của Joel Schumaker, tác giả mà ông rất yêu thích. Le Syndrome

E xuất bản tháng 10 năm 2010 và Gataca ra mắt vào tháng 4 năm 2011 bắt đầu cho loạt truyện F.Thillier đầy máu me bạo lực.

__Gabrielle__ nằm trong tuyển tập truyện ngắn dành cho 13 tác giả đương đại của Pháp - __13__ À Table do Pocket xuất bản năm 2014.

GABRIELLE

Hẻo quá, năm nay chỉ có lèo tèo vài con cá hồi.

Cả Gabrielle và tôi đều không biết vì sao. Thường khi chúng tụ tập hàng triệu con trong vịnh để tận dụng dòng nước ngược từ ngọn thác lớn cho việc sinh sản. Chúng tôi tìm kiếm, sục sạo cả khu vực với hi vọng nhìn thấy những cái vẩy bạc của chúng nhô lên mặt nước, nhưng tuyệt nhiên không có lấy một mống. Nhìn nhau không nói gì nhưng hẳn hai chúng tôi đều có cùng một ý nghĩ: sắp có thảm kịch.

Trái với lũ cá hồi, bọn gấu xám Bắc cực lại đúng hẹn, chúng đông đảo đổ về, đếm được 64 gấu lớn và 9 gấu con, so với năm ngoái thiếu mất 3 con. Chúng xuống từ những ngọn núi, từ sườn dốc um tùm cây cối, đôi khi vượt hàng trăm cây số chỉ để thưởng thức bữa ăn thịnh soạn kéo dài 4 tuần. Trong thời gian này, bọn gấu xám buộc phải tăng trọng gấp đôi mới có thể trụ được 7 tháng ngủ đông. Mục tiêu tối thượng là mỗi ngày phải nuốt cả mỡ, da và óc của ít nhất 8 con cá hồi. Phải ăn, bằng bất cứ giá nào.

Trước mặt chúng tôi là các gấu mẹ cùng gấu con, và các chiến binh cao niên như Josh hoặc Reynald, với đôi chân nhanh nhẹn băng xuyên qua không biết bao nhiêu đồng cỏ thuộc Nam Alaska, lang bạt kỳ hồ không thua gì chúng tôi.

Cả Bann nữa chứ.

Bann là con gấu xám to nhất mà chúng tôi biết. Chúa tể của khu vực. Nó chắc phải cân nặng đến 500 ký-lô. Mõm đầy sẹo, lỗ tai phải bị đứt đôi, kết quả của một nhát cắn chí mạng từ đối thủ mà rốt cuộc đã bị Bann cho đo ván. Đứng bằng hai chân sau, nó có thể tước vỏ cây tuốt trên cao 3 mét rưỡi. Nếu bạn đang đi trong rừng bỗng phát hiện những mảng xước ấn tượng như vậy trên thân cây có nghĩa bạn đang ở trong lãnh địa của nó. Mà ở trong lãnh địa của nó thì kể như tàn đời. Vô số gấu xám đã phải trả giá cho sự lơ đãng hoặc sự gan lì của mình.

Bann không có cảm tình với chúng tôi, chưa bao giờ. Điều đó thể hiện rõ trong đôi mắt tròn nhỏ xíu xoay xoáy nhìn chúng tôi, trong bước chân sumo nặng nề khi nó xáp gần dãy hàng rào dẫn điện quanh lán trại được dựng giữa đồng. Khi thấy nó tiến về phía mình, chúng tôi luôn thụp người xuống, đầu cúi thấp. Nhìn thẳng vào mắt một con gấu xám không khác gì phát tín hiệu thách thức.

Sau đêm thứ ba vẫn không có cá hồi, tôi quay sang nhìn Gabrielle, nàng hiểu ngay tôi có điều muốn nói. Nàng nằm ngay cạnh tôi, bất động. Mái tóc dài xám che khuất một bên khuôn mặt với những nét rắn rỏi hằn sâu qua nhiều năm tháng thời gian cả hai chúng tôi trầy trật chung sống giữa bầy gấu xám. Một vết sẹo lớn vắt ngang phần mặt nhìn nghiêng phía trái, kéo từ trán xuống cắm, nhưng giờ tôi không còn nhìn thấy nó nữa. Chúng tôi nằm cuộn người trong giường. Mùa đông đang chầm chậm tới. Cuối chân trời, những ngọn núi đã trắng xóa dưới ánh sao đêm.

- Mình phải đi thôi em, tôi nói với Gabrielle. Với những gì xảy ra ngày hôm nay thì...

Im lặng bao trùm lấy hai chúng tôi. Không còn nghe gì khác ngoài tiếng gió thổi trên vải lều, âm thanh rì rì từ máy phát điện bên ngoài. Sáng nay, Karo, con gấu cái vô cùng nhu mì nhủ mĩ của Bann, đã thịt một chú gấu con và khiến gấu mẹ bị thương nặng. Karo đã mang cái xác nhỏ nhắn đến chân vách đá dựng đứng ở phía nam của vịnh. Rất có thể nó đã chén sạch.

Lần đầu tiên sau hai mươi lăm năm tôi mới có ý nghĩ rời đi trước khi kỳ nghỉ kết thúc. Chúng tôi có mặt ở đây từ hồi tháng năm, thường thì sẽ thu dọn hành trang vào cuối tháng chín, nghĩa là trong 3 tuần nữa.

- Em muốn ở lại, Gabrielle trả lời tôi sau một lúc lâu suy nghĩ. Nếu có chuyện gì xảy ra thì mình phải có mặt ở đấy chứ. Phải ghi hình tất tần tật để cho mọi người xem. Mình không làm thì ai làm đây?

Gabrielle cũng có hơi điên điên, tôi luôn tự nhủ rồi có ngày nàng sẽ bỏ thây vì một con gấu, do đôi khi nàng quá liều mạng. Nàng nhìn thật lâu vào mắt tôi, kề môi đến gần rồi hôn tôi. Tôi sáu mươi chín tuổi, nàng sáu mươi bốn. Chúng tôi đã lụm cụm, xương cốt rệu rã, từ năm này sang năm khác chúng tôi lo ngại mình không còn sức để đến đây kề cận với mấy con gấu xám của mình nữa. Chúng tôi yêu chúng còn hơn cả yêu con người.

- Vậy mình ở lại thêm chút thôi, tôi nhượng bộ. Nhưng bọn chúng quá đói và có thể trở nên nguy hiểm...Ta trở lại chòi của Warren em nhé?

Căn chòi tồi tàn ở cách đây 10 cây số về phía Bắc, nằm ngoài lãnh địa của bọn gấu xám. Phải đi bộ gần 3 giờ đồng hồ mới đến nơi. Kể từ khi vợ qua đời, Warren hoàn toàn mất trí. Lão tự cắt đứt quan hệ với thế giới và cuộc sống văn mình điên đảo để đến đây, giữa chốn hoang vu.

- Đồng ý, nàng đáp lời tôi với một nụ cười.

ooooo

Trong thành phố lớn cách xa tít mù nơi đây, người ta gọi chúng tôi là "cặp đôi Gấu Xám". Đa số họ chẳng hiểu gì chúng tôi. Họ không biết chi về thiên nhiên, về sự mong manh trong cân bằng sinh thái, và nghĩ chúng tôi là những kẻ tào lao, thậm chí điên khùng. Chúng tôi sống giữa những sinh vật to xác, quan sát, tiếp cận nhưng luôn khi cảnh giác không đặt chân vào lãnh địa của chúng và trân trọng chúng. Cả đại ca Bann cũng quen với sự hiện diện của chúng tôi. Mỗi khi trong người quạu quọ, hắn chỉ cần đứng sựng lên là chúng tôi biến. Có lần Gabrielle muốn nghênh mặt với hắn. Chuyện xảy ra 5 năm trước, tôi cho là thế. Nỗi kinh hoàng lớn nhất trong đời tôi.

Vậy là chúng tôi tự xoay xở lấy. Hai lán trại được dựng cách nhau khoảng mươi thước, mỗi lán có hàng rào điện vây quanh. Một hệ thống phát điện chính tải điện đến một máy phát điện nhỏ có công suất 5.000 Volt. Bọn gấu xám biết rõ chúng không nên bén mảng. Chúng tôi hiếm khi thấy chúng đến gần các sợi dây cáp cao thế ở cự ly ít nhất 5, 6 thước. Lán 1 để ngủ nghê. Lán 2 để ăn uống, nơi chứa thức ăn dự trữ, xăng cho máy phát điện và các máy móc quay phim.

Sau 7 ngày không có cá hồi, tôi cho việc tiến sát bờ sông để quay phim là quá liều lĩnh, cho dù Gabrielle có nài nỉ. Bọn gấu xám men theo sóng, đứng bất động để rình chờ một chút động đậy, chúng lội lên bờ rồi lại xuống nước hoang mang không biết phải ở đâu cho đúng. Chúng không hiểu vì sao lại không có thức ăn, chúng thậm chí dò xét nhau, tay nào may mắn túm được một em cá bất hạnh liền nuốt ngay lập tức trước khi nổ ra tranh chấp.

Nhiệt độ bắt đầu xuống thấp, ngày ngắn lại, áp lực mùa đông càng lúc càng gay gắt. Các gấu mẹ mỗi giờ trôi qua lại thêm gan tợn; bị thúc đẩy bởi bản năng, chúng lặn sâu hơn xuống dòng sông, không còn lo chăm chút bọn gấu con, thế là các nhi đồng cũng nhào xuống nước theo mẹ của chúng.

- Kinh khủng quá, những gì xảy ra trước mắt chúng ta thật kinh khủng, Gabrielle thì thầm.

Nước mắt ràn rụa nhưng nàng vẫn tiếp tục ghi hình bằng cái máy quay vác trên vai, lúc nào cũng ở tình trạng hoạt động. Cũng như tôi, nàng luôn vạch một lằn ranh giữa tình cảm về sự bất công và những hình ảnh mà chúng tôi nhất quyết phải trưng ra cho đời sống văn minh nhìn thấy. Chúng tôi muốn cho mọi người biết những qui luật thiên nhiên khắc nghiệt, sự xáo trộn mà cuộc sống hiện đại đã gây ra tận những vùng đất xa xôi hẻo lánh nhất.

Điều gì đã khiến cho lũ cá hồi thôi không đến đây nữa? Máy móc, công nghiệp, ô nhiễm, hệ thống điều hòa không khí... Tất cả những cái này bọn gấu xám làm gì biết được, chúng được lập trình để đến đúng địa điểm và chờ cá đến hẹn lại lên. Như thể điều này đã ăn sâu trong máu từ đời này qua đời khác, từ cái dạo còn có nhiều cá hồi **đến** nỗi chúng tràn họng, vừa chén xong đã nhè cả ra trên mấy tảng đá.

Cách chỗ chúng tôi 30 thước, giữa những đợt sóng, Bann vừa mới đứng thẳng trên hai chân sau rồi lại nặng nề buông người xuống hai chân trước. Những vạt nước do hắn làm cho bắn lên thật ấn tượng, tiếng gầm kinh thiên động địa của hắn hẳn vang vọng đến tận vách đá. Hắn phẫn nộ? Hắn cam chịu? Hắn có hiểu chuyện gì đang xảy ra? Chuyện gì đang chờ đợi mình?

Hắn quay cái đầu to đùng về phía chúng tôi và nhìn chăm chăm không nhúc nhích. Hắn đánh hơi trong không khí. Ngọn gió nhẹ đưa hơi người của chúng tôi đến tận mũi hắn. Tôi thu gom chân đế máy ảnh, bình xịt hơi cay và nắm lấy bàn tay của Gabrielle.

- Tốt hơn mình nên về lại lán trại.

Trong lúc hấp tấp, Gabrielle bị kẹt chân giữa hai tảng đá. Nghe có tiếng "rắc".

ooooo

Trong lán trại 2, ngọn đèn bão tỏa một ánh sáng dìu dịu trên đầu chúng tôi. Vải lều màu đỏ gợn nhẹ mềm mại. Bóng khuôn mặt Gabrielle chập chờn trong ánh đèn. Mắt cá chân được quấn băng khử trùng, giờ nàng đã có thể đặt chân xuống đất, đã có thể xoay nhẹ người nhưng không thể đứng lâu hơn hai giây. Nàng bị bong gân tính ra đã năm sáu lần kể từ ngày chúng tôi đặt chân đến vùng đất bất an này. Vợ tôi là người cứng rắn, không biết than thở là gì, lại còn nghĩ đó là điềm buộc chúng tôi phải ở lại cho đến cuối tháng chín. Tôi thì tôi nghĩ ngược lại, đó chính là lý do khiến chúng tôi phải rời đi. Tôi đề nghị với nàng nên trở lại căn chòi của Warren đồng thời kết thúc sứ mệnh của mình, nhưng một lần nữa nàng dứt khoát không chịu. Tôi ghét phải chống lại nàng.

Món đậu lăng nấu với xúc xích trên lò tỏa ra hơi nóng dễ chịu. Tiếng kêu xèo xèo, mùi thịt thơm ngon, chúng tôi dùng chung một cái dĩa duy nhất vì cái kia đã vỡ. Nuốt thức ăn mà cổ họng chúng tôi như nghẹn lại, cảm thấy đau lòng vì mình được ăn uống trong khi chỉ cách đó vài mét những con gấu xám đang đói lả. Nhưng đành bất lực. Chúng tôi đã thề không bao giờ can dự, không bao giờ làm nhiễu nhịp sống của chúng hay làm ảnh hưởng đến trạng thái cân bằng tự nhiên. Đôi khi điều này thật khó. Hai năm trước tôi đã từng thấy một chú gấu chết đuối ngay trước mắt, tôi đã có thể cứu nó nhưng rồi không ra tay. Qui định là qui định.

- Vài con gấu đực bắt đầu sục tìm sò ốm ngoài vịnh, Gabrielle nói. Có thể nói, cuối cùng chúng đã vỡ lẽ ra là không còn cá hồi nữa. Nhưng phải cần đến bao nhiêu ốc sò để thay cho lượng mỡ có được từ cá hồi chứ? Mỗi ngày trôi qua chúng càng kề cận cái chết. Chúng cảm nhận được điều đó, em cam đoan thế.

Vợ tôi đau đớn, tôi biết. Không phải về thể chất mà về tinh thần. Lần này nàng hoàn toàn bị chế ngự bởi cảm xúc. Những con gấu xám, đàn gấu của chúng tôi, nằm trong số những con cuối cùng của địa cầu. Chúng sẽ tuyệt chủng trong mùa này. Tôi cố gắng trấn an nàng, rằng có lẽ mùa đông này sẽ ngắn hơn, ít khắc nghiệt hơn những năm trước, và rằng chúng sẽ sống sót thôi.

- Bọn chúng đang đến gần lán trại, tôi nói thêm. Hồi chiều này anh có thấy một con chỉ cách hàng rào chừng một mét. Trước giờ chúng chưa hề làm thế. Anh thật tình nghĩ rằng mình phải nhổ trại em à.

- Đừng nghĩ đến chuyện nhổ trại, đồng ý? Mình sẽ quay phim cho đến cùng.

Thình lình tiếng rè rè đều đều của máy phát điện bị nhiễu mạnh một lúc lâu. Chúng tôi ngạc nhiên đưa mắt nhìn nhau trân trối, lặng người đi, rồi giật mình nghĩ đến cái máy chủ chuyền điện vào hàng rào. Chúng tôi quên thở trong 10 giây, chịu trận vì bất lực. May, sau một lúc máy hoạt động trở lại. Tôi đặt dĩa đậu lăng xuống rồi đứng dậy.

- Mọi thứ có vẻ ổn, dù gì anh cũng phải ngó qua một cái.

Tôi xỏ tay vào chiếc áo khoác, kéo phẹc-ma-tuya kín cổ và bước ra ngoài xách theo một ngọn đèn. Trời tối đen như mực, không có lấy một vì sao, gió thổi quần quật. Máy phát điện được đặt gần đấy, trên cỏ, bên trong một thùng gỗ nhằm làm giảm bớt tiếng ồn động cơ. Lạnh cóng người, tôi giở nắp thùng, dùng đèn pin quan sát từng bộ phận khác nhau. Dây cu-roa, phần tĩnh điện, máy phát điện xoay chiều...Tôi mở bình đựng dầu, mực dầu đang ở vạch an toàn. Tôi cũng thử tìm dấu vết rò rỉ hay ngóc ngách nào trục trặc, tuyệt nhiên không thấy gì. Báo động giả thôi.

Xung quanh có tiếng xào xạc. Tôi cầm đèn chạy vào trong bóng đêm. Một cái bóng nhô ra trong vùng sáng, rồi thêm một cái bóng khác hơi xa hơn. Hai con gấu xám đang đến gần sát hàng rào, chúng đi vòng quanh lán, mõm to ẩm ướt háo hức hít lấy hít để không khí.

Tôi quay trở vào lán.

- Máy phát điện của mình vẫn chạy tốt. Nhưng mấy con gấu đang ở quanh đây.

Gabrielle lết ra cửa, dùng đèn pin sục sạo mảng bóng tối.

- Em có thầy chi đâu.

- Anh thấy chúng rành rành như đang nhìn thấy em đây này.

Sau bữa ăn Gabrielle rửa chén, tôi lau khô. Chúng tôi dọn dẹp xong thì bước ra ngoài. Vợ tôi một tay cầm đèn, tay kia choàng qua vai tôi để tôi đỡ nàng đi. Mấy con gấu quái quỷ đã biến mất. Sau khi xem xét liệu chúng tôi có thể băng qua lán 1 chăng, tôi mở cổng cài, vất vả đi qua 10 mét để đến lán ngủ, khi vào được lán, chúng tôi nằm vật ra giường.

Ngày mai bọn gấu xám đã đói đến ngày thứ 15. Chúng sụt cân trong khi lẽ ra phải tăng trọng ít nhất 500 gam mỗi ngày để cầm cự mùa đông. Rốt cuộc rồi sẽ ra sao đây?

Đúng ra trọn ngày hôm nay tôi đã chẳng nhìn thấy chú gấu con nào.

ooooo

Bọn gấu xám không có thức ăn đến ngày thứ mười bảy rồi, tôi chịu hết xiết: chỉ muốn đi về căn chòi của Warren. Bế tắc, bọn chúng bèn rời thác lũ, quay lại đồng cỏ hoặc bãi biển để tìm bất cứ thứ gì có thể nhá được: ốc sò, rễ cây, quả mọng. Hàng chục con vây quanh khu lán trại chúng tôi đang ở, chờ bắt gặp ánh mắt của chúng tôi, gầm gừ, đe dọa. Bann rất thường đứng thẳng trên hai chân sau, làm chúng tôi phát khiếp trước kích thước bề thế và sức mạnh của nó. Gabrielle thích ghi hình hắn vào những lúc như thế. Bann là hiện thân của cái chết.

Chúng tôi khó thể ra khỏi nơi mình bị giam chân, phải đợi hướng gió thuận lợi, có nghĩa là hướng từ đồng cỏ ra vịnh để bọn gấu xám không đánh hơi được mùi người và để dụ cho chúng tránh đến gần hàng rào.

Mới đây trên đường từ lán này sang lán kia tôi suýt bị một con gấu cái tấn công. Tôi chạy trốn sau hàng rào chuyền điện, nhìn thấy Gabrielle nằm sát đất để quay phim cảnh đó. Có lẽ nào nàng vẫn cứ ghi hình ngay cả khi tôi đang bị xơi tái? Nàng sẽ đi đến cùng để có bài tường thuật về những bức ảnh quỷ tha ma bắt của nàng?

Rõ ràng là nàng không ổn.

Tôi cẩn thận sắp xếp thức ăn đông lạnh trong lán vì không muốn kích thích bọn gấu bằng mùi thực phẩm.

- Mình ở lại thêm một ngày nữa đi, Gabrielle nói. Chỉ một ngày thôi. Rất có thể mình sẽ chẳng bao giờ gặp lại Bann, Josh hay Alice, hay bất cứ con nào khác.... Mình đâu thể bỏ đi như thế. Em muốn ngồi ngoài kia lần cuối, nhìn chúng cho đến khi đêm xuống. Ngày mai trước khi mặt trời mọc, nếu hướng gió thuận lợi, anh men theo vịnh về chòi của Warren để tìm lão ấy rồi hai người đến đón em, có được không?

Gabrielle vuốt ve má tôi, cằm tôi, và mỉm cười buồn bã.

- Được rồi, tôi đáp. Một ngày và một đêm nữa thôi nhé.

ooooo

Tôi mở mắt và cứ nằm thừ ra đấy, bất động. Một sự yên tĩnh lạ thường đã đánh thức tôi dậy.

Gabrielle cũng choàng tỉnh vì sự im lặng bao trùm. Tôi bật ngọn đèn pin nhỏ và soi ngược lên hai khuôn mặt của chúng tôi. Những đường nét và những nếp nhăn hằn trên đó như những cái rãnh sâu ôm giữ ánh sáng. Bóng tối xung quanh như giam nhốt ánh mắt xanh lạnh lẽo của chúng tôi.

Không cần thiết phải thốt ra lời, cả hai chúng tôi đều hiểu là máy phát điện đã ngừng hoạt động. Tôi đặt tay lên đèn bấm của Gabrielle và tắt nó đi.

Cây cối xung quanh xào xạc. Qua nhiều năm tháng, tôi học được cách nhận ra bọn gấu xám nhờ vào bước chân, biên độ dao động và nhịp đi của chúng. Giờ thì tôi nghe ra tiếng chân nặng nề và chậm chạp của Bann. Tôi đoán những cái vuốt dài 15 phân của hắn ấn thật sâu xuống đất đến nỗi làm bật cả gốc rễ, hoa cỏ. Hắn đang đến gần, rất gần.

Tôi xiết chặt bàn tay Gabrielle và giữ nó trong bàn tay mình.

- Bann sắp đến và sẽ vượt rào.

- Không đâu, nàng trầm tĩnh nói. Bann sẽ không làm hại chúng ta.

- Hắn sẽ thịt mình không chút do dự. Đó là một con vật bản năng, tàn bạo dẫu cho hắn biết chúng ta đã 25 năm.

- Dù gì đi nữa đâu có cách nào để biết hàng rào không còn tác dụng. Hắn đã bị điện giật nhiều lần trong quá khứ, và biết rõ giới h....

Câu nói của nàng bị ngắt ngang bởi tiếng chén dĩa vỡ loảng xoảng. Cả hai đều nín thở. Chúng tôi nghe tiếng lạo xạo của đồ nhựa và ni-lông, tiếng bể rào rạo của thủy tinh, tiếng va chạm của các vật dụng bằng kim loại, và tiếng thở hổn hển của bọn gấu. Thu hết can đảm tôi lê chân ra cửa lán trại, cắn chặt xương quai hàm, nhẹ nhàng kéo phẹc-ma-tuya tấm vải lều, nhìn ra. Một con gấu xám đã đột nhập vào lán 2. Hàng rào điện đã tróc gốc, thức ăn dự trữ của chúng tôi vương vãi khắp nơi trên cỏ. Vải lều rách bươm nằm sóng soài trên mặt đất. Bọn gấu đánh hơi, xé toạc những bịch giấy đựng bột, đựng gạo...Mấy con khác, bị thu hút bởi tiếng động, cũng mon men đến gần. Tôi nhìn thấy những cái mỏm đen của chúng nhô ra từ trong bóng tối. Tất cả đều bải hoải mệt mỏi, gầy rạc, nhưng vẫn còn đủ khả năng để lấy mạng chúng tôi chỉ bằng một cái nhích chân. Gabrielle bước đến cạnh tôi, tay cầm máy quay đã được cài chế độ hồng ngoại và bắt đầu ghi hình.

- Nhìn kìa anh. Bọn chúng đến từ tít mù ngoài đồng cỏ và mình chưa từng thấy chúng đông đến thế cùng một lúc, chen chúc sát cánh, nàng thì thầm. Bình thường là đã tàn sát lẫn nhau rồi. Chắc hẳn chúng hiểu đây là cơ hội duy nhất còn lại. Rằng cái lán nhỏ với những vật dụng chúng chưa hề biết đến trước đây là hi vọng sau cùng. Em muốn mang những hình ảnh này về theo chúng ta. Sẽ cho các trường học và các xí nghiệp nhìn thấy, sẽ giải thích với mọi người thiên nhiên đã bị xáo trộn như thế nào.

Tôi không có can đảm để trả lời nàng. Nàng quá cứng đầu. Tôi bứt một nắm cỏ và tung lên không. Những cọng cỏ bay về hướng vịnh. Tôi quay vào trong lán và quơ lấy vài món đồ.

- Mình phải rời lán ngay để về chỗ của Warren.

- Mình?

- Phải đi thôi. Thế nào chúng nó cũng vào được lán và phanh thây chúng ta. Hướng gió tốt đấy, trời vẫn còn tối. Anh sẽ đỡ em, mình sẽ về đến đấy mà.

Gabrielle lắc đầu, nước mắt lưng tròng. Tôi quỳ xuống trước mặt nàng,

- Mình không làm gì được cho bọn chúng. Làm ơn đi em, đừng để anh phải đi một mình.

Gabrielle co bàn tay lại trên đầu giường.

- Em sẽ làm anh chậm chân mất thôi. Đi cả hai người thì không có cơ may thoát. Anh đi trước rồi cùng Warren trở lại đón em.

Tôi do dự rất lâu trước khi quyết định. Tôi xỏ tay vào chiếc áo khoác dày cộm, mang giày và đút cái đèn pin vào túi. Tôi ấn cả hai bình xịt hơi cay vào tay Gabrielle.

- Vậy còn anh thì sao? Nàng hỏi.

- Anh sẽ xoay xở được. Nếu bọn chúng tấn công, em cứ nhắm vào mũi chúng mà xịt, đừng nhắm vào mắt.

Tôi ôm ghì lấy nàng, xiết chặt nàng vào ngực.

- Chúng ta đã cầm cự được 25 năm, nàng nói, và cả hai chúng ta vẫn còn nguyên đây.

- Cả hai chúng ta...

- Mọi thứ sẽ tốt đẹp thôi.

Gabrielle vẫn luôn luôn muốn chết cùng bọn gấu, nàng không nói ra, nhưng tôi biết điều này từ lâu lắm rồi. Tôi không muốn bỏ nàng lại đây, trái lại muốn cứu lấy mạng sống của nàng, rứt nàng ra khỏi móng vuốt của chúng. Thời gian chỉ còn tính từng phút.

Tôi bước ra ngoài, lảo đảo phía sau lán trại rồi chui qua giữa hai sợi dây cáp căng ngang chỗ trú của chúng tôi. Gió thổi mạnh nhưng thất thường, xoáy tròn, quất ngang quất dọc vào người. Tôi cố chạy nhanh hết sức lực còn lại, ngoái nhìn xem liệu chúng có đuổi theo sau lưng. Tôi nghĩ mình đã vượt qua được, đã ra đến vịnh; tôi đi ngược lên phía sông rồi băng qua sông. Nước tuôn sùng sục làm lạnh cóng hai gối. Tôi quay đầu nhìn đồng cỏ lần cuối, ngó thấy điểm sáng nhấp nháy của máy quay phim.

Gió bắt đầu xoáy lốc tàn bạo quất thẳng vào mặt. Tôi không biết nó có đủ mạnh để đưa mùi hơi người của tôi đến tận mũi bọn gấu chăng, nhưng tôi cứ tăng tốc. Bật đèn pin lên, tôi băng người qua các lùm cây bụi cỏ, đạp nhầu lên những cành lá mục và dương xỉ. Trái tim mệt mỏi đập thình thịch, tôi nghĩ đến Gabrielle hiện chỉ có một mình trong lán.

Bằng bất cứ giá nào cũng phải quay trở lại đón nàng trước bình minh, mang theo cả súng.

Tôi nghe tiếng nước róc rách phía xa trước mặt. Coi như đã đi được kha khá, chính vị trí cái thác nhỏ cho tôi biết mình đã vượt qua được nửa chặng đường. Nước sông ở đây cạn đến nỗi, mọi khi cùng với Gabrielle, chúng tôi có thể lội qua lội lại suốt thời gian đi tới đi lui lãnh địa của bọn gấu xám. Nhưng càng đến gần tôi càng nghe rõ một âm thanh kỳ lạ. Như thể tiếng vỗ tay.

Những tiếng lách tách lạ tai khiến cổ họng tôi như bị chặn ngang, tôi rọi đèn lên mặt nước lúc bấy giờ trông chẳng khác chi một mặt biển dát bạc. Thật không thể tin ở mắt mình: hàng ngàn con cá hồi đang bị mắc cạn, kẹt giữa những tảng đá, không thể trở lui vì chúng đông nhung nhúc. Chỉ một vài con lách qua được nhưng tất cả những con khác đều đang vùng vẫy, chết thành đống chồng chất lên nhau, mồm miệng tang hoác, chính số lượng quá đông đã gây ra thảm sát. Chúng đã di chuyển ngược lên một ngọn thác quá hẹp, lại không đủ sâu, chỉ cách lãnh địa của bọn gấu xám vài cây số thôi.

Bọn gấu đang chết mòn vì đói ở đầu kia, trong khi nguồn thức ăn đang ngồn ngộn ở đầu này.

Thiếu hụt quá cũng chết, mà dồi dào quá cũng tiêu đời.

Tôi muốn chết theo những sinh vật đáng thương với bản năng đã bị sai lệch và bị phá hỏng bởi con người. Tôi gào lên tuyệt vọng, gieo mình xuống nước, hốt lấy hốt để những con cá hồi ném lên bờ, mỗi lần túm hàng chục con, cố gắng mở lối cho những con khác. Tôi đã chán việc án binh bất động, việc tránh không can dự vào thiên nhiên; chúng đau đớn vì chúng ta, thiên nhiên không chịu trách nhiệm và không tự nó giải quyết được. Nhưng những cái lỗ thoát do tôi moi ra ngay lập tức lại đầy nhóc cá, trong số đó có nhiều con to đùng.

Tuyệt vọng, tôi đành đi tiếp, tâm trí luôn nghĩ đến Gabrielle. Tôi muốn cứu nàng rồi sau đó cả hai chúng tôi sẽ đi đến một nơi khác. Tôi không thiết trở lại thành phố, đọc những tờ nhật báo của bọn họ, nghe thông tin từ đài phát thanh của bọn họ. Tôi muốn trải qua phần cuối đời giữa thiên nhiên, trong an bình, tránh xa tất cả những thứ đó.

Tôi về đến căn chòi của Warren khi những tia nắng đầu tiên đâm thủng màn đêm âm u. Ở đường chân trời, các ngọn núi đã lộ rõ dáng, chúng là thành lũy che chắn bảo bọc tôi khỏi phần còn lại của thế giới, tôi sẽ làm cho thành lũy này kiên cố thêm, thêm nữa trong những năm còn lại của đời mình...Còn hiện giờ đây tôi chỉ có thể ngắm chúng từ xa, và như thế là quá đủ.

Warren đang ngồi trong ghế xích đu trên bậc tam cấp, bên cạnh là cần câu, sọt cá và thịt khô dự trữ. Lão đang hút ống vố một cách nhàn nhã. Warren cau mày khi nhìn thấy tôi về đến nơi, mệt lả vả dơ dáy. Hai chúng tôi xấp xỉ tuổi nhau, bộ râu hàm của lão dài gấp đôi của tôi.

- Có chuyện gì thế?

- Gabrielle. Cô ấy đang nguy.

Tôi vào sâu trong lều lấy một khẩu súng cho riêng tôi và đưa cho lão một khẩu. Lão già chẳng thèm nhúc nhích cục cựa, chỉ cười mỉm.

- Gabrielle đã chết cách đây 5 năm rồi Pierre. Năm đó bọn cá hồi lũ lượt kéo về sai địa điểm. Ông đã đến đây nhờ tôi giúp. Chúng ta đã không cứu được cô ấy. Bann đã quật vào mặt làm cô ấy thiệt mạng.

- Ông nói gì thế? Gabrielle đang chờ chúng ta. Nào, đi nào!

Lão lắc đầu.

- Vậy thì tôi đi một mình.

- Chờ chút...

Warren chỗi dậy từ ghế xích đu, vào trong rồi trở ra với một máy quay phim nhỏ. Lão thở dài đánh thượt.

- Băng ghi hình sau chót vẫn còn ở trong ấy. Cái đoạn phim mà Gabrielle đã quay cho đến cùng. Ông xem nó không biết bao nhiêu lần rồi. Mà lần nào cũng quên. Ông trở về thành phố, đáo lại mỗi năm, dựng lán giữa đồng... Xong chạy về chỗ tôi đòi lấy súng... thật đau lòng để cho ông xem lại cuốn phim. Nhưng mà... thôi coi đi.

Tay tôi run lẩy bẩy ấn vào nút "đọc".

Warren đi sâu tuốt vô rừng hẳn vẫn còn nghe tiếng tôi gào rống.

Năm sau tôi lại quay về đồng cỏ.

Cỏ thật đẹp, xanh mướt, với cơ man là hoa và hoa. Tôi đi tìm những con cá hồi trong vịnh, muốn nhìn thấy chúng vượt thác, bụng đầy trứng, thân óng ánh vẩy bạc dưới nắng. Tôi tìm bọn gấu xám khỏe mạnh, sẵn sàng đánh chén đến no nê.

Mấy cái lán trại được dựng lên giữa ngàn xanh, vây quanh bởi hàng rào điện. Vải che lán 1 thình lình lay động; nghe tiếng phẹc-ma-tuya được kéo lên, tôi cười rạng rỡ. Gabrielle ra dấu báo cho tôi biết bữa ăn đã sẵn sàng.

*Từ nguyên tác tiếng Pháp "**Gabrielle**" (2014) của* **Franck Thilliez**

OLHA KOBYLIANSKA

Kobylianska *sinh năm 1899 ở Gura Humorului (tiếng Đức: Gura-Humora) ở Bukovina (nay thuộc Quận Suceava, Romania) trong một gia đình của một công nhân hành chính nhỏ thuộc dòng dõi quý tộc Ukraine đến từ miền Trung Ukraine. Bà là con thứ tư trong gia đình có 7 người trong gia đình Maria Werner (1837–1912) và Yulian Yakovych Kobyliansky (1827–1912). Một trong những họ hàng xa của cô là nhà thơ người Đức Zacharias Werner. Maria Werner là một người Đức đã bị Polon hóa, người đã được rửa tội theo Công giáo Hy Lạp và học phương ngữ địa phương của tiếng Ukraina. Một trong những anh trai của Olha, Stepan Yulianovych, trở thành họa sĩ vẽ chân dung, người khác, Yulian Yulianovych, trở thành nhà ngữ văn học và là tác giả của một số sách giáo khoa bằng tiếng Latinh. Bà mất vào năm 1942, thọ 78 tuổi.*

BĂNG QUA BIỂN DỮ

Mới sớm tưng bừng trời đã sáng trưng.

Quá sáng và rực nắng đến nỗi bầu trời, vốn có màu xanh thẫm vào những ngày quang đãng, biến thành xanh lơ khi soi mình trong biển. Quá sáng và rực nắng đến nỗi biển xanh lấp lánh bạc, trông tĩnh lặng và kênh kiệu. Sóng tung tăng rượt đuổi nhau như thể đang huyên náo hân hoan cùng đổ xô vào bờ.

Trên bờ là hai chim hải âu, một to một bé, đang cãi nhau ỏm tỏi.

"Ta phải vượt biển!" chim lớn tuyên bố. "Nhất định ta phải đi. Phải đứng trên vách đá bên kia bờ! Nghe nói từ chỗ đó sẽ nhìn thấy cảnh quang hoàn toàn khác với nơi đây. Và một khi đã đến đấy rồi thì không thể quay về. Do vậy mà ta phải quyết định dứt khoát, hoặc đây hoặc đó. Và ta đã chọn đi!"

"Em cũng muốn đi!" chim nhỏ nói. "Không," chim lớn nói: "Em phải ở lại đây!" Chim nhỏ phừng phừng nổi giận.

"Em muốn bay băng qua biển cùng anh và cùng đứng trên mỏm đá với anh. Em cũng là hải âu, giống như anh vậy."

"Cũng là hải âu thì sao chứ?" chim lớn nổi cáu và hung hăng đập cánh.

"Tội nghiệp chưa – em nhìn xem đôi cánh của mình kìa! Làm sao em có thể vượt qua con biển dữ này! Em nghĩ mặt trời lúc nào cũng rực rỡ như hiện giờ ư? Em nghĩ vượt biển cũng giống như bay lượn quanh đây, ngao du trên biển rồi khi nào muốn thì lại quay về? Không phải vậy đâu! Em phải hiểu là một khi đã bắt đầu cuộc hành trình băng đại dương thì không có chuyện trở lui! Cái chết sẽ từng giây từng phút trừng mắt nhìn em! Ngoài ra ta không muốn ràng buộc cùng em! Em sẽ lả đi giữa cuộc hành trình, vinh quang gì chứ? Tìm bạn đường khác đi – ta đi một mình! Giã biệt nhé!"

Nói xong chàng tung cánh.

Lòng nặng trĩu buồn phiền, chim nhỏ cứ đứng tần ngần trên bờ biển, em ê chề nhìn lại đôi cánh của mình, chúng trông yếu ớt và nhỏ bé quá so với đôi cánh của chàng. Em nhìn biển

- thật mênh mông, vô tận và cằn cỗi. Em đưa mắt dõi theo cánh chim lớn sáng rực tung về phía trước như một mũi tên bạc. Rầu rĩ, em giang rộng cánh và bắt đầu vượt biển men theo lộ trình của chim lớn.

Thế là cả hai cùng bay.

Có một khoảng cách rất xa giữa đôi bạn và biển thì sùi bọt bên dưới – không có gì gọi là thú vị.

"Em đang ở phía sau ta đấy à?" chim lớn hét lên. "Đúng – em đây!"

"Em bay đến vách đá bên kia ư?" "Đúng – em đang bay đến đó."

"Em thật là bậy! Ta lặp lại lần nữa đây," chàng gào lên, "ta sẽ không bạn bè gì với em ở đấy nhé! Ta bay đến đấy để được một mình – để chỉ mỗi mình ta vui hưởng mà thôi!"

"Em biết! Em biết rồi," nàng đáp. "Em cũng không bạn bè gì với anh. Em cũng bay đến vách đá chỉ vì bản thân em mà thôi."

Và thế là cả hai tiếp tục hành trình.

Chàng mạnh mẽ bay cao và thẳng như thể được một sợi dây kéo đi phăng phăng xé gió như một mũi tên bạc. Đầy năng lượng, không biết mệt mỏi và mãnh liệt, chàng ưỡn bộ ngực trắng băng xuyên lớp không khí như được nó tiếp thêm sinh lực. Chàng phóng tầm nhìn ra xa, đôi mắt tinh tường tính toán khoảng cách vị trí vách đá lờ mờ phía trước. Chim nhỏ bay lúc cao lúc thấp, lúc nhanh lúc chậm, quá là đà trên mặt biển thẳm đến không thể nhìn thấy được gì trên cao; em ngẩng cái đầu bé tẹo của mình lên để dõi theo bóng chim lớn, chưa được bao lâu đã phải đưa mắt nhìn xuống biển sâu bên dưới. Chốc chốc em lại cảm thấy cái lạnh thốc lên từ những đợt sóng biển tối tăm, nhắc cho biết bên dưới buốt giá không biết bao nhiêu mà nói.

Lâu lâu chàng ngoái đầu lại gầm gừ với nàng:

"Nhớ đấy nhé! Ta chẳng bạn bè gì với em. Ta đang bay đến vách đá cho chính ta mà thôi."

"Em biết! Em biết mà! Em cũng chẳng bạn bè gì với anh," nàng đáp. "Em cũng bay đến vách đá vì chính em mà thôi."

Họ tiếp tục bay, chim lớn phía trước, chim nhỏ tụt lại rất xa phía sau. Bình minh rồi hoàng hôn, ngày rồi đêm. Bên dưới, biển cứ sôi sục cuồng nộ và luôn khi thay hình đổi dạng. "Em vẫn còn đấy chứ, vẫn lẽo đẽo phía sau ta chứ?"

chàng gào lên, ngoái lại nhìn kỹ nàng. "Vẫn."

"Không quay về sao?" "Không."

"Ta không quay lại nơi đấy để gặp em đâu nhé, em thừa biết mà. Quãng đường phía trước còn dài lắm, nó sẽ hút cạn hết sức lực của em. Ta cần càng lúc càng nhiều tập trung và năng lượng. Nhưng ở đâu đó tít xa, giống như trong một cơn mộng ảo, ta lờ mờ nhìn thấy chính cái vách đá mà ta vô cùng muốn đến."

"Em chỉ nhìn thấy những vực sâu bên dưới thôi," chim nhỏ nói. "Và giữa những vực sâu em nhìn thấy cái chết. Cùng với cái chết em nhìn thấy bầu trời. Giữa cái chết và bầu trời em nhìn thấy anh."

"Vậy là em không quay lại?" "Em không quay lại."

Chàng hải âu đập cánh nói với lại, "nhớ là ta sẽ không bạn bè gì với em ở đấy. Ta đang bay đến vách đá để vui hưởng một mình ta thôi."

Và rồi cả hai tiếp tục bay.

Ai cho rằng biển luôn êm ả, thân thiện, dễ chịu và an toàn là hoàn toàn sai lầm. Biển luôn luôn động và biến động. Không chút dấu hiệu báo trước, mặt biển êm ả và thân thiện, lấp lánh bạc lung linh sắc lam và lục, bất thình lình trở nên đáng sợ. Bầu trời chợt tối sầm và gió hung hãn thốc lên, biển gầm gừ như một gả khổng lồ đang nổi cơn điên. Sóng dựng đứng như những bức tường đồ sộ, đợt này đè lên đợt kia, cuộn tròn rồi đổ nhào xuống, để rồi lại trồi lên và ập xuống vực sâu. Cứ thế, trồi lên, đổ nhào, rã ra, tạo nên bọt trắng cuồng nộ trào lên theo lườn của sóng cuộn chỉ để tự bung rã tách rời sau đó.

Tiếng ì ầm... tiếng rên xiết... một thứ địa ngục bên dưới bầu trời đen đặc. Và trên cao kia, đôi chim hải âu vẫn cứ bay.

Không ai nghe nhau hay thấy nhau. Không gặp nhau.

Nỗi buồn thương lắng sâu bên dưới.

Cố gắng hết sức, chim hải âu lớn băng qua không trung vượt lên cao giữa cơn bão kinh hoàng. Chưa bao giờ chàng trải qua một kinh nghiệm như thế, giờ mới biết thế nào là bão biển. Nhưng chuyện gì đã xảy ra với cô nàng bất hạnh kia? Đuối nước rồi chăng...

"Em đâu?" chàng gọi với lại một cách tuyệt vọng, "em bị đuối nước? Em đã chết đuối chưa? Có rủi ro gì chớ đổ lỗi cho ta đấy. Ngay từ đầu ta đã bảo rằng ta chẳng bạn bè gì với em. Rằng ta bay đến vách đá chỉ để mình ta vui đời mà thôi."

Chàng dõng tai nghe ngóng nhưng không có tiếng đáp lại.

"Em đâu rồi?" chàng lại gào to.

Vẫn không thấy trả lời. Dưới kia biển hung hãn tung bọt trắng lên đầu ngọn sóng. Nhưng hãy gượm, vượt lên trên tiếng ồn đinh tai nhức óc của những con sóng tàn bạo, như vọng về từ vực địa ngục là tiếng kêu yếu ớt: "Em ở đây này".

"Dưới ấy, trên mặt biển ư? Ta đang ở tít trên cao, cách rất xa địa ngục".

"Còn em thì ở bên trên vực sâu, nhìn thấy địa ngục. Hai cánh em đã xụi, có lẽ em sắp đứt hơi đây. Em không còn sức lực để mà bay nữa. Chính cơn điên của biển đã đưa em đi!"

"Ta đã nói gì với em hử?" Chàng gào lên. "Nhớ nhé. Chớ có đổ lỗi cho ta. Ta chẳng bạn bè gì với em. Ta đang bay đến vách đá cho riêng ta mà thôi."

"Em biết. Em biết mà. Em cũng chẳng bạn bè gì với anh," chim nhỏ đáp. "Em tự mình bay qua địa ngục này đấy thôi."

Sau đó chẳng còn nghe thấy gì nữa. Cơn bão dữ vẫn cứ vặn vẹo đôi cánh nàng, bẽ quặp chúng lại, tung nàng lên cao để rồi thả cho rơi tòm xuống đầu sóng trắng xóa bọt biển. Cuối cùng chính cơn bão cũng mệt đứ đừ. Trò chơi của nó rốt cuộc cũng kết thúc.

Chàng hải âu đã đến được vách đá. Chàng đứng trên chóp đỉnh và nhận thấy, cái vách đá này, mục tiêu mà chàng quyết tâm đạt cho được, thực ra là vách đá tử thần. Đột nhiên đôi cánh mạnh mẽ của chàng rũ liệt, rồi cái chết choàng xiết lấy chàng. Vài phút sau, quả nhiên hãy còn một nàng chim nhỏ mỏng manh và yếu đuối, nàng cũng đã đến nơi. Chàng đang hấp hối trong đau đớn...

"Ta mừng em đã vượt qua được con biển dữ. Giờ thì ta không đơn độc bỏ thây nơi đây."

"Em mừng vì đã không ở lại nơi đó," nàng nhỏ nhẹ đáp. "Giờ thì em không đơn độc bỏ thây ở đấy."

"Em phải hiểu điều này," chàng thều thào, "tuy ta chẳng bạn bè gì với em, trong cuộc hội ngộ với Thần Chết, ta sẽ không mang em theo đâu."

"Em biết", nàng nói. "Em cũng chẳng bạn bè gì với anh.

Em sẽ lại bay tiếp và tự mình đi gặp lão ấy."

Từ bản tiếng Anh "Crossing The Sea" của **Olha Rudakevych*

*(nguyên tác: "**Cherez more**"/ **Ol'ha Kobylian'ska**)*

OGA CHO

*Sinh năm 1958 tại Nam Hàn, chín tuổi **Oga CHO** rời nơi chôn nhao cắt rốn theo gia đình di cư sang Jamaica - nơi cô bắt đầu học tiếng Anh vùng Caribê. Mười sáu tuổi cô đến Mỹ tiếp tục việc học, về sau trở thành luật sư. Oga CHO hiện sống ở Đức cùng người bạn đời và dùng thời gian của mình cho việc viết lách, trải lòng qua chữ.*

ĂN QUÝT

Kỷ niệm tuổi nhỏ chợt hiện về nhắc tôi nhớ mình phải thưởng thức cuộc đời như thế nào.

Một mùa đông. Dạo ấy tôi cỡ sáu - bảy tuổi, Mẹ cho bọn trẻ con chúng tôi mỗi đứa một quả quýt. Ở vùng tôi sống, quýt là thứ trái cây lạ lẫm. Trước đó tôi chỉ nhìn thấy nó qua sách báo thôi. Sau khi quan sát các chị tôi ngấu nghiến phần quýt của họ, tôi đi tìm một góc nhà yên tĩnh, tránh xa mọi bàn tay giành giật để thưởng thức quả quýt của mình.

Tôi cầm nó trong một tay, hướng phần lõm lên trên, tay kia nhẹ nhàng bấm xuống chỗ trũng để khui một lỗ nhỏ. Tôi chậm rãi bóc vỏ, cố hết sức không làm hỏng. Mấy ngón tay vụng về đã để sót lại 3 mảng vỏ trên quả quýt trần trụi. Một quả quýt với rất nhiều múi, từng múi đang chờ được khám phá, chờ được nếm lấy hương vị, chờ được chiêm nghiệm.

Khi cho một múi vào miệng tôi có thể cảm nhận răng mình cắn xuyên qua lớp da bọc múi quýt. A, sự vỡ òa bất ngờ của ánh nắng reo vui, rồi nước quýt chảy xuống cổ họng. Với một múi khác, tôi cắn đi cái phần trăng trắng niêm lớp da bọc mỏng dính và cẩn thận lột lớp da ra khỏi phần thịt của múi quýt, mút phần thịt trước khi nhai túi bọc. Từng múi, từng múi một. Tôi đã thưởng thức quả quýt đầu đời như vậy đó.

Tôi cất ba thẻo vỏ quýt còn sót trong hộp đựng bút. Mỗi lần mở hộp ra, mùi thơm tỏa lên mũi khiến tôi sống lại thời khắc thưởng thức quả quýt. Ngày hôm sau chạy ù đến trường, tôi háo hức khoe chúng với các bạn học. Tôi chỉ cho các bạn ấy cách gấp một mép vỏ bằng ngón cái và ngón trỏ để chất nước thơm của vỏ tiết ra trên mu bàn tay mũm mĩm của chúng tôi. Tinh dầu từ vỏ quýt dần khô đi để lại một vệt mờ, và chúng tôi cứ ngửi mãi bàn tay mình cả ngày hôm đó.

Bất chợt hào sảng, tôi tặng cho người bạn thiết của mình cái thẻo nhỏ nhất.

Sau nhiều ngày vỏ quýt không còn tinh dầu để tiết ra nữa. Nó hóa thành miếng da khô cứng nhăn nheo. Nhưng mùi hương ngây ngất của vùng đất xa xôi nào đó vẫn cứ quanh quẩn trong hộp đựng bút của tôi suốt mùa đông lê thê.

Từ nguyên tác tiếng Anh "How To Eat A Mandarin Orange**" của **Oga CHO,** tạp chí văn học nghệ thuật **ETCHINGS***

Nhân Ảnh
2023

Liên lạc tác giả:
Email: tranthingh@gmail.com

Liên lạc Nhà xuất bản
Nhân Ảnh
E.mail: han.le3359@gmail.com
(408) 722-5626